अंतराळातील मृत्यू

डॉ. संजय ढोले

मेहता पब्लिशिंग हाऊस

Please contact us at **Mehta Publishing House,** 1941, Madiwale Colony, Sadashiv Peth, Pune 411030.

© +91 020-24476924 / 24460313

Email : info@mehtapublishinghouse.com
production@mehtapublishinghouse.com
sales@mehtapublishinghouse.com

Website : www.mehtapublishinghouse.com

- *या पुस्तकातील लेखकाची मते, घटना, वर्णने ही त्या लेखकाची असून त्याच्याशी प्रकाशक सहमत असतीलच असे नाही.*

ANTARALATIL MRUTYU by Dr. SANJAY DHOLE

अंतराळातील मृत्यू / विज्ञान कथासंग्रह

© सौ. सिंधू ढोले
चित्रा-१०३, डी एस के आकाशगंगा, न्यू डी.पी. रोड, औंध,
पुणे - ४११ ००७ © ०२० २५८८५३६२

प्रकाशक : सुनील अनिल मेहता, मेहता पब्लिशिंग हाऊस,
१९४१ सदाशिव पेठ, माडीवाले कॉलनी, पुणे - ३०.

मुखपृष्ठ : सतीश भावसार

प्रथमावृत्ती : १२ नोव्हेंबर, २०१५

ISBN for Printed Book 9788184989144
ISBN for E-Book 9788184989151

मला नेहमीच प्रोत्साहन व माझा
सार्थ अभिमान बाळगणारे
आणि
वडीलकीच्या नात्याने निर्व्याज प्रेम व माया करणारे
माझे प्रेमळ सासरे
श्री. हिरकण मोरे
यांना हा
विज्ञानकथासंग्रह
स्नेहपूर्वक
अर्पण

प्रस्तावना

मराठी साहित्यात विज्ञान साहित्याचा प्रवास चांगल्यापैकी मूळ धरू लागला आहे. अनेक शास्त्रज्ञांनी आणि विज्ञानाच्या अभ्यासकांनी हा प्रवाह आपल्या लेखनामुळे गतिमान केला आहे. अगदी अलीकडच्या काळात या साहित्यप्रवाहामध्ये नव्या पिढीचे जे लेखक लेखन करीत आहेत त्यात डॉ. संजय ढोले यांचे नाव विशेषत्वाने घ्यावे लागेल. विशेषत: विज्ञानकथा हा वाङ्मयप्रकार त्यांनी हाताळला आहे. डॉ. ढोले हे पुणे विद्यापीठाच्या भौतिकशास्त्र विभागात प्राध्यापक आहेत. ते सातत्याने आपल्या अध्यापन विषयामध्ये संशोधन व लेखन करीत असतात. त्यामुळे त्यांची लेखन विषयक विशिष्ट दृष्टी तयार झालेली आहे. या दृष्टीचा फायदा त्यांच्या साहित्यलेखनाला होत आहे.

डॉ. ढोले हे ग्रामीण भागातील सामान्य कुटुंबातून आलेले आहेत, त्यामुळे ग्रामीण आणि शहरी या दोन्ही नागरी जीवनातील मानसिकतेचा त्यांना चांगला परिचय आहे. आपल्या विद्यार्थिदशेच्या काळात 'विज्ञान संघटना' या विज्ञान चळवळीमध्ये विविध माध्यमातून विज्ञान प्रसाराचं काम त्यांनी केलेलं आहे. त्यामुळे भारतीय समाजजीवनात विज्ञानाची फारशी माहिती लोकांना नाही हे वास्तव त्यांना चांगलेच ठाऊक आहे. हा लेखक ग्रामीण भागातून आणि सामान्य स्तरातून आलेला असल्यामुळे त्यांच्या कथालेखनात या जनजीवनाचे स्वाभाविक प्रतिबिंब पडले आहे. त्यांच्या कथेचा परिसर, कथेतील वातावरण, कथेतील व्यक्तिरेखा चारचौघांसारख्याच वाटतात. कथेतील व्यक्तिरेखा जिज्ञासू आणि हुशार असल्या तरी त्यांची पाळंमुळं ही सामान्य वाचकाला आपल्या जवळची वाटतात. कथेची मांडणी करताना बऱ्याचदा, तिचा पाया हा सामान्य माणसाच्या जीवनातील घटनांवर आधारित असल्याचे दिसते. त्यामुळे कथेतील घटना व त्याचा विकास हा सामान्य माणसाला कुठेतरी आपल्या परिचयाचा वाटतो. हा भाग सोडला तर कथेमध्ये कोणतेही सुलभीकरण आढळत नाही. विज्ञानकथेला आवश्यक असलेले प्रायोगिक, सैद्धान्तिक विवेचन यामध्ये आढळतेच, पण वास्तव आणि कल्पना याचे अद्‌भुत मिश्रण या कथेमध्ये आढळते. खरेतर विज्ञानकथा लिहिणे ही जोखीम आहे. विज्ञान लेखकाला विज्ञानकथा लिहिताना कसरत करावी लागते. म्हणजे असे की, कथेमध्ये विज्ञान किती असावे याचे उचित भान असावे लागते. हे भान ठेवतानाच विज्ञानकथेचा समतोल राखावा लागतो. अन्यथा ती रहस्यकथा अथवा अद्‌भुतकथेकडे झुकण्याचा

संभव असतो. रहस्यमयता, थरारकता, अद्भुतता या गोष्टी विज्ञानकथेमध्ये आढळतात, नाही असे नाही. मात्र कथेच्या मांडणीच्या अनुषंगानेच या गोष्टी येणे आवश्यक असते. कथेतील विज्ञान हे कथा वाचल्यानंतर वाचकाला त्याचे आकलन झाले पाहिजे अशा प्रकारे ते कथेत आले पाहिजे. असे असले तरी विज्ञानकथेतील विज्ञान हे बऱ्याचदा सुप्त अवस्थेत वा शक्यतेच्या पातळीवरील असते. ओतप्रोत विज्ञान त्यात अभिप्रेत नसून, किती आणि कोणत्या प्रकारच्या शक्यता विज्ञानकथेत असू शकतात, त्याची तार्किक परिणिती ही विज्ञानकथेत आढळून येते. चांगल्या विज्ञानकथा लेखकाला अर्थातच वरील सर्व गोष्टींचे भान ठेवावे लागते. डॉ. संजय ढोले यांच्या कथेत हे भान उत्तमरीत्या आढळते.

डॉ. ढोले यांच्या कथेला प्रवाहीपणा आहे. उपकथानकांची जोड देऊन ते कथानक फुलवत नेतात. कथेचे निवेदन करताना ते वाचकाला विश्वासात घेतात. वाचकाच्या मनावरची आपली पकड कायम राहावी याचे एक कौशल्य त्यांच्या कथेत दिसते. गंमत अशी की, हा वाचक विद्यार्थी असो, शिक्षक असो किंवा अन्य कुणीही, तो या कथेच्या मांडणीमध्ये गुंतून पडतो. कथेमध्ये आता पुढे काय होईल, कोणती घटना घडेल, याचे कुतूहल व जिज्ञासा वाचकाच्या मनात कायम राहते. क्वचित प्रसंगी ते आपल्या कथेचा शेवट धक्कादायकही करतात. या लेखकाला मानवी समाजमूल्य फार महत्त्वाचे वाटते. विज्ञान हे दुधारी शस्त्र असल्यामुळे त्याचे सकारात्मक आणि नकारात्मक दोन्ही परिणाम संभवतात. मात्र ढोले यांनी सकारात्मक परिणामाचा आग्रह आपल्या कथेत धरला आहे. आणि तो कोणत्याही विवेकी वाचकाला पटणारा आहे. 'पृथ्वीचा दूत' या कथेच्या शेवटी पृथ्वीकडे झेपावत येणाऱ्या परकीयांच्या यानातून ज्येष्ठ शास्त्रज्ञ-वडील पृथ्वीवरील प्रयोगशाळेत असलेल्या आपल्या शास्त्रज्ञ-मुलाला ते यान रिमोट कंट्रोलने उडवून टाकण्यास सांगतात. त्या यानामध्ये अत्यंत प्रगत मानवजात असल्यामुळे पृथ्वीवासी मानव हे मोठे अडचणीत येतील, असे वडील आपल्या मुलाला सांगतात. मुलासमोर मोठाच पेच निर्माण होतो. तथापि आपल्या वडिलांचा आदेश व पृथ्वीवरील मानवजातीचा संहार रोखण्यासाठी तो ते यान रिमोट कंट्रोलने उद्ध्वस्त करतो. म्हणजे यात व्यक्तिगत नातेसंबंधापेक्षा व्यापक सामाजिक हित महत्त्वाचे असते हे लेखकाने अप्रत्यक्षपणे ध्वनित केले आहे. 'आविष्कार' कथेतील शास्त्रज्ञ मुलगा आपल्या अतींद्रिय शक्ती लाभलेल्या वडिलांची हत्या करतो, याचाही उल्लेख केला पाहिजे.

डॉ. ढोले यांच्या कथेतील बहुतांश कथानायक हे विज्ञान विषयाचे प्राध्यापक वा संशोधक आहेत. आणि या कथा नायकांच्या संशोधनाचे विषयदेखील वैविध्यपूर्ण आहेत. पर्यावरणशास्त्र, वनस्पतिशास्त्र, खगोलशास्त्र, जैवभौतिकशास्त्र, रसायनशास्त्र, भौतिकशास्त्र अशा अनेक विज्ञानशाखातील संशोधक, प्राध्यापक या कथांमध्ये दिसतात.

डॉ. धोंडे, अतुल सोमाणी, डॉ. अनंत जगताप, डॉ. देविदास, डॉ. पंडित, डॉ. वसंत कारेगावकर, डॉ. प्रकाश गिरमे, डॉ. कुशा ठाकरे, शिशिर शिंदे, मोहम्मद खाटिक, गिरीश सोनवणे, हेमंत गवळी असे अनेक कथानायक आपल्याला या कथांमधून भेटतात. हे नायक हुशार, जिज्ञासू व ध्येयवादाने झपाटलेले आहेत. त्यांनी आपल्या अभ्यासविषयाला वाहून घेतल्यामुळे ते सतत कार्यरत असतात. तहान-भूक विसरतात. कधी एकटे तर कधी सहकारी शास्त्रज्ञांच्या सोबत प्रकल्पात सहभागी होतात. एवढेच नाही तर त्यांच्याकडे संशोधन करणाऱ्या होतकरू विद्यार्थ्यांनाही ते आपल्या प्रकल्पात सामावून घेतात, त्यांना मार्गदर्शन करतात व विद्यार्थीदेखील प्रकल्प पुढे नेण्यास झटतात. कधी तर हे विद्यार्थीच प्रकल्पाचा निष्कर्ष आश्चर्यकारक नोंदवतात. डॉ. राजन भिसे किंवा डॉ. सुशील यांचा इथे उल्लेख करावा लागेल. या सर्व गोष्टींचा विचार केल्यावर असे लक्षात येते की, डॉ. ढोले यांच्यामधला प्राध्यापक हा सतत या कथालेखनामध्ये डोकावतो. विद्यार्थ्यांबद्दल आस्था असलेले प्राध्यापक या कथांमध्ये दिसतात. या कथांतील कथानायक आपल्या नवोदित विद्यार्थ्यांना श्रेय देतात, सहकाऱ्यांचेही कृतज्ञतेने निर्देश करतात. म्हणजे विज्ञान क्षेत्रात काम करताना संघभावना महत्त्वाची आहे हे लक्षात येते.

यातील कथानायक आंतरराष्ट्रीय स्तरावर वावरतात. सेमिनारमध्ये आपले संशोधन सादर करतात व सतत क्रियाशील राहतात. त्यामुळे कथानकामध्ये एक वेगळेच प्रयोगशाळेतील आणि प्रयोगशाळेबाहेरीलही शैक्षणिक वातावरण आढळते. याचा परिणाम वाचकांच्या मनावर होतो. कोणतेही काम तन्मयतेने व जिद्दीने केले तर त्यात यश मिळते हा संदेश अप्रत्यक्षपणे या कथांतून तरुण वाचकांना मिळतो. हा संदेश देण्याकरिता जरी कथा लिहिल्या नसल्या तरी त्यातून ध्वनित होणारा संस्कार वाचकाच्या दृष्टीने महत्त्वाचा असाच आहे.

'अंतराळातील मृत्यू' या संग्रहातील डझनभर कथा या वाचकाला खिळवून ठेवणाऱ्या आहेत. विषयाचे वैविध्य, उत्कंठावर्धक प्रसंग आणि लेखकाचे उत्तम सामाजिक भान या गोष्टींना याचे श्रेय द्यावे लागेल. डॉ. संजय ढोले हे आता प्रथितयश विज्ञानकथालेखक आहेत हे त्यांच्या आतापर्यंतच्या कथासंग्रहातून सिद्ध झाले आहे. राज्यशासनाचे आणि इतरही मान्यवर संस्थांचे पुरस्कार, सन्मान त्यांना प्राप्त झालेले आहेत. यापुढेही त्यांना सातत्याने यश आणि सन्मान मिळत राहोत ही मनापासून सदिच्छा!

प्रा. मनोहर जाधव
(ज्येष्ठ साहित्यिक व समीक्षक)
मराठी विभाग, पुणे विद्यापीठ,
गणेशखिंड, पुणे - ०७

विज्ञानकथा लेखक डॉ. संजय ढोले यांची दीर्घ मुलाखत

प्रश्न : सर, नमस्कार. आपण प्रचलित विज्ञानकथाकार व साहित्यिक आहात याच संदर्भातला माझा पहिला प्रश्न. नेमकं विज्ञानसाहित्य म्हणजे काय?

उत्तर : नमस्कार! आपण छान प्रश्न विचारलात. प्रथम नुसताच साहित्याचा विचार केला असता, आजूबाजूच्या घटनांचं, परिस्थितीचं व एकूणच व्यवस्थेचं जे माध्यम चित्रण करतं ते म्हणजे साहित्य. यामध्ये बरेच प्रवाह आलेले आहेत. दलित, ग्रामीण, आदिवासी, ख्रिस्ती, मुस्लीम, स्त्रीवादी, जनसाहित्य, इत्यादी. त्यातच विज्ञानसाहित्याचाही समावेश आहे. ज्यामध्ये विज्ञानाचा अंतर्भाव आहे किंवा विज्ञानातील विविध क्षेत्र व संशोधन समजावून सांगण्याचे जे माध्यम आहे, ते म्हणजे विज्ञानसाहित्य.

प्रश्न : सर, म्हणजे नेमकं विज्ञान म्हणजे काय? याबद्दल काय सांगता येईल?

उत्तर : निसर्गातील रहस्यमय, गूढ, अगाध, अनाकलनीय घटनांची उकल करण्याचं उत्तम साधन म्हणजे विज्ञान. ज्या गोष्टी विज्ञानाने ठरवून दिलेल्या परिणामांना टिकतात, ते म्हणजे विज्ञान किंवा निसर्गात ज्या अनाकलनीय व अनाठायी गोष्टी घडतात, त्या घटनांचा अंतर्मुख होऊन हे असे का, असा प्रश्न निर्माण करून पाठपुरावा करते ते म्हणजे विज्ञान.

प्रश्न : ...आणि वैज्ञानिक दृष्टिकोन म्हणजे काय?

उत्तर : निसर्गातील प्रत्येक गोष्ट, घटना ही वैज्ञानिक व प्रायोगिक पातळीवर पडताळून पाहण्याचा ज्याचा प्रयत्न असतो तो म्हणजे वैज्ञानिक दृष्टिकोन होय.

प्रश्न : मग अंधश्रद्धा नेमकं कशाला म्हणायचं?

उत्तर : एखादी व्यक्ती एखाद्या घटनेकडे आंधळेपणाने किंवा विज्ञानाच्या चौकटीत न बसवता बघते ती म्हणजे माझ्या दृष्टीने अंधश्रद्धा. अनेक अंधश्रद्धा या अज्ञानावर आधारित आहेत. अंधश्रद्धांमुळे समाजाचे अनेक प्रकारे नुकसान होते. अंधश्रद्धांचा उगम हा पूर्वापार चालत आलेल्या रूढी, धर्माविषयीचे चुकीचे आकलन, काही स्वार्थी लोकांनी त्यांच्या फायद्यासाठी पसरवलेले गैरसमज यांतून होतो. म्हणून विज्ञानाच्या निकषांवर कुठल्याही प्रकारची अंधश्रद्धा टिकू शकत नाही.

प्रश्न : विज्ञानकथा का? कशासाठी? कुणासाठी? आणि कशी?

उत्तर : खरंतर विज्ञानकथा हा एक वेगळाच प्रवाह आहे आणि त्याची जातकुळीच वेगळी आहे. छोट्याशा अवकाशात बरंच काही सामावून, विज्ञानाचा प्रवाह त्यात सोडता येतो आणि मुख्यत्वे कमी कालावधीत रोचकपणे ती कथा वाचकांपर्यंत पोहचवते. म्हणून ती विज्ञानकथा. ती मुख्यत्वे विज्ञानप्रसारासाठी असावी. मी तर पुढे जाऊन असं म्हणेन की, विज्ञानकथा ही विज्ञानातील विविध प्रवाहांचा व संशोधनाचा गाडा ओढणारी दूत आहे. विज्ञानकथा ही मुख्यत्वे ज्याचा विज्ञानाशी तीळमात्र संबंध नाही, अशा सामान्य वाचकासाठी असावी... ती प्रवाहित, रोचक, रहस्यमय, गूढ, पण विज्ञानाचा गाभा व सार ठेवणारी हवी. सामान्य लोकांपर्यंत विज्ञान पोहोचवायचं, रुजवायचं असेल तर मला वाटतं कथा हे उत्कृष्ट माध्यम आहे.

प्रश्न : कथा हेच माध्यम का निवडले?

उत्तर : मी मगाशीच म्हटलं की, कथा ही लघु-प्रकारात मोडणारी आहे... आणि तीत कमी अवकाशात बरंच काही सांगितलं जातं. ती प्रवाहित व रोचक असली तर ती हृदयापर्यंत पोहोचते. विज्ञानकथा वाचकाला कमी अवकाशात बरंच काही देते. त्यामुळे सामान्य माणसांमध्ये विज्ञान रुजवायचं किंवा विज्ञानाचं प्रबोधन करायचं असेल तर विज्ञानकथा हे उत्कृष्ट माध्यम आहे... मुख्य म्हणजे कथा ऐकण्याची व वाचनाची आवड सामान्यजनांमध्ये अनादी काळापासून आहे. म्हणून विज्ञानाच्या प्रचारासाठी कथा हे माध्यम मला सशक्त व तेवढंच प्रभावी वाटतं. मी त्यासाठी प्रामुख्याने प्रयत्न करत आहे.

प्रश्न : आपण विज्ञान चळवळीमध्येही वावरला आहात. एक लेखक म्हणून चळवळीतील अनुभवाचा आपल्याला कसा उपयोग झाला?

उत्तर : विज्ञान व अंधश्रद्धा निर्मूलन चळवळीत मी महाविद्यालयीन जीवनापासून कार्यरत आहे. यात प्रामुख्याने पारदर्शिका, व्याख्याने व लोकनाट्याच्या साहाय्याने खेड्यापाड्यांमध्ये जाऊन विज्ञानविषयी जनजागृती निर्माण केली. प्रसंगी रस्त्यांवरही विज्ञानावर आधारित नाटिका सादर केल्या. हे करीत असताना एक बाब प्रकर्षाने जाणवली. ती म्हणजे, लोकांमध्ये विज्ञानविषयांची जाण खूपच कमी आहे. श्रद्धा-अंधश्रद्धाच्या हिंदोळ्यावरच हे लोक झुलत आहेत. याचं फार वाईट वाटलं. म्हणून यापेक्षा वेगळे प्रयत्न करण्याची इच्छा प्रबळ झाल्यानेही मी लेखनाकडे वळलो व कथा लिहू लागलो. त्यातून विविध विज्ञानक्षेत्रांची ओळख करून देऊ लागलो. या चळवळींतील अनुभवांचा हाच उपयोग झाला. त्यातील व्यक्तिचित्रे

माझ्या कथेत येऊ लागली व ती विज्ञानाची दखल घेऊ लागली. हा या चळवळीचाच फायदा होता.

प्रश्न : विज्ञानकथा लेखनापाठीमागची तुमची भूमिका काय आहे?

उत्तर : विज्ञानकथा लेखनामागची माझी भूमिका स्पष्ट आहे. ती म्हणजे सामान्यजनांमध्ये विज्ञानाचा प्रसार करणे आणि जगात चाललेल्या विविध विज्ञान-प्रवाहांचा व संशोधनाचा परिचय करून देणे. सामान्य वाचकांचे प्रबोधन करण्यासाठी, वैज्ञानिक दृष्टिकोन समाजव्यवस्थेत रुजविण्यासाठी, विज्ञानासाठीच मी कथा लिहितो.

प्रश्न : विज्ञानविषयक साहित्यातून विज्ञानविषयक दृष्टी निर्माण होऊ शकेल का? ती तशी व्हावी का?

उत्तर : का नाही? विज्ञानसाहित्यातून विज्ञानविषयक दृष्टिकोनच निर्माण व्हायला हवा आणि तो होतोच. कारण विज्ञानसाहित्यात नुसतीच सैद्धान्तिक पातळीवरील विज्ञानाची चर्चा होत नसून, हे सिद्धान्त प्रायोगिक पातळीवर कसे सिद्ध केले जातात, याचाही ऊहापोह केला जातो. जगात चाललेल्या अद्भुत व महाकाय प्रयोगांचीही माहिती दिली जाते, शिवाय निसर्गातील समन्वयही साधला जातो. हे सगळंच विज्ञानसाहित्यात होतं. इथे आंधळेपणाला थारा नसतो. विज्ञानाच्या कसोटीवर व चौकटीत हे सगळं उतरलं व बसवलं जातं. त्याची पुनर्निर्मिती करून परिणाम पुन्हा पुन्हा पडताळले जातात. म्हणूनच वाचकांचा वैज्ञानिक दृष्टिकोन अशा साहित्यातून निश्चितच प्रगल्भच होतो.

प्रश्न : विज्ञानविषयक लेखन वेगळं आणि विज्ञानाधारित साहित्यकृती वेगळी असते. याबद्दल जरासं स्पष्ट करा.

उत्तर : निश्चितच वेगळं असतं. विज्ञानविषयक लेखन हे विज्ञान संदर्भातील घडामोडींचं दर्शन घडवतं. त्यात विज्ञानात झालेले व होऊ घातलेले प्रयोग, सिद्धान्त व त्याच्याविषयी सखोल माहिती असते, तर विज्ञानाधारित साहित्यकृती ही विज्ञानातील प्रयोग व सिद्धान्तांचा मानवी जीवनावर होणाऱ्या बऱ्यावाईट परिणामांची नोंद घेते. विज्ञानाधारित साहित्यकृती ही समाजाचा बुरखा फाडणारीही असू शकते व त्याचवेळेस समाजाभिमुखही असू शकते. म्हणून या दोन्ही गोष्टी वेगळ्या आहेत.

प्रश्न : तुम्ही विज्ञानकथा लेखनाकडे कसे वळलात?

उत्तर : मी मगाशी सांगितल्याप्रमाणे सामान्य लोकांमध्ये विज्ञानाविषयीची जाण व दृष्टिकोन यांचा मोठ्या प्रमाणात अभाव जाणवतो. देशाच्या समाजातील महत्त्वाचा घटक हा विज्ञानाधिष्ठित नसल्यास तो देशही प्रगतीपासून

फारच दूर असतो. म्हणून त्यांच्यामधील विज्ञानाविषयी रुची निर्माण करण्यासाठीच मी विज्ञानविषयक लेखन व त्यात मुख्यत्वे विज्ञानकथा लेखनाकडे वळलो. कारण वाचकांच्या हृदयापर्यंत भिडून, किचकट, रूक्ष विज्ञानही त्यांच्यापर्यंत पोहोचवायला कथा मदत करते.

प्रश्न : विज्ञानसाहित्य, विज्ञानकथा यात विज्ञान किती असावं आणि साहित्य किती असावं?

उत्तर : महत्त्वाचा प्रश्न आहे. एकूणच विज्ञानसाहित्याचा विचार केला असता त्यात वेगवेगळे प्रवाह आहेत. लोकार्थी विज्ञान, प्रचलित विज्ञान, तांत्रिक बाजूच्या अंगानं जाणारं विज्ञान, प्रायोगिक विज्ञान व त्याच्यासोबत कथा-कादंबऱ्यांतील विज्ञान. सर्वसाधारण प्रायोगिक, सिद्धान्त व प्रचलित आणि प्रस्थापित विज्ञानावर लिहायचे झाल्यास त्यात साहित्याचा प्रकार खूपच कमी येतो. बहुतेक असे लेखन तांत्रिक बाजूने गेलेले असते. कारण त्यात त्या विज्ञानासंदर्भातील माहिती रोचकपणे मांडली जाते. बहुतेक असे लेखन भाषांतरित प्रकारातसुद्धा मांडले जाते. पण विज्ञानकथा-कादंबऱ्याचा विचार करायचा झाल्यास, माझ्या मते त्यात विज्ञानासोबतच साहित्यिक मूल्ये आलीच पाहिजेत. वैज्ञानिक संकल्पना त्यात उद्धृत करताना, कथेची बांधणी त्या कल्पनेला साजेशी व तेवढीच पूरक असायला हवी. कारण या विज्ञानकथेचा वाचकाचा विज्ञानाशी फारसा संबंध नसू शकतो. अशा वाचकाला कथेच्या प्रवाहात एका परमोच्च बिंदूवर नेऊन विज्ञानविषयक माहिती देणं इष्ट ठरतं. म्हणून अशा प्रकारात विज्ञानासोबतच साहित्यिक मूल्यंही जपली गेली पाहिजे असं मला प्रामाणिकपणे वाटतं.

प्रश्न : तुमच्या कथांना वाचकांचा प्रतिसाद कसा मिळाला त्याबद्दल सांगा?

उत्तर : खूपच छान! मला 'अघटित' या कथेबद्दल सांगायला आवडेल. तसं या कथेला खऱ्या अर्थानं लोकाश्रय मिळाला असंही मी म्हणेन. लोकमतच्या 'अक्षररंग' पुरवणीत, त्यावेळचे संपादक श्री. शंकर सारडा यांनी ही कथा छापली आणि त्याला प्रचंड प्रतिसाद मिळाला. लहान मुलांपासून ते ८० वर्षांच्या वृद्धांपर्यंत व राजकीय क्षेत्रातील व्यक्ती ते गृहिणी, मोलकरीण व मजुरी करणाऱ्या वाचकांपर्यंतचा उत्स्फूर्त प्रतिसाद या कथेला लाभला. साधारण २००च्या वर फोन कॉल्स, ७०-८० पत्रे इ. बऱ्यावाईट प्रतिक्रिया मी स्वीकारल्या. हा खरंच खूप छान अनुभव होता. लोक वाचतात ही प्रचिती त्या वेळी मला आली. शिवाय नागपूरच्या एका बाईने 'अस्तित्व' ही कथी आपल्या आजारी नवऱ्याच्या भावविश्वाशी

नातं जोडणारी असल्याचं सांगताच, मन हेलावले. याव्यतिरिक्त मी सातत्याने छात्र प्रबोधनमध्ये कथा लिहीत असल्याने, विद्यार्थ्यांच्या बोलक्या प्रतिक्रिया येतात. कथा वाचून काही विद्यार्थी विशिष्ट शाखा व संशोधनाकडे वळल्याचे सांगतात. काही तर आज परदेशातही संशोधन करीत आहेत. मी हा माझ्या कथांविषयीचा मोलाचा प्रतिसाद समजतो. या काही वानगीदाखल प्रतिक्रिया... अशा खूपशा आहेत.

प्रश्न : पाश्चात्त्य विज्ञानकथा विशेषत: अमेरिकन व भारतीय विज्ञानकथा यांमध्ये काय फरक जाणवतो?

उत्तर : खूपच फरक जाणवतो. अमेरिकन विज्ञानकथांना एक अधिष्ठान आहे. इतिहास आहे. त्यांच्या विज्ञानकथा, कादंबऱ्या या सशक्तपणे विज्ञानाचा सार घेऊन तर येतातच, पण सामाजिक मूल्यंही त्यात भरपूर असतात. एखादी वैज्ञानिक संकल्पना किंवा नियम असतील तर ते त्यात मुळापासून येतात. त्यात विज्ञान शिकविण्याचा आविर्भाव नसला तरी विज्ञान प्रबोधन व्हावे ही त्यांची इच्छा असते आणि त्यात ते यशस्वीही होतात. त्यातील प्रत्येक वैज्ञानिक गोष्ट ही आजूबाजूच्या मुळांसकट पुढे येते. म्हणूनच अमेरिकन विज्ञानकथा ही प्रगल्भ वाटते. त्यामानाने भारतीय विज्ञानकथा फारच तोकड्या वाटतात. बहुतेक बंगाली, मराठी, तमिळ भाषेत विज्ञानकथा बऱ्यापैकी लिहिल्या जातात. पण यातील लेखक विज्ञानकथेत विज्ञानकथा किती व साहित्य किती यातच अडकलेले व गोंधळलेले दिसतात. त्यातील विज्ञानकथा या धड विज्ञानाचीही कास धरत नाहीत आणि साहित्यिक मूल्यंही जपत नाहीत. म्हणूनच अमेरिकन विज्ञानकथांच्या पार्श्वभूमीवर भारतीय विज्ञानकथा या डाव्या स्वरूपात भासतात. त्याला कारण बहुतेक लेखक हे अमेरिकन विज्ञानकथांतल्या संकल्पना व कल्पना जशाच्या तशा आणून त्या-त्या भाषेत आणतात. त्यांच्या कथा स्वतंत्र नसतात. म्हणून आपली वेगळी जातकुळी निर्माण होऊ शकलेली नाही. हाच मुख्य फरक इथे जाणवतो. मी थोडं परखड बोललो म्हणून क्षमस्व.

प्रश्न : 'प्रतिशोध' ही कथा एका बाजूला पर्यावरणाचं महत्त्व स्पष्ट करते आणि दुसऱ्या बाजूला भूत-पिशाच अशा अंधश्रद्धाळू गोष्टींवरही प्रहार करते. हे नेमकं कसं सुचलं?

उत्तर : 'प्रतिशोध' ही कथा मुळात निसर्गातील अद्‌भुत गोष्टींची उकल करण्याची कथा आहे. मी मगाशी व्याख्या करताना म्हटलयं की, निसर्गात खूपशा रहस्यमय व अनाकलनीय अशा गोष्टी दडलेल्या आहेत. शास्त्रज्ञ विज्ञानाच्या

आधारावर तीच रहस्ये उलगडवण्याचा प्रयत्न करीत असतात. पण सर्वसामान्यांच्या हे आकलनापलीकडचं असतं. अदृश्य स्वरूपातील घडलेली एखादी घटना मानवी जीवनावर परिणाम करून जाते. अशा प्रसंगांना काही जण दैवत्वाचा आधार घेऊन अंधश्रद्धा पसरवितात. न दिसणारी गोष्ट म्हणजे भूत-पिशाच यांवर त्याचा ठाम विश्वास असल्याने आणि समाजात त्याचा खूप मोठ्या प्रमाणात पगडा असल्याने, सामान्य माणूस त्याच्या अधीन होतो. पण यामागे निखळ विज्ञान असते हे त्यांना ठाऊक नसते आणि नेमके त्यावरच बोट ठेऊन मी माझ्या विज्ञानकथेत अंधश्रद्धेवर प्रहार करून, त्याच्यामागील विज्ञान स्पष्ट करण्याचा प्रयत्न करतो.

प्रश्न : 'अंधारातील तीर' ही कथा वाचल्यावर जाणवतं की, कधीकधी विज्ञानाची प्रगती ही मानवाच्याच प्रगतीतील नैसर्गिक धोंड होऊन बसते. त्यामुळे विज्ञानाच्या जलद गतीने होणाऱ्या प्रवासाबद्दल काय वाटतं?

उत्तर : 'अंधारातील तीर' या कथेतील नायक खरंतर खूप हुशार आणि महत्त्वाकांक्षी आहे. पण समाजातील एकूणच जडणघडणीमुळे त्याच्यात प्रचंड प्रमाणात न्यूनगंड आहे. आणि याच न्यूनगंडापायी तो निसर्गाला घातक ठरेल असे प्रयोग करतो. खरंतर यात प्रगल्भ विज्ञान भविष्यातील एका टप्प्यावर आलेले आहे. पण त्याचा उपयोग नायक, एकूणच सारासार विचार न करता, निसर्गचक्रात ढवळाढवळ करण्यासाठी करतो. आजच्या घडीला विज्ञान अतिशय प्रगत होत आहे, हे जरी खरे असले तरी शास्त्रज्ञ निसर्गाला घातक ठरतील असे प्रयोगही करू पाहत आहेत. या शास्त्रज्ञांना वेळीच आवरलं नाही तर शेवटी निसर्ग आपल्या पद्धतीने समतोल राखण्यास कटिबद्ध आहे.

प्रश्न : 'अद्भुत प्रवास' या कथेविषयी. या कथेत नायिकेबद्दल फारसं काही येत नाही. मध्येच पेशवेकालीन संदर्भ येतात. याची संगती नेमकी कशी लावायची?

उत्तर : 'अद्भुत प्रवास' ही कथा खरंतर रूढी-परंपरा व धर्मांध असणाऱ्या समाजाच्या पार्श्वभूमीवर घडलेली आहे आणि त्यातील नायक-नायिका हे त्यांच्यातील असलेल्या प्रेमभावनेमुळे धर्ममार्तंड व बुरसटलेल्या समाजव्यवस्थेचे बळी ठरलेले आहेत. कथेची सुरुवातच त्यातील संबंधामुळे होत असल्याने नायिकेचा अंतर्भाव पूर्वार्धात आहे. नंतर नायक हा शास्त्रज्ञ असल्याने आणि एकूणच समाजव्यवस्थेमुळे नायिकेपासून दूर जाणे त्याला क्रमप्राप्त होते. पुढे तो संशोधनात गढतो आणि कृष्ण

आणि श्वेत विवरांचा शोध घेऊन, त्यात प्रवास करतो. याच प्रवासादरम्यान त्याचा समांतर विश्वात म्हणजेच पेशवेकालीन युगात प्रवेश होतो आणि पुनश्च अपघाताने तो पूर्वीच्या विश्वात येऊन पूर्वार्धातील नायिकेशी त्याची पुनर्भेट होते; पण वेगळ्या स्वरूपात. पेशवेकालीन संदर्भ हे मुख्यत: कृष्णविवर आणि श्वेतविवर यांच्यामधील असणाऱ्या स्थळ आणि काळ यांची उलथापालथ झाल्याने अशी समांतर विश्वे असू शकतील असा सैद्धान्तिक शास्त्रज्ञांचा दावा आहे. तोच या कथेमध्ये प्रामुख्याने वापरल्याने, तो संदर्भ ठळकपणे पुढे आलेला दिसतो. एवढंच.

प्रश्न : 'आविष्कार' या कथेच्या संदर्भात, या कथेत नशिबानं त्याला (नायकाला) संधी प्राप्त करून दिली असे दिसते. येथे नशिबाचा संदर्भ नेमका कोणत्या अर्थाने स्पष्ट करायचा आहे?

उत्तर : 'आविष्कार' या कथेत त्यातील नायकाला नशिबानं संधी प्राप्त करून दिली असा आलेला आहे हे निश्चित. पण रूढार्थाने नशीब या शब्दाला दैवत्वाचं जे अधिष्ठान आहे तो अर्थ मात्र इथे अभिप्रेत नाही. निसर्गात जशा काही अनाकलनीय गोष्टी घडतात, त्यासारखाच त्यातील अर्थ अभिप्रेत आहे. शिवाय त्यातील पात्र, नायक व आजूबाजूचे वातावरणही नशीब या शब्दाला अर्थपूर्वता बहाल करते. म्हणून दैवत्व किंवा प्रारब्ध या अर्थाने हा शब्द इथे अभिप्रेत नाही.

प्रश्न : वरील प्रश्नाला जोडून प्रश्न, खरंतर शिक्षणाचा प्रसार कमी झाल्यामुळे हे झालं आहे का? की श्रद्धाळू लोकांची संख्या, भोळ्या-भाबड्या लोकांमुळे हे झालं आहे? नेमकं काय?

उत्तर : शिक्षणाचा प्रसार कमी हे खरंतर मुख्य कारण म्हणायला हवं. पण जर का तुम्ही पाहिलं तर, आपल्या असं लक्षात येईल की, उच्चशिक्षित लोकही पराकोटीची श्रद्धा किंवा अंधश्रद्धा बाळगून असतात. काही शास्त्रज्ञ मुख्य प्रयोग करताना देवांना नमस्कार करताना दिसतात किंवा उपकरणांची पूजा हा श्रद्धेचा भाग जरी म्हटला, तरी तो एक दांभिकतेचा भाग असतो एवढं मात्र निश्चित... आणि दुसरं म्हणजे शिक्षणाच्या त्यातच विज्ञानशिक्षणाच्या अभावामुळे श्रद्धाळू लोकांची संख्या जास्त आहे म्हणूनच भारतात भोंदूगिरी करणारे स्वामी, महाराजाचं पेव हे केवळ येथील भोळ्या-भाबड्या लोकांमुळे फुटलं आहे. त्यांच्यामुळेच त्याचं प्रस्थ वाढलं आहे. याला काही शास्त्रज्ञ सोयीस्करपणे अध्यात्माची जोड देण्याचा प्रयत्न करतात. असे लोक मला शेवटी दयनीय भासू लागतात व त्यांच्या कातडीबचाऊपणाचा खेदही वाटतो.

प्रश्न : आपल्या कथांमध्ये गाव, तेथील निसर्ग, माणसं, संस्कृती, रूढी-परंपरा हे आशयाचा भाग, कथानकाचा भाग म्हणून येताना दिसतात. या पार्श्वभूमीवर जास्त भर का दिलेला दिसतो?

उत्तर : या पार्श्वभूमीवर भर द्यायचं कारण म्हणजे बहुधा मी स्वत: खेड्यातून आल्याने, तेथील निसर्ग, माणसं, संस्कृती, परंपरा, रूढी या कथानकाचा भाग म्हणून ठळकपणे येतात. कारण यात खूपच विविधता आहे. हे लोक, परंपरा मला खूपच जवळच्या वाटतात. त्यांच्यात कमालीची ऊर्जा आहे. वेगवेगळ्या प्रकारच्या व्यक्तिरेखा आहेत. त्यामुळे एक प्रकारचं सामाजिक भान त्यामध्ये आहे. तुम्ही पाहिलं असेल, माझ्या कथांमध्ये नायक हा मध्यवर्गीय व बहुतेक बहुजन समाजातून आलेला आहे. अशा व्यक्तीला पुढे यायचं असेल तर अभ्यासाव्यतिरिक्त समाजातील पारंपरिक व आर्थिक परिस्थितीशी झगडूनच पुढे यावे लागते... आणि माझ्या कथेतील नायक तेच करतो. मी म्हणतो अशा व्यक्तींनी पुढे येऊन प्रतिनिधित्व का करू नये?... या जाणिवेतूनच माझ्या कथेत नायक आणि एकूणच कथेची बांधणी ही गावाच्या मुशीतून आलेली दिसते... आणि तेही विज्ञानकथेत. कारण बहुजन समाजातील नायक शेवटी अडथळे आणि अडचणींचा सामना पार करून उच्चशिक्षण घेतो आणि निसर्गातील कोडं विज्ञानाच्या साहाय्याने सोडविण्याचा प्रयत्न करतो.

प्रश्न : तुमच्या बऱ्याचशा विज्ञानकथांचा शेवट नकारात्मक आहे, असे का?

उत्तर : मी असं म्हणणार नाही. कारण त्या नकारात्मक नसून वस्तुनिष्ठ व वस्तुस्थितीला धरून आहेत. त्यांचा शेवट तसा अपरिहार्य असल्यामुळे तशा त्या भासतात. पण एकूणच विज्ञानाचा विचार केला तर, ते एक दुधारी शस्त्र आहे. त्याला सकारात्मक बाजू असून नकारात्मक बाजूही आहे. त्याचे जेवढे उपयोग असतात, त्याहून जास्त पटीने दुरुपयोगही करता येऊ शकतात. शास्त्रज्ञ हा नेहमीच संशोधन करताना समाजाच्या भल्याचा विचार करतो. पण मानवी प्रवृत्ती पाहता सर्वच जण चांगला विचार करीत नाही. त्यात दुष्टप्रवृत्तीही आहे. निसर्गाने प्रत्येक मानव वेगळा बनवलेला आहे. विज्ञानाची नकारात्मक बाजू एखादा मानव किंवा माथेफिरू तेवढ्याच प्रभावीपणे वापरू शकतो. विज्ञानाची सकारात्मक बाजू कुणीही दाखवू शकतो, पण नकारात्मक बाजू तेवढ्याच ताकदीने समाजापुढे मांडणे गरजेचं असतं. एखाद्या प्रयोगाची नकारात्मक बाजू अशीही असू शकते, असा विचार सामान्य वाचकाच्या मनात येतो

आणि तो सावध होतो. असे दुधारी शस्त्र हाताळताना तो काळजी घेऊ शकतो. माझ्या कथा विज्ञानाची नकारात्मकता दाखविताना विशेष काळजी घेण्याची संधी देतात आणि शिवाय निसर्गापुढे न जाण्याचा संदेशही देतात.

प्रश्न : तुमच्या कथांच्या शीर्षकांचा विचार केला तर ती वेगळी वाटतात. म्हणजे विज्ञानाशी संबंधित दिसत नाहीत. तर त्याबद्दल आपलं मत काय?

उत्तर : खरं आहे ते?... विज्ञानकथा आहे म्हणून त्याला पूरक किंवा साधर्म्य असणारं नाव ठेवा असं मी कधीही करीत नाही... किंवा मुद्दामहून विज्ञानाचं शीर्षक घेऊन वाचकाला आकृष्ट करण्याचं माझं कुठलंही प्रयोजन नसतं. एकूणच कथेतील कथानक, विज्ञान आणि विचार यांचे प्रतिबिंब माझ्या शीर्षकात दिसते. शीर्षक वाचूनच वाचकाला कथेतील मूल्य जाणवायला हवीत... आणि तशीच ती ठेवण्याचा मी प्रयत्न करतो. मग मी ते शीर्षक विज्ञानाशी संबंधित आहे की नाही, याचा विचार करीत नाही. कथेला समर्पक असं शीर्षक हवं एवढं मला पुरेसं होतं. शेवटी कथेतून लेखकाला काय सांगायचं आहे आणि काय पेरायचं आहे, मला वाटतं अंतिमत: तेच महत्त्वाचं आहे.

प्रश्न : तुमच्या कथांच्या सूत्रामध्ये विज्ञान संकल्पना, विज्ञानाचे फायदे व तोटे अशी एकत्र गुंफण जाणवते. हे असं का?

उत्तर : कारण वाचकाला विज्ञान संकल्पना तर कळलीच पाहिजे व त्याचबरोबर त्याचे फायदे व तोटेही समजले पाहिजेत हा माझा अट्टाहास असतो. म्हणूनच विज्ञानकथा लिहिताना या सगळ्यांची गुंफण करून कथानकात एक सामाजिक दृष्टिकोनही देण्याचा माझा प्रयत्न असतो. यामुळे कथा सूत्रबद्ध, बांधीव तर होतेच, पण त्याच वेळेस वाचकांशी बांधिलकीही निर्माण करते.

प्रश्न : कथांमध्ये वेगवेगळ्या वैज्ञानिक संकल्पना येतात. या संकल्पना बऱ्याच वाचकांना अपरिचित असतात, अशा वेळी त्या संकल्पना समजून घेण्यासाठी काय करावे?

उत्तर : खरंतर विज्ञानकथा वाचताना वैज्ञानिक संकल्पना आल्या तर त्या समजून घेण्यासाठी वाचकाने दुसरे संदर्भ चाळावेत असं मला मुळीच अभिप्रेत नसतं. म्हणून त्या संकल्पनाच स्पष्टीकरणासह मुळासकट विज्ञानकथेत यायला हव्यात. विज्ञानकथा वाचताना वाचकाला संकल्पनेविषयी संभ्रम पडता कामा नये. नाहीतर ते विज्ञानकथेचं अपयश ठरेल. म्हणून

विज्ञानकथा लिहिताना याची काळजी घेणं गरजेचं असतं. कथेचा बाज, प्रवाह संभाळून पूरक विज्ञान वाचकाला देणं हे इष्ट होय. पण तरीही एखादी क्लिष्ट संकल्पना असल्यास वाचकाने त्याचा पाठपुरावा करून सखोल माहिती घेण्यास काहीच हरकत असू नये.

प्रश्न : 'अकल्पित' नावाची कथा वाचकाला शेवटपर्यंत गुंतवून ठेवते. तर या कथेची निर्मितिप्रक्रिया सांगा.

उत्तर : या कथेची निर्मितिप्रक्रिया एका वाक्यात सांगता येईल. समाजातील अनिष्ठ प्रथेवर विज्ञानाच्या साहाय्याने केलेला प्रहार म्हणजे ही 'अकल्पित' विज्ञानकथा होय. समाजातील अपप्रवृत्ती आणि त्यावर विज्ञानाचा तोडगा हेच खरंतर या कथेच्या निर्मितीप्रक्रियेचे सूत्र आहे.

प्रश्न : तुमच्या विज्ञानकथा लेखनापाठीमागील प्रेरणा सांगा.

उत्तर : विज्ञानाचा उपयोग घेणारी, पण विज्ञानाचा गंध व जाण नसणाऱ्यांची संख्या भारतात असंख्य व अगणित आहे. त्यांचे अद्ययावत तर सोडाच पण प्राथमिक विज्ञान प्रबोधनही झालेले नाही. अशा लोकांपर्यंत विज्ञान पोहोचवायचं व रुजवायचं असेल तर कथा हे माध्यम मला खूपच प्रभावी वाटते. कारण गोष्ट ऐकणे, सांगणे व वाचणे ही आवड मानवाची अनादीकालापासून आहे. त्यामुळे मी हे माध्यम निवडले आहे. कारण विज्ञानाशी संबंध नसणाराही ती रुची घेऊन व तेवढाच समरस होऊन वाचू शकतो... आणि खऱ्या अर्थाने हेच लोक माझ्या विज्ञानकथा लेखनामागची प्रेरणा आहेत.

प्रश्न : काही कथांचा अर्थ, संगती लावताना वाचकांचा गोंधळ उडतो अशा वेळी काय करावं? उदाहरणार्थ 'अंतराळातील मृत्यू' ही कथा.

उत्तर : हे मला मान्य आहे. मुख्यत्वे 'अंतराळातील मृत्यू' या कथेसंदर्भात. ही कथा मुळीच कृष्णविवर संकल्पनेवर आधारित असून, कृष्णविवरासंबंधी क्लिष्ट माहिती त्यात आलेली आहे. किंबहुना मी अगदीच प्राथमिक पातळीवर जाऊन समजवण्याचा प्रयत्न केलेला आहे. तरीही त्यातील काही संज्ञा या शास्त्राशीच संबंधित आहेत. त्यासाठी थोडी विज्ञानाची पार्श्वभूमी असावी लागते. पण विज्ञानकथा वाचकाकडून ही अपेक्षा नसते. कारण ती कथा त्याला पूर्णपणे तिथेच कळावी ही लेखकाची अपेक्षा असते. पण तरीही अशा कथांचा अर्थ किंवा संगती लावताना एखाद्या तज्ज्ञाशी चर्चा करायला काहीच हरकत नाही. त्यातून वाचकाची जिज्ञासूवृत्ती तर भासते पण त्याच वेळी विज्ञानविषयक ओढ व निष्ठाही जाणवते, हे महत्त्वाचे.

प्रश्न : तुमच्या कथांचं एक वैशिष्ट्य म्हणजे त्या दीर्घ आहेत. दीर्घ लिहिण्याकडे तुमचा जास्त ओढा दिसतो तो का?

उत्तर : तसं मी जाणीवपूर्वक करीत नाही. याला कथेचं कथानक, त्यातील व्यापक विज्ञान, त्याची चर्चा व हे घडवून आणणारे विविध व्यक्तिचित्रे व पात्रे हे सर्वच विज्ञानकथेत येत असल्याने, लघुकथेत ते सामावणे मोठे अवघड असते. त्यामुळे माझ्या कथा ओघानेच दीर्घ होऊन जातात. कारण वातावरणनिर्मितीपासून, बोलकी पात्रे व त्यांच्यातील संवाद आणि त्या अनुषंगाने येणारे विज्ञानही त्यामध्ये येते. त्यामुळे त्या दीर्घकथांकडे झुकतात. पण मी तसा विचार करीत नाही. जाणीवपूर्वक दीर्घकथा लिहीत नाही. फक्त विज्ञानाचा पट त्याच्यात सामावला गेला पाहिजे एवढी अपेक्षा असते.

प्रश्न : कथांमध्ये वेगवेगळ्या क्षेत्रातील पात्रे येताना दिसतात. म्हणजे कधी गुंड, कधी देवदासी कधी 'अंनिस'चा कार्यकर्ता हे सर्व कसं जुळवून आणता?

उत्तर : विज्ञान हे सर्वसमावेशक आहे. विश्वातील प्रत्येक प्राणिमात्रास विज्ञान लागू पडते आणि त्याची कास धरावी लागते. विज्ञानाला बाजूला सारून पृथ्वीवरील कुठलाही घटक जगू शकत नाही. म्हणूनच माझ्या कथेत गुंड असो, देवदासी असो किंवा अंधश्रद्धा निर्मूलनाचा कार्यकर्ता असो, हे सर्वच मी विज्ञानाचे अविभाज्य घटक समजतो. आणि त्याहीपेक्षा हे सर्व समाजाचे घटक असल्याने कथेच्या अनुषंगाने ते विज्ञानासोबत येऊन जातात. शिवाय वैज्ञानिक संकल्पना आणि कथेची गरज, बांधणी यांच्या गरजेपोटीही काही व्यक्तिचित्रे येत असल्याने ते जुळवून आणता येते.

प्रश्न : विज्ञानविषयक वाचनाकडे आजचा वाचक फारसा जात नाही, तर अशा वाचकांमध्ये विज्ञानविषयक वाचनाची आवड निर्माण करण्यासाठी काय करणं गरजेचं वाटतं?

उत्तर : अभिजात साहित्याची निर्मिती करून, त्यामधून विज्ञानविषयक माहिती देणं गरजेचं वाटतं. यामध्ये लहान मुलं, शालेय, महाविद्यालयीन युवक व प्रौढांसाठी वेगवेगळ्या पद्धतीने विचार करणं गरजेचं आहे असं मला वाटतं. शिवाय विज्ञानशिक्षित व विज्ञानाशी संबंध नसणारे असे दोन भाग आहेत. हा महत्त्वाचा प्रश्न आहे. विज्ञानाशी संबंधित नसणारे, पण दुर्दैवाने ज्यांचा विज्ञानाशी संबंध आहे तेही विज्ञानवाचनाकडे फारसं गांभीर्याने पाहत नाहीत. म्हणून अशा सर्वच स्तरावरील वाचकांना

विज्ञानसाहित्याकडे आकृष्ट करायचे झाल्यास, मला वाटतं तांत्रिक लेखाव्यतिरिक्त कथा, कादंबरी, कविता व नाटकांचाही आधार घेणं गरजेचं आहे. यात कथा प्रकार छोटा व आटोपशीर असल्याने विज्ञान त्यातर्फे प्रभावीपणे वाचकांपर्यंत पोहचविणं शक्य होईल असं मला वाटतं. अशाच माध्यमांमुळे वाचकांमध्ये निश्चितपणे विज्ञानविषयक वाचनाची आवड निर्माण होऊ शकेल.

प्रश्न : तुमचे आवडते वैज्ञानिक सांगा?

उत्तर : तसे खूप आहेत. कारण प्रत्येक शास्त्रज्ञ हा आपलं आयुष्य उर्वरित समाजासाठी संशोधन करीत असतो. म्हणून कुणाचंही नाव घेतलं तरी त्यांच्यावर अन्याय झाल्यासारखा होईल. पण तरीही एकूणच विसाव्या शतकात ज्यांनी विज्ञान ढवळून काढलं व आधुनिक वाटेवर समाजाला नेलं ते शास्त्रज्ञ म्हणजे अल्बर्ट आइन्स्टाइन, रिचर्ड फिनमन आणि स्टिफन हॉकिन्स या तिघांचं योगदान खूप मोठं आहे. एकविसाव्या शतकातही यांच्या संशोधनाचा प्रभाव राहणार आहे निश्चित. कारण आइन्स्टाइन यांच्या ऊर्जा व वस्तुमानाचं सूत्र, सापेक्षतावाद यांनी गतकाळात विज्ञान आणि तंत्रज्ञान वेगळ्या टप्प्यावर नेलं. आजचं विज्ञान हे आइन्स्टाइन यांच्या सूत्रावर आधारित आहे. तसंच फिनमन यांनी सुचविलेल्या विज्ञानावर अतिसूक्ष्म विज्ञानाचा उगम झाला आणि ते एकविसाव्या शतकातील महत्त्वाचं विज्ञान असणार आहे, तर हॉकिन्स यांचे सिद्धान्त विश्वाची नवी दालनं उघडणार आहेत. म्हणून हे तिघेही शास्त्रज्ञ त्या दृष्टीने मला महत्त्वाचे वाटतात.

प्रश्न : एक लेखक म्हणून तुमच्या वाचनाबद्दल सांगा?

उत्तर : वाचन हा माझा आवडता छंद आहे. त्यामुळे कुठलंही वाचन मला वर्ज्य नाही. एकेकाळी रस्त्यावर पडलेल्या वर्तमानपत्राचा तुकडाही मी आवडीने वाचून काढीत असे... आणि आजही तो छंद आहे. अशाच काही बातम्यांमधून मला कथासूत्र सापडत असतात... आणि मी ते वैज्ञानिक कथानकात चपखल बसवत असतो. माझा असा ठरावीक लेखक नाही किंवा प्रकारही नाही. मी कविता, कथा, कादंबऱ्या, आत्मचरित्रे, नाटक इत्यादी सर्व वाचतो. त्याच वेळी विज्ञान लेखनात जयंत नारळीकर, निरंजन घाटे, पंडित विद्यासागर, अरुण मांडे, सुबोध जावडेकर, द.व्य. जहागिरदार हे लेखकही वाचतो. नागनाथ कोत्तापल्ले, प्र.के. अत्रे, अण्णाभाऊ साठे ही आवडीचे लेखक आहेत. ग्रामीण कथाकार शंकर पाटील यांचंही लेखन मला आवडतं. म्हणूनच ठरावीक असं वाचन मी

करीत नाही. समोर मिळालं ते मी वाचीत जातो.

प्रश्न : विज्ञानविषयक लेखन करणाऱ्या लेखकांपैकी तुम्हाला कोणते लेखक आवडतात व का?

उत्तर : विज्ञान लेखन करणाऱ्या लेखकांपैकी मला जयंत नारळीकर, निरंजन घाटे, पंडित विद्यासागर, सुबोध जावडेकर, द.व्य. जहागिरदार व अरुण मांडे यांचं लेखन आवडतं. कारण या प्रत्येक लेखकाची आपली एक वेगळी शैली आहे... आणि प्रत्येकाच्या ठायी मराठीतून विज्ञानप्रसाराची आस आणि इच्छा आहे. तळागाळापर्यंत विज्ञान जावं ही प्रत्येकाची तळमळ आहे. म्हणून त्यांचं लिखाण सकस वाटतं आणि याबरोबर एक लेखक म्हणून त्यांची सामाजिक ओळखही व्यापक आहे. कारण त्यांचं साहित्य वैश्विकतेचं भान देणारं आहे.

प्रश्न : सध्या काय लिहावंसं वाटतं आहे?

उत्तर : विज्ञानकथा तर लिहितोच आहे. कारण तो माझ्या जीवनाचा एक अविभाज्य घटक आहे. वेगवेगळे प्रयोग मला त्यात करायचे आहेत. पण या व्यतिरिक्त विज्ञान कादंबरी हा प्रकारही मला हाताळायचा आहे. त्या दृष्टीने माझे प्रयत्न सुरू आहेत. कारण कादंबरीचा आवाका मोठा असून त्यात व्यापक दृष्टिकोन ठेवता येतो. प्रसिद्ध समीक्षक शंकर सारडा यांनी मला त्यासाठी उद्युक्त केलं आहे. पुढच्या वर्षात कदाचित हे लेखन होऊ शकेल.

सर! आपण आपला बहुमूल्य वेळ देऊन, विज्ञानकथा व एकूणच विज्ञानसाहित्याविषयी आपले विचार मांडले. वैयक्तिक आवडीनिवडींबाबतही दिलखुलासपणे उत्तरं दिली. त्याबद्दल आम्ही दोघेही आपले आभारी आहोत!

धन्यवाद सर!

प्रा. हरेश शेळके
(न्यू आर्ट्स, कॉमर्स अ‍ॅन्ड सायन्स कॉलेज
पारनेर, ता. पारनेर, जि. अहमदनगर)

कु. शीतल कोरडे
(मराठी विभाग, पुणे विद्यापीठ)

(ही मुलाखत पुणे विद्यापीठाच्या 'विद्यावाणी' रेडिओ-केंद्रावर प्रसारित झालेली आहे.)

मनोगत

मी विज्ञानकथा का लिहू लागलो? यामागील भूमिका आपणास कळावी म्हणून हे दोन शब्द. त्यामागील माझी भूमिका जनसामान्यांमध्ये विज्ञानाचा प्रसार करणे हाच आहे. मी कॉलेज जीवनापासूनच 'विज्ञान संघटना' या विज्ञान चळवळीचा कार्यकर्ता असल्याने, विविध माध्यमांतून विज्ञान प्रसाराचं काम खेड्यापाड्यांमध्ये करण्याची संधी मला मिळाली. याच काळात विज्ञानाच्या माध्यमातून अंधश्रद्धा निर्मूलन, स्त्री-पुरुषांमधील लैंगिक समस्या; गैरसमज यांसारख्या संवेदनशील विषयांवर चर्चा घडवून आणल्या. कलापथकांद्वारे पथनाट्ये सादर केली... हे असे विज्ञान प्रसारासाठीचे विविध उपक्रम हाती घेत असतानाच, एक बाब प्रकर्षाने जाणवली, ती म्हणजे विज्ञान प्रगतीची जाण सामान्य लोकांमध्ये फारशी कुणाला नाही. आपणास खोटे वाटेल, भारतात विज्ञानाची प्रगतीच नाही तर प्राथमिक माहिती असलेल्यांची संख्या ७० ते ८० टक्के आहे ही खरोखरच दुर्दैवाची बाब आहे.

अशाच सामान्य लोकांपर्यंत विज्ञान पोचवायचं, रुजवायचं असेल तर मला वाटतं, कथा हे त्याचं उत्कृष्ट माध्यम आहे. विज्ञानाशी काडीमात्र संबंध नसणाऱ्या सामान्य वाचकांत तीच गोडी निर्माण करू शकते. आज कालप्रवाहाबरोबर जायचे असेल तर विज्ञान हा एकमेव पर्याय आहे. त्यासाठी प्रत्येकाने विज्ञानाशी हातमिळवणी करूनच पुढे जायला हवं... तरच देशही प्रगतीकडे जाईल. म्हणूनच विज्ञान चळवळीत काम करीत असताना माझे मित्र प्रा. नरेंद्र तोरवणे यांच्यामुळे मी लिहिण्यास उद्युक्त झालो. साहित्याशी जवळीक त्यांच्यामुळेच निर्माण झाली.

पुढे याच माध्यमातून विज्ञान प्रसार करावा, या जाणिवेतूनच माझी पहिली विज्ञान कथा 'झेप'चा जन्म झाला. विज्ञानकथेविषयीची माझी व्याख्या सरळ आहे. बऱ्याच विज्ञानकथा लेखकांनी आपापल्या परीने तिची व्याख्या केलेली आहे. पण मला वाटतं, अस्तित्वात असलेले प्रायोगिक, सैद्धान्तिक व वास्तव-कल्पना यांचा संगम म्हणजे विज्ञानकथा. कुठलीही वैज्ञानिक संकल्पना सामान्य वाचकांपर्यंत पोहोचवणे हेच खरे विज्ञानकथेचे स्वरूप होय. विज्ञान हीच मूळ संकल्पना ठेवून कथा लिहिली जायला हवी. प्रगतिशील विज्ञानाबरोबरच मूलभूत विज्ञान सहजा-सहजी पचनी पडणार नाही. त्यासाठी मूळ गाभा विज्ञान हाच ठेवून, उत्कृष्ट विज्ञान कथा निर्माण होण्यासाठी रहस्यकथा, भयकथा, प्रेमकथा यांसारख्या कथांचा आधार घेतला तरी त्यास कुणाची हरकत नसावी. याच उद्देशाने प्रेरित होऊन, मी

विज्ञानकथा लिहिण्याचा छोटा प्रयत्न केला आहे. वाचकांनी त्याला प्रतिक्रिया दिली तर भविष्यात सुधारणेस मला वाव मिळू शकेल.

पुण्याला आल्यानंतर 'झेप' या विज्ञानकथेचे हस्तलिखित पडून होते. माझे मित्र प्रा.डॉ.अनिल दुसाणे यांच्या वाचण्यात आल्यानंतर, त्यांनी स्वत:हून विविध मासिकांच्या संपादकांच्या भेटी घेतल्या. त्यांत प्रथमच त्यांची निरंजन घाटे या प्रतिथयश विज्ञान लेखकाशी गाठ पडली. घाटे यांनी त्यांच्या समोरच 'झेप' वाचून काढली व लेखकालाच पाठवून द्या म्हणून निरोप दिला. दुसऱ्या दिवशी मी गेल्यानंतर 'झेप'बद्दल त्यांनी सविस्तर चर्चा करून, पुनर्लेखन करण्याचा सल्ला दिला. त्यांच्या परखड टीकेने आमचं नातं औपचारिक न राहता मित्रत्वात रूपांतरित झालं. स्नेह वाढला. पुढे विज्ञानकथा लिहिताना त्यांचा मला खूप उपयोग झाला. पुढे 'प्रतिशोध', 'प्रगल्भ', 'प्रगाढ' यांसारख्या कथा लिहिल्या गेल्या. 'वनराई'च्या गणेश दिघेंनी 'प्रतिशोध' या कथेचा कीस काढून सामान्य वाचकांपर्यंत नेली. ही कथा वनस्पती, किरण व वर्तमानात भेडसावू पाहणाऱ्या उर्जेविषयी असल्याने ती वाचकांना विशेष करून भावली. शिवाय 'प्रगाढ' ही कथा किरण शास्त्रावरच आधारित असून, त्यातील शास्त्रज्ञ सुडापोटी विघातक प्रयोग करतो... या वैयक्तिक प्रवृत्ती दुबळ्यांचा मानसिक छळ करतात आणि त्यांना आत्महत्येस प्रवृत्त करतात, अशा समाजातील 'गिनीपिग'ना न्याय कुठला आहे? शिक्षा कुठली आहे? कुणाच्यातरी मृत्यूला हेच जबाबदार असतानादेखील न्यायालयात त्यांना कुठलीच शिक्षा नाही. जर अशा 'गिनीपिग'ना शास्त्रज्ञाने धडा शिकवला तर त्याला मात्र शिक्षा! न्यायालयाच्या दृष्टिकोनातून तो गुन्हा ठरतो... अशा प्रश्नाची उकल विज्ञानाच्या साहाय्याने या कथेत आहे. ही कथा वाचल्यानंतर छात्रप्रबोधनच्या सौ. शैलजा देशमुख म्हणाल्या, ''कथा चांगली आहे... त्यातील विज्ञानही पूरक आहे. किंबहुना तुमच्या सगळ्याच विज्ञानकथा आशय घेऊन बाहेर पडतात. पण शेवट मात्र नकारात्मक असतो. तो का?'' मी त्यांना म्हटलं, ''तुमचं अवलोकन योग्य आहे. विज्ञानाला दोन्ही बाजू असतात, चांगली व वाईट. शिवाय समाजातही दोन्ही, चांगल्या व वाईट प्रवृत्ती आहेत. त्यात माझ्या कथांमध्ये मी समाजातील याच वाईट प्रवृत्तीवर विज्ञानाच्या साहाय्याने प्रहार करीत असल्याने त्या कथा वाचकाला नकारात्मकतेकडे झुकलेल्या वाटू शकतात. शेवटी कुणीतरी विज्ञानातील व समाजातील या बाजूंचाही विचार करायलाच हवा. तसेच 'प्रगल्भ' या कथेत भावनेच्या भरात यंत्रमानवाला जैविक मेंदूचा दर्जा मिळवून देण्याच्या नादात भविष्यातील प्रश्न बिकट होऊ शकतील हे या कथेत दिलेले आहे... 'अद्‌भुत प्रवास' या कथेत धर्मांध, कर्मठ मनोवृत्तीची दखल घेण्यात आलेली आहे... अशा प्रवृत्ती किंवा घटना आजही आपल्याला जागोजागी दिसतात व अनुभवायला येतात. असे प्रत्येक कथेचे आपले एक विज्ञान व सामाजिक

अधिष्ठान असल्याने या कथा वाचकांपर्यंत पोहोचल्या आहेत.... आणि हीच खरी पुढील विज्ञानकथा लिहिण्याची माझी प्रेरणा आहे.

माझे ज्येष्ठ सहकारी व प्रसिद्ध विज्ञान लेखक डॉ. पंडित विद्यासागर यांनी माझ्या कथा वाचून 'तू कथा चांगली लिहितोस... कीप इट अप' म्हणून मला प्रोत्साहन दिलं. माझे मार्गदर्शक प्रा. डॉ. वसंत भोरासकर यांनी मी मराठीत लिहितो हे समजल्यानंतर कौतुकाने चौकशी करून 'मराठीत असेच लिहीत राहा' म्हणून प्रोत्साहित केलं. माझे लेखक मित्र श्री. संजय सोनावणी यांनीही यातील एकूण एक कथा वाचून परखड मते तर मांडलीच, शिवाय या स्वतंत्र विज्ञानकथा असल्याचे नमूद केले. याशिवाय अनिल बळे हा मराठी विषयात पदव्युत्तर शिक्षण घेत असणाऱ्या विद्यार्थ्याने 'प्रगल्भ' ही विज्ञानकथा प्रकल्पासाठी घेऊन, त्याचा समीक्षेच्या विविध अंगांनी विचार करून प्रकल्प विद्यापीठाला सादर केला. विज्ञानाविषयीची जाण व तळमळ या विद्यार्थ्यामध्ये दिसली. त्यामुळे हुरूप वाढला.

वैयक्तिकरीत्या माझ्या लेखन प्रवासात अनेकांनी मला प्रोत्साहन दिले. त्यात प्रामुख्याने 'युनिक फीचर्स'चे सुहास कुलकर्णी, 'छात्रप्रबोधन'चे महेंद्र सेठीया, 'वनराई'चे गणेश दिघे यांनी वेळोवेळी माझ्याकडून दिवाळी अंकासाठी लेखन करून घेतले... माझे आई-वडील, भगिनी सौ. सुनंदा वाडेकर, मेहुणे श्री. अशोक वाडेकर, मित्र परिवारातील डॉ. गेणू पानसरे, सौ. सुनिता पानसरे, डॉ. प्रियाश्री भावे, सौ. सुलभा दुसाणे, डॉ. एस. आय. पाटील, डॉ. शरद चव्हाण, डॉ. भूषण पाटील, सौ. प्राजक्ता पाटील यांनी प्रकाशित झालेल्या विज्ञानकथा वाचून मनाला लिहिण्याची उभारी दिली.

प्रसिद्ध कवी, लेखक व समीक्षक प्रा. डॉ. मनोहर जाधव यांनी या विज्ञानकथा संग्रहाला 'प्रस्तावना' लिहिण्याचं मान्य केलं. ते स्ववैज्ञानिक दृष्टिकोन ठेवणारे, जपणारे व रुजविणारे साहित्यिक असल्याने, या कथासंग्रहाला त्यांच्या प्रस्तावनेमुळे निश्चितच उंची प्राप्त होईल यात शंका नाही व त्यानिमित्ताने साहित्य वर्तुळातही चर्चा होऊ शकेल.

(हरेश शेळके या हरहुन्नरी संशोधकाने विज्ञानकथांच्या अनुशंगाने एक प्रदीर्घ मुलाखत घेऊन पुणे विद्यापीठाच्या 'विद्यावाणी' या रेडिओ केंद्रावरून प्रसारित केली. त्या मुलाखतीचा समावेश येथे केला आहे.)

माझी पत्नी सौ. सिंधू हिने कथा लिहीत असताना सामान्य वाचकाच्या भूमिकेतून परखडपणे सूचना करून सुधारणा सुचवल्या. म्हणूनच या संग्रहातल्या कथा सामान्य वाचकांपर्यंत विज्ञान नेतील अशी मी आशा करतो... आणि त्या अनुषंगाने टीका झाली तर ती मला आवडेल.

सृष्टिज्ञान, छात्रप्रबोधन, वनराई, कोकणदिनांक, किल्ले रायगड, लेखी संवाद,

साप्ताहिक सकाळ, तरुण भारत यांसारख्या दिवाळी अंकांमध्ये प्रसिद्ध झालेल्या विज्ञानकथांच्या पुनर्मुद्रणाची परवानगी दिल्याबद्दल त्यांच्या संपादकांचे आभार मानतो.

चित्रकार सतीश भावसार यांचे आभार, मेहता पब्लिशिंग हाऊसचे श्री. सुनिल मेहता यांचे आभार मानतो. श्री. सुनिल मेहता हे स्वत: हरहुन्नरी, वैज्ञानिक दृष्टिकोन ठेवणारे प्रसिद्ध प्रकाशक असल्याने, हा विज्ञानकथासंग्रह प्रसिद्ध करण्याचा निर्णय घेतला असावा. त्यांच्या या प्रयत्नाला मराठीत विज्ञान प्रसाराचा थोडातरी हातभार लागेल अशी मला आशा वाटते. मेहता पब्लिशिंग हाऊसच्या राजश्री देशमुख यांचेही आभार. राजश्री देशमुख यांची कार्यतत्परता वाखाणण्याजोगी आहे.

या विज्ञानकथासंग्रहातील कथा वाचून वाचकांनी प्रतिक्रिया जरूर कळवाव्यात. लेखकाला ती एक ऊर्जा म्हणून वापरता येते.

- डॉ. संजय ढोले

अनुक्रमणिका

प्रतिशोध / १
जन्म / २१
अद्भुत प्रवास / ३०
प्रगाढ / ४४
अंतराळातील मृत्यू / ५२
वलय / ६२
प्रगल्भ / ७५
झेप / ८४
प्रतिघटना / ९९
पृथ्वीचा दूत / ११०
आविष्कार / १२६
अंधारातील तीर / १४१

प्रतिशोध

डॉ. अतुल सोमाणी, वनस्पतिशास्त्रज्ञ व पर्यावरणतज्ज्ञ. सध्या या दोन्ही विभागांचे प्रमुखपद सांभाळत आहेत. आपल्या घर वजा बंगलीतील अभ्यासिकेत पर्यावरण दिनानिमित्त होणाऱ्या विविध कार्यक्रमांसाठी भाषणाची टिपणे काढण्यात मग्न आहेत. त्यांनी आपल्या टिपणांत पर्यावरणाचा आढावा घेत असतानाच, भूतकाळ, वर्तमानकाळाबरोबरच प्रामुख्याने भविष्यातील पर्यावरणाची दुरवस्था, जबाबदाऱ्या या संदर्भातही टिपणवहीत नोंद केली आहे. उद्या त्यांचा भरगच्च कार्यक्रम. कार्यक्रमाच्या आदल्या रात्री ते नेहमीच संदर्भासहित टिपणं काढीत. पण त्याच वेळेस ते अस्वस्थही होत... ते एक अनामिक रहस्यच त्यांच्या वाट्याला आलं होतं. त्याचा पाठपुरावा नेहमीच ते करीत आले होते. हा दिवस आला म्हणजे त्यांची अस्वस्थता शिगेला पोहचत असे. कदाचित लहानपणी घडलेल्या एखाद्या प्रसंगाचं स्मरण त्यांना होत असावं. मनाच्या कप्प्यात साठवलेल्या त्या प्रसंगाच्या आठवणीने ते बेचैन होत असत. भूतकाळ ढवळून निघत असे. तो प्रसंग मनात ठेवून, आजपर्यंत त्याचाच शोध तर ते अदृश्यपणे घेत नसावेत?... त्या संशोधनात यश मिळेपर्यंत ते असेच अस्वस्थ, बेचैन होत राहणार होते. मनातील शोध-प्रतिशोधाची ही मालिका कधी खंडित होणार होती काय?... याचं उत्तर त्यांनाही ठाऊक नव्हतं. पण या काळ्याकुट्ट अंधारात त्या अनामिक प्रसंगाचं उत्तर मात्र ते शोधत होते.

आजही रात्रीच्या नीरव शांततेत टिपणं काढीत असताना ते असेच अस्वस्थ झाले होते. हृदयाच्या त्या कप्प्यापर्यंत त्यांचं मन भिरभिरत गेलं होतं. महत्प्रयासाने त्यांनी स्वनियंत्रण ठेवलं. टिपणवही बंद करून ते खुर्चीतून उठले व दिवाणखान्यात आले. रात्रीचे साडे-अकरा वाजून गेल्याने घरची मंडळी झोपेच्या अधीन झाली होती. डॉ. अतुल सोमाणींनी मनाची होत असलेली घालमेल घालवण्यासाठी टीव्ही सुरू केला. स्क्रीनवर छायाचित्र येताच, कुठलातरी इंग्रजी चित्रपट चालू असल्याची त्यांना जाणीव झाली. ते रेलून बसले व टीव्हीवरील इंग्रजी चित्रपटाचे संदर्भ

जुळविण्याचा प्रयत्न करू लागले. त्या चित्रपटातील सुरू असलेल्या प्रसंगाने मात्र ते पुन्हा सावरून बसले व चित्रपट जसजसा पुढे सरकू लागला तसतशी त्यांच्या मनाची घालमेल कमी होण्याऐवजी वाढतच गेली. कारण त्या चित्रपटातील प्रसंगही त्यांच्या मनात दडलेल्या प्रसंगाशी मिळता-जुळता होता. त्यामुळेच ते स्वत:ला सावरून समोरील दृश्य एकाग्रतेने न्याहाळू लागले. तसे चित्रपटातील दृश्य व त्यांच्या मन:पटलातील दृश्यांच्या तारा बळकट होऊ लागल्या.

...चित्रपटातील प्रसंग असा होता. चार शाळकरी मुलांनी मध्यरात्री चंद्रप्रकाशात एका घनदाट जंगलात प्रवेश केला होता. कुठल्यातरी प्रेरणेने ते चारही जण खजिन्याचा शोध घेऊ पाहत होते. एकामागून एक, चारी बाजूंचं अवलोकन करीत ती पोरं दबक्या पावलांनी पुढे जात होती. त्यातील काही जणांचा चेहरा भीतीने थरथरतोय हे स्पष्ट दिसत होतं. ती पोरं पुढे जात असताना क्षणात काय घडलं कुणास ठाऊक, पण त्यातील एकाने जोरात किंकाळी मारली व समोरील दृश्य पाहताच ती पोरं भीतीने लटलटा कापू लागली.

डॉ. सोमाणींनी क्षणार्धात टीव्ही बंद केला. त्यांच्याही हृदयाची धडधड वाढली होती. चित्रपटातील या प्रसंगाने ते जास्तच अस्वस्थ झाले. नकळत त्यांचं अंग घामाने थबथबले होते. तसेच ते उठले व शयनगृहात जाऊन त्यांनी स्वत:ला झोकून दिलं... खोलीतील मंद प्रकाशात त्यांनी डोळे उघडले... शून्यात कुठेतरी पाहत, क्षणात मनात दडलेला तो प्रसंग जशाचा तसा मनश्चक्षूंवर अवतरून डोळ्यांच्या पडद्यावर उमटला.

डोंगराच्या पठारावर वसलेलं ते एक छोटं गाव होतं. नवागाव. गावाच्याच बाजूने नागमोडी वळण घेत असणारा नाला होता. पावसाळ्यात मात्र तो दुथडी भरून वाहत असे. त्याच्याच पलीकडून गावाच्या आजूबाजूला घनदाट अरण्य पसरलेलं होतं. तिथे हिंस्र श्वापदं असल्याचं बुजुर्ग गावकऱ्याचं म्हणणं होतं. नाल्याच्या पलीकडे मराठी शाळा होती व त्यासमोर वेगवेगळ्या फुलांनी बहरलेलं प्रशस्त आवार होतं. एकूण या गावाला नैसर्गिक संपत्तीचं वरदानच होतं. तेथील पर्यावरण स्वच्छ होतं. घनदाट जंगलानेच ते या गावाला बहाल केलं होतं. शहरातील बरीच आजारी माणसं तेथील स्वच्छ वातावरणाने बरी होऊन गेली होती. या जंगलात अनेक लोकोपयोगी वनस्पती वास करून असल्याचं तेथील एका वैद्याचं म्हणणं होतं. त्या वैद्याने विविध वनस्पती गोळा करून तेथील गावकऱ्यांचं आरोग्य अबाधित राखलं होतं. त्यामुळे ७०-८० वर्षांच्या म्हाताऱ्यांचीही प्रकृती ठणठणीत होती. आधुनिक विज्ञानाची साधनं इथे पोहचली नसली तरी पारंपरिक साधनांच्या वापराने तेथील गावकऱ्यांचे आयुष्य समाधानाने जात होतं.

गावात बहुतांशी आदिवासी वस्ती असली तरी सवर्णांचीही घरं होती. सर्वधर्म -स्वाध्यायी या गावात नांदत होते. सर्वांचाच व्यवसाय शेती असल्याने, प्रत्येक जण भरभराटीला होता. प्राथमिक शिक्षणाची सोय असल्याने, हाडाचे व तेवढ्याच प्रमाणात मेहनत घेणारे शिक्षक या गावाला लाभले होते. त्यामुळे गावाच्या विकासाला योग्य दिशा मिळू लागली. विद्यार्थ्यांवर योग्य संस्कार होऊ लागले.

नवागावच्या मराठी शाळा चौथ्या इयत्तेपर्यंत होत्या. तिथे विविध सण, राष्ट्रीय कार्यक्रम मोठ्या उत्साहाने पार पाडले जात. याचं श्रेय निश्चितच जोशी गुरुजींना द्यावं लागणार होतं. पन्नाशीत असलेले जोशी गुरुजी शाळेचे सर्वेसर्वा होते. गावकऱ्यांचाही त्यांच्यावर विश्वास होता, आदरभाव होता. विद्यार्थ्यांमध्ये जेवढे ते प्रसिद्ध आहेत, तेवढेच ते कडक शिस्तीचे आहेत याची जाणीव सर्वांनाच होती. गावात त्यांच्या शब्दाला किंमत होती. कुठल्याही कार्यक्रमाच्या आयोजनासाठी त्यांचा सल्ला घेतला जात असे. विद्यार्थ्यांसाठीच नाही तर गावातील प्रौढांसाठीही त्यांनी विविध कार्यक्रम आखून एक वेगळीच परंपरा निर्माण केली होती. शासकीय सुविधांचा अभाव असतानाही या गावाने स्वतःच्या हिमतीवर प्रगती केली होती. ते एक आदर्श गावच होतं. या आदर्श गावाला येण्या-जाण्यासाठी आजही बैलगाडीचा वापर करावा लागत होता. तरीही प्रसिद्ध व्यक्ती उत्साहाने येथे येत असत. त्याचं कारण म्हणजे जोशी गुरुजीचं सर्वच क्षेत्रांत असलेलं मानाचं स्थान. साहित्य क्षेत्रापासून कला, विज्ञान यांसारख्या विविध क्षेत्रांमध्ये त्यांचा वावर होता. त्यामुळेच तेथील विद्यार्थ्यांना व गावकऱ्यांना प्रसिद्ध साहित्यिक, कलावंत व विज्ञान क्षेत्रातील शास्त्रज्ञ, शिक्षणतज्ज्ञ यांचं मार्गदर्शन, सहवास लाभत असे. पाठ्यपुस्तकात आपण जे शिकतोय तोच कवी, कथाकार आपल्याशी मनमोकळेपणाने गप्पा करतोय ही अनुभूती येथील विद्यार्थ्यांना येत असे. त्याचा एक निराळा आनंदच त्यांच्या चेहऱ्यावर दिसत असे. यातूनच बालपणापासूनच तेथील विद्यार्थ्यांच्या मनाची जडणघडण परिपक्वतेच्या दिशेने होत गेली. घरून निघालेला विद्यार्थी शाळेच्या वेगळ्याच विश्वात हरवून बसत असे. याचं श्रेय जोशी गुरुजींबरोबरच इतर शिक्षकांनाही होतंच.

या छोट्याशा मराठी शाळेत बऱ्यापैकी विद्यार्थिसंख्या होती. विद्यार्थी बहुतांशी भिल्ल समाजातील असले तरी ते मुळात हुशार होते. त्यात किश्या वळवी, मानसिंग वसावे, देवा पाडवी, परबत ठाकरे इत्यादी बरेच; त्याचबरोबर मारवाड्याचा अतुल, शिंद्यांचा शरद, खाटक्याचा मोहम्मद, परदेशींचा गोपाल, पाटलांचा राजू, मराठ्यांचा हिरालाल ही सर्व पोरं मराठी शाळेचा एक भाग झाली होती. या सर्वांवर शिक्षकांचं विलक्षण प्रेम होतं; कारण ही सर्व पोरं हुशार, मेहनती व तेवढीच चौकस बुद्धीची होती. त्यात अतुल, शरद, किश्या, गोपाल, मोहम्मद यांचा नंबर वरचा

असे. अतुल मारवड्याचं पोर असतानाही त्याची प्रगती झपाटल्यासारखी होती. घरचा तो सधन. त्यांचं स्वत:चं दुकान होतं. गावातले सगळेच जण मारवाड्याचं दुकान म्हणून ओळखत. हा मारवाडीही सर्वांनाच मदत करीत असे. पूर्णपणे धंदेवाईक दृष्टिकोन असल्याने शिक्षणाची फारशी ओढ व इच्छा त्यांच्या कुटुंबात कुणालाही नव्हती. पण अतुल मात्र अपवाद ठरला होता. त्याची शिक्षणाची विलक्षण ओढ पाहून, त्याच्या घरच्यांनीही त्याला कधी अडवलं नाही. अशीच परिस्थिती साधारणत: इतर विद्यार्थ्यांच्या बाबतीतही होती. सर्व पालकांचा जोशी गुरुजींवर असलेला गाढ विश्वासच त्याला कारणीभूत होता. त्यांच्या स्वाधीन ही पोरं असल्याने ते निश्चिंतच होते.

अतुल... अतुल सोमाणी... हा या शाळेतील एक हुशार विद्यार्थी म्हणून गणला जात होता. त्याची आकलनशक्ती जबरदस्त होती. जेवढा तो अल्लड होता तेवढाच निरागसही होता. त्याचे सर्वच सवंगडी थोड्याफार फरकाने त्याचासारखेच होते. शाळेतील विविध कार्यक्रमांतही त्याचा पुढाकार प्रामुख्याने राहत असे. त्यामुळे अतुल फक्त अभ्यासातच हुशार नसून, त्याच्यात इतरही गुण असल्याचं शिक्षकांच्या लक्षात आलं होतं. शिक्षकांचाही त्याचावर विशेष लोभ असायचा... त्याने शिक्षकांचा अनादर कधीही केला नाही. गुरू-शिष्याचं नातं जसं असतं तसंच त्यांचं होतं. जोशी गुरुजींचीच ती सर्व पोरं होती. त्यांच्याच आश्रयाखाली त्यांची जडण-घडण होत होती. अतुल, गोपाळ, किश्या, मोहम्मद सर्वच शेवटच्या वर्षाला होते. पुढे काय हा प्रश्न त्यांच्या पुढे होता. पण जोशी गुरुजींच्या दिलाशाने तोही अडथळा पार होणार होता.

नेहमीच्या वार्षिक कार्यक्रम क्रमवारीनुसार यावर्षी प्रथमच पर्यावरण दिनानिमित्त शाळेत जोशी गुरुजींच्या अधिपत्याखाली कार्यक्रम आखण्यात आले होते. त्यास त्यांचा सर्व शिष्यगण हातभार लावीत होता. या कार्यक्रमासाठी जोशी गुरुजींनी त्यांच्या विद्यार्थ्यांसाठी व गावकऱ्यांसाठी प्रसिद्ध पर्यावरणतज्ज्ञ प्रा.रं.ग. जाधव यांचं व्याख्यान ठेवलं होतं. रं.ग. जाधव हे आंतरराष्ट्रीय पातळीवरचे ख्यातीचे पर्यावरणतज्ज्ञ होते. जोशी गुरुजींच्या मानालाच त्यांनी होकार दिला होता. त्यामुळे या अतिशय आडवळणाला असलेल्या गावाला येण्याचं त्यांनी मान्य केलं होतं. तसा त्यांनी होकार कळविताच सारे तयारीला लागले होते.

पर्यावरण दिन येऊन ठेपला. शाळेच्या पटांगणात विद्यार्थी व गावकरी जमले होते. समोर खुर्चीवर एक प्रसन्न व्यक्तिमत्त्व बसलं होतं. तेच रं.ग. जाधव होते. त्यांच्या शेजारीच जोशी गुरुजी बसले होते. रं.ग. जाधवांच्या व्याख्यानाला सुरुवात होणार होती. तत्पूर्वी जोशी गुरुजींनी थोडक्यात त्यांची ओळख करून देताच समोर बसलेला अतुल, त्यांच्या व्यक्तिमत्त्वाने व कारकिर्दीने भारावला गेला होता. रं.ग.

जाधव उठून उभे राहिले. गळा साफ करून त्यांनी ओघवत्या वाणीत बोलण्यास सुरुवात केली होती.

"...बालमित्र व ग्रामस्थहो, खरेतर आपल्याशी हितगुज करण्याची संधी मला जोशी गुरुजींनी मिळवून दिली. मी निश्चितच त्यांचा ऋणी आहे. मित्रहो, पर्यावरण दिन आहे म्हणून मी आपणास हे सांगणार आहे असे नाही किंवा हा विषय फक्त माझाही नाही. तो आपणा सर्वांचाच आहे. जिव्हाळ्याचा आहे. या दिवशी तो टिकवायचा व स्मरायचा नसून, तो आपल्याला चिरंतन काळासाठी अनुभवायचा आहे. म्हणूनच त्याच्या जतनासाठी आपल्याला प्रयत्न करायचेत. सुदैवाने आज ही परिस्थिती दिसत नसली तरी... त्याची दखलही आपण घेत नाही हेही तेवढेच खरे. पण या गोष्टींचा ऱ्हास होत असल्या कारणानेच पर्यावरण दिनाची स्थापना करण्यात आली आहे. याचा अर्थ त्या दिवशी वसुंधरेच्या अस्तित्वासाठी सर्वांनीच जनजागृती करावी ही अपेक्षा. सर्वांनीच यात झोकून द्यावं हीच आजच्या काळाची गरज आहे. तर आज मी तेच आपणास व्याख्यानात सांगणार आहे...

"आज पर्यावरण दिन आहे. पर्यावरण म्हणजे आपल्या सभोवताली असलेली सृष्टी. यांत अनेक सजीव-निर्जीव घटक आहेत. त्यांचे एकमेकांशी संबंध आहेत. आता आपल्या सभोवताली असणारे वृक्ष, वनस्पती सर्व आपलेच आहे. तेसुद्धा सजीव असून, त्यांना संवेदना आहेत. लाजाळूच्या झाडाला स्पर्श करताच ते आकुंचन पावते. अशी पुष्कळ उदाहरणं आहेत. ते निर्जीव नसून आपल्यासारखेच संवेदनाक्षम आहेत. त्यांचा आपसातील संबंध असून आपल्याशीही त्यांची जवळीक आहे. त्यांच्यापासूनच एक प्रकारची रासायनिक ऊर्जा आपल्याला मिळते... निसर्गातील सर्व सजीवांना व इतर घटकांना ऊर्जा मिळते ती सूर्यामुळेच. ऊर्जेशिवाय कुठलेही कार्य होणे केवळ अशक्यच. सूर्यापासून आपणास ज्या स्वरूपात ऊर्जा मिळते, त्या रूपात आपण त्याचा उपयोग करून घेऊ शकत नाही. त्यासाठी या सौरऊर्जेचे रासायनिक किंवा क्रियाशील ऊर्जेत रूपांतर करण्याचं काम फक्त या वनस्पतीच करू शकतात. या वनस्पती त्यांच्यात असलेल्या हरितद्रव्य अथवा क्लोरोफिलच्या साहाय्याने सौरऊर्जा शोषून घेतात. तसेच जमिनीतून पाणी आणि हवेतून कार्बन-डाय-ऑक्साइड यांच्या संयुगाने ग्लुकोज, सुक्रोज, स्टार्च यांसारखे रासायनिक अन्न, म्हणजेच ऊर्जा तयार करतात. या प्रक्रियेला प्रकाशसंश्लेषण – Photosynthesis असेही म्हणतात. या अन्नावरच इतर जीवसृष्टी अवलंबून राहते. म्हणूनच वनस्पतींना प्राथमिक उत्पादक संस्था असं संबोधलं जातं. ही सगळी रासायनिक चक्रे निरंतर चालू असतात. त्यात प्रामुख्याने जल, नायट्रोजन, कार्बन, ऑक्सिजन यांसारख्या चक्रांद्वारे ऊर्जेचे वहन सारखे चालू असते. यात प्रकाशसंश्लेषणातून केवळ जमिनीवरील वनस्पतींकडून अन्न व वनस्पतींच्याच शिरघटकांच्या रूपाने साठवून ठेवला जातो.

या हिशोबाने काही वर्षांतच कार्बन हे मूलद्रव्य वातावरणातून संपूर्ण नाहीसे झाले असते. परंतु वनस्पती आणि इतर सर्व जीव यांच्या श्वसनामुळे कार्बन-डाय-ऑक्साइड वातावरणात परत येतो. ऑक्सिजनच्या बाबतीत ही प्रक्रिया मात्र याउलट चालते. प्रकाशसंश्लेषणाने वातावरणात ऑक्सिजन सोडला जातो तर श्वसनाने कार्बन-डाय-ऑक्साइड वातावरणात सोडला जातो. यामुळे वातावरणातील ऑक्सिजन व कार्बन-डाय-ऑक्साइडचे प्रमाण सर्वसाधारणपणे कायम असते. याचाच अर्थ जगात प्रकाशसंश्लेषण करणाऱ्या वनस्पती आणि त्यांच्यावर जगणारे जीव यांचा एक विशिष्ट समतोल असून तो कायम राखला जात असतो.

''मानवासहित सर्व प्राणी आणि सूक्ष्मजंतू यासारख्या दुसऱ्या सजीवांवर जगणाऱ्या, मृत प्राणी वा वनस्पतींवर जगणाऱ्या सजीव यांचे संपूर्ण जीवन वनस्पतींच्या प्रकाशसंश्लेषणावर अवलंबून असते. कारण त्यांनी आपले अन्न कोणत्याही स्वरूपात घेतले तरी ते शेवटी वनस्पतींनीच तयार केलेले असते. पृथ्वीवर राहणाऱ्या सर्व जिवांना सूर्याची ऊर्जा मिळवून देण्याचे महत्त्वाचे कार्य प्रकाशसंश्लेषणाने केले जाते. अणुकेंद्रीय ऊर्जा व रासायनिक विद्युत ऊर्जा सोडल्यास पृथ्वीवरील सर्व ऊर्जा सूर्यापासून आपणास मिळते. लाकूड, कोळसा, खनिजतेल, नैसर्गिक वायू ही हल्लीची व पुरातन काळाच्या वनस्पतींनी साठवून ठेवलेली सूर्यप्रकाशातील ऊर्जा होय. यामुळेच निसर्गात वनस्पती व वृक्षांना अनन्यसाधारण महत्त्व आहे. वृक्ष नसतील तर अन्न तयार होणार नाही. अन्न नसेल तर ऊर्जा मिळणार नाही. आणि ऊर्जा मिळाली नाही तर निसर्गचक्रे जिथल्या तिथे थांबतील. तर मित्रहो, आपण सर्वांनीच या निसर्गावर प्रेम करायला हवे. या दिवसानिमित्तानेच नाही तर इतरही दिवशी वृक्ष लागवड केली पाहिजे. त्यांचं बालकांप्रमाणे संगोपन करायला हवे. आपण त्यांना प्रेम दिले तर ते तुम्हाला भरभरून देतील. छोट्या मित्रांनो, आपणावरच ही भिस्त आहे. या दिवशी आपण सर्व मित्रांनी सहल काढून अरण्यात गेले पाहिजे. तेथे निरीक्षण करून वनस्पती कशा वागतात याचाही अभ्यास केला पाहिजे व त्यातील रहस्ये उलगडली पाहिजेत. या निसर्गात भरपूर रहस्ये दडलेली आहेत. भावी शास्त्रज्ञ तुमच्यातीलच आहेत. आपणच मानवहितासाठी यातील रहस्ये उलगडली पाहिजेत.''

रं.ग. जाधवांचं व्याख्यान अतुलला मनापासून आवडलं होतं. त्यातच तो स्वत:ला हरवून बसला होता. 'अरण्यात जाऊन, वनस्पतींचं निरीक्षण करून, आपणच त्यातील रहस्ये उलगडली पाहिजेत' या वाक्याने तर तो पुरता भारावला गेला होता.

आभार प्रदर्शनाने कार्यक्रमाची सांगता होत होती. पण समोर बसलेल्या अतुलचं लक्षच त्याकडे नव्हतं. रं.ग. जाधवांच्या व्याख्यानातील शब्दन्शब्द त्याच्या

मनी रुजला होता. एका निश्चयानेच तो आपल्या सर्व मित्रांसमवेत परतला. त्याच्या डोक्यात व्याख्यानाचीच चक्रे सुरू असल्याने तो त्यांच्यात असून नसल्यासारखाच होता.

दुपारच्या प्रहरी सवंगड्यांसमवेत अतुलने ती अभिनव कल्पना गोपाळ, शरद, किश्या, मोहम्मद यांच्यासमोर मांडली. ती कल्पना म्हणजे, आज रात्री आपल्या शाळेमागील जंगलात शिरून, आत दोन-तीन किलोमीटरपर्यंत जाऊन, वेगवेगळ्या वनस्पतींचा अभ्यास व निरीक्षणे करायची. पावसाळा असला तरी त्या दिवशी पावसाची चिन्हे नव्हती. त्यामुळे निखळ चांदण्यात, चंद्रप्रकाशात वनस्पतींचा मनमुराद आनंद लुटता येणार, या कल्पनेने सर्व जण भारावले गेले. क्षणार्धात सर्वांनी होकार दिला. रोमांचक अभ्याससहल म्हणूनच त्यांनी ती काढली होती आणि त्यात सहभाग फक्त त्या पाच जणांचाच होता. अर्थात म्होरक्या म्हणून अतुलच पुढे येणार होता. घरी कुणालाच ते सांगणार नव्हते. फक्त अभ्यासासाठी एकमेकांकडे जात आहोत, हेच सांगण्याचं ठरलं. त्यामुळे सर्वांना घरून सहज मोकळीक मिळणार होती. शाळेतील हे सर्वच हुशार विद्यार्थी असल्याने ते एकमेकांकडे नेहमीच अभ्यासासाठी जात असत. त्यामुळे आजही सहजच त्यांना परवानगी मिळाली असती. सर्वांनी रात्री अंधार पडताच साधारण आठच्या सुमारास शाळेच्या व्हरांड्यावर जमण्याचे ठरले. त्यानुसार सर्व जण निरोप घेऊन रात्रीची सहल मनात घोळवत परतले.

रात्रीचे आठ वाजून गेले. अतुल सर्वांत आधी आला होता. त्यानंतर गोपाळ, शरद, किश्या ही मंडळी आपल्या काही सामग्रीबरोबर आली होती. मोहम्मद अजून आला नव्हता. त्याचीच ते सर्व जण वाट पाहत होते. काही अडथळा तर आला नसेल ना, म्हणून सर्वांच्या मनात शंकेची पाल चुकचुकून गेली. पण तेवढ्यात धूसर छाया सर्वांना दिसली. छायेच्या हालचालीवरून तो मोहम्मद असल्याचं त्यांच्या लक्षात आलं. एकदाचा मोहम्मदही आला म्हणून साऱ्यांनी सुटकेचा निःश्वास टाकला. छोट्यांच्या या छोट्या अभ्यास-मोहिमेला एकदाची सुरुवात होणार होती. मोहम्मद जवळ येताच गोपाळने विचारलं, ‘‘काय रे मम्हद्या... काही अडथळा आला नाही ना?’’

‘‘नाही रे, तसं नाही... आमच्या घरी माझी मोठी बहीण आलीय. तिचा मुलगा ‘मी पण येतो’ म्हणून हट्ट धरून बसला... त्यामुळेच देर झाली...’’ मोहम्मदने स्पष्टीकरण दिलं.

‘‘म्हणजे? आपण कुठे जात आहोत ते तू सांगितलं?’’ शरद ओरडला.

‘‘नाही रे, मी पण अभ्यासाला येतो, म्हणून हटून बसला होता तो...’’

मोहम्मदने पुन्हा समजावले.

“हे बघा... आता जास्त प्रश्न-उत्तरं नकोत. मोहम्मद आलाय, म्हणजे आता आपण निघायला हवं.” अतुल निर्वाणीच्या स्वरात म्हणाला. त्याला सर्वांनीच सहमतीदर्शक होकार देऊन, आपापली दप्तरे उचलली...

त्यांनी शाळेच्या पाठीमागून असलेल्या जंगलाच्या भागात प्रवेश केला. निखळ चांदणं पडलं होतं. दोन दिवसांपूर्वी नुकताच पाऊस पडून गेल्याने रातकिड्यांचं संगीत सुरू झालं होतं. पण या पोरांच्या पावलांची चाहूल लागताच रातकिड्यांची किर्र्रऽऽ बंद झाली होती. सगळ्यात अगोदर अतुल चालत होता, एखाद्या वाटाड्यासारखा. त्याच्याच हातात विजेरी होती. गोपाळजवळही विजेरी होती. तो व मोहम्मद सोबत चालत होते. मध्ये किश्या व शरद आजूबाजूला कानोसा घेत चालले होते. साधारण अर्धा किलोमीटरपर्यंत ते सर्व चालत आले होते. त्यापुढे मात्र गडद अंधार होता. चंद्रापासून परावर्तित झालेला प्रकाश गर्द झाडीमुळे जमिनीपर्यंत पोहोचत नव्हता. काही ठिकाणी मात्र ती परावर्तित किरणे ठिपक्यांसारखी पोहोचत होती. त्यामुळे गडद अंधारात परावर्तित प्रकाशाचं अस्तित्व थोडसं जाणवत होतं. त्या गडद अंधारात एखादा हाय खाऊन माघारी परतला असता, पण अतुलच्या धैर्याने सर्वांनीच पुढे पाऊल टाकलं. मध्येच सळसळणाऱ्या आवाजाने साऱ्यांचा थरकाप मात्र होत होता... पण तरीही ते नेटाने पुढे जात होते. मध्येच एका गर्द झाडातून फडफडण्याच्या आवाजाने सारे दचकले! प्रत्येकाच्या हृदयाचे ठोके वाढले होते. किश्याने शरदचा हात घट्ट आवळला होता. अतुलने विनाविलंब आवाजाच्या दिशेने प्रकाशझोत टाकला. तेथे वटवाघूळ, घुबडांचं वास्तव्य असल्याचं त्यांना दिसलं. तसेच ते पुढे जात राहिले... गडद अंधारातून पुन्हा ते स्वच्छ चांदण्यात आले. आजूबाजूला बरीच झाडं, वनस्पती विखुरल्या होत्या. ते बरेच आत आले होते. किती हे सांगणं अशक्य होतं. यापुढे जास्त आत न जाण्याचा निर्णय अतुलने घेतला. तेथेच परावर्तित प्रकाशात मनसोक्त भटकण्याचं त्यांनी ठरवलं.

रात्रीच्या वेळी वनस्पती कशा वागतात, त्यांचं कार्य कसं चालतं, त्यात काय काय वास्तव्याला असतं हे या पोरांचं कळण्याचं वय नव्हतं, तरी कुतूहलापोटी त्यांनी वनस्पतींचं निरीक्षण करण्यास सुरुवात केली. आजूबाजूला भीतिदायक वातावरण असतानाही ते सर्व विविध वनस्पती पाहण्यात गुंग झाले होते. या अरण्यात पुरातन वनस्पती वास करीत असल्याचं कुणाचंतरी वाक्य अतुलला आठवलं आणि त्याची अनुभूतीही तो आज खरोखर घेत होता. याच अनुषंगाने विविध वनस्पतींवर वास्तव्य करीत असलेले सूक्ष्म प्राणीही त्यांना दिसत होते. या निरीक्षणात बराच वेळ गेला. वेळेचं भान कुणालाच नव्हतं. ते सर्वच स्वतंत्रपणे,

एकमेकांपासून पंचवीस फुटांवर वेगवेगळ्या वनस्पती पाहण्यात मग्न होते. तेवढ्यात एका झाडाखाली वनस्पतींचं निरीक्षण करीत असताना किश्याची किंकाळी ऐकू आली. ती किंकाळी ऐकताच सारेच हादरले. हृदये धडधडायला लागली. अतुल व गोपाळने टॉर्चचा झोत तत्काळ त्या दिशेला टाकला आणि प्रकाशातलं दृश्य पाहताच अतुल-गोपाळबरोबरच इतरही नखशिखांत घाबरले. समोरील दृश्य अनामिक, अघटित होतं. किश्या एका वेगळ्याच प्रेरणेनं खेचला जात होता. तो इतक्या वेगानं ओढला जात होता की, त्याच्यापर्यंत पोहोचणं कुणाच्याही आवाक्यात नव्हतं. किश्याची किंकाळी क्षीण होत होत तो झाडाच्या अंधारात गुडूप झाला. या प्रकारानं शरद व मोहम्मद मात्र त्राण नसल्यासारखे धाडकन पडले. पण तिथे जवळपास निश्चितच काहीतरी रहस्यमय असल्याची जाणीव होताच त्यांनी पळ काढला. गोपाळही घाबरला होता. त्यानेही माघार घेतली. अतुल गांगरून गेला होता. काय करावं त्यालाही सुचत नव्हतं. झाडाकडे पाहून त्याकडे जाण्याचा व किश्याला वाचवण्याच्या त्याच्या इराद्याला गोपाळने विरोध केला.

"अतुल... जाऊ नकोस... तेथे निश्चितच काही आहे. किश्याचा आवाजही येत नाही. पळ... पळायला हवं. माघारी फिर अतुल... उद्या बघू काय ते, पण आता पळऽऽ..."

अतुल स्तब्ध, असहाय होता. तोही घबरला होता. जड पावलांनी, किश्याचं काय झालं असावं, हा प्रश्न मनात घेऊन पळत सुटला. ते सर्व पळत होते. गावाच्या दिशेने, दम लागेपर्यंत पळत होते. गावाच्या वेशीवर आल्यानंतरच त्यांनी दम सोडला. पाचापैकी आता ते चारच जण होते. सर्वांच्याच अंगातून दरदरून घाम निथळत होता. कुणालाही काहीही न सांगण्याचा निश्चय त्यांनी केला. पण किश्याची किंकाळी, भीती हा सर्व गोंधळ घेऊन ते आपापल्या घरी परतले. एका अभ्यास सहलीची ही परिणती झाली. अतुल सुन्न, अबोल झाला. त्याच्या मनात हा प्रसंग कायमचाच कोरला गेला. किंबहुना प्रत्येकाच्याच मनात हा प्रसंग खोलवर रुजला गेला होता. किश्याला आपण वाचवू शकलो असतो ही सल अतुलच्या मनात कायमचीच राहिली. या प्रसंगाने त्याचं आयुष्यच बदललं होतं.

किश्या मध्यरात्रीपर्यंत घरी न आलेला पाहून त्याचे आई-वडील चिंतित झाले. त्यांनी सर्वांकडे चौकशी केली. पण तो कुणाकडेच नसल्याचं त्यांना कळलं. अतुल, गोपाळ, शरद, मोहम्मद यांच्याकडे नियमित अभ्यासासाठी येणारा किश्या रात्री त्यांच्याकडे न फिरकल्याचं कळताच मात्र किश्याच्या आई-वडिलांचा धीर सुटला. किश्याची आई रडायला लागली. गावकऱ्यांनी धीर देत त्याचा शोध घेण्याचं जारी ठेवलं. पण सकाळपर्यंत किश्याचा पत्ता नव्हता.

सकाळीच कुणीतरी किश्याचा मृतदेह लांब झाडीत सापडल्याचं सांगताच

गावात हाहाकार माजला. त्याचे आई-वडील शुद्ध हरपून बसले होते. किश्या इतक्या लांब गेलाच कसा हे कोडं गावकऱ्यांना पडलं होतं. हे काहीतरी अक्रीतच घडलं होतं. तेवढंच ते रहस्यमयही भासायला लागलं होतं. एकटयानं किश्या इतक्या लांब जाणं शक्य नव्हतं. मग तो गेला कसा? या मागे काही अदृश्य शक्ती होती काय? की अजून काही? कुणालाच काही कळत नव्हतं. कळत होतं ते फक्त त्या चौघांनाच. पण त्यांनाही कुठे माहीत होतं? एक अद्‌भुतच जाणवलं होतं. किश्याचा मृतदेह पाहताच साऱ्यांना धक्का बसला. एकही ओरखडा वा इजा त्याच्या अंगावर नव्हती. मग मृत्यू झाला कसा? यामागे निश्चितच अघोरी शक्ती असल्याचं ठाम मत गावकऱ्यांचं झालं. आजपर्यंत असं कधीही झालं नव्हतं. जोशी गुरुजीही व्यथित झाले. झाल्या प्रकाराने ते खूपच अस्वस्थ होते. किश्या त्यांचा आवडता विद्यार्थी होता. अघोरी शक्तींवर त्यांचा विश्वास नसला तरी गावकऱ्यांना समजावण्याची ही वेळ मुळीच नव्हती. अतुल, गोपाळ, शरद, मोहम्मद हे या धक्क्यातून सावरले नव्हते. त्यांचा एक मित्र गेला होता. त्याचा शेवटचा निरोप घेताना या चौघांना आपल्या भावना आवरणं अशक्य झालं होतं.

पुढे दिवस जात राहिले. अतुल, गोपाळ, शरद, मोहम्मद पूर्वीसारखे न हसता-खिदळता फक्त अभ्यास करत राहिले. त्यांचा मित्र गेल्याचा हा परिणाम असावा असाच सर्वांचा समज झाला होता आणि तो खराही होता. पण अतुलने मात्र मनोमन निश्चय केला होता की, किश्याच्या मृत्यूची उकल भविष्यात करायचीच. हा त्याचा ठाम विश्वास होता. त्यासाठी अभ्यासावर त्याला जास्त लक्ष केंद्रित करावं लागणार होतं.

याच वर्षात या संदर्भात बऱ्याच वावड्या उठवल्या गेल्या. गुरं-ढोरं नाहीशी होणं, प्रसंगी माणसंही नाहीशी झाल्याचं सांगण्यात आलं. त्यामुळे गावाकडे पाहण्याचा दृष्टिकोनच बदलत गेला. अतुल, गोपाळ, शरद, मोहम्मद पुढच्या शिक्षणासाठी शहरात गेले. त्यामुळे या गावाशी आता त्यांचाही नेहमीचा संपर्क राहणार नव्हता. कडू-गोड आठवणी घेऊनच त्यांनी हे गाव शिक्षणासाठी सोडलं होतं.

एखाद्या चलच्चित्रपटाप्रमाणे हा भूतकाळ डॉ. अतुल सोमाणींच्या डोळ्यांपुढून सरकून गेला होता. पर्यावरण दिनानिमित्त किश्याची आठवण होणं ही नित्याचीच बाब झाली होती. किंबहुना त्यावेळच्या त्यांच्या मित्रांचीही तीच परिस्थिती होती. डॉ. अतुल सोमाणी पुढे पहिल्या क्रमांकाने यश मिळवत गेले. आंतरिक ओढीने, प्रेरणेने व किश्याच्या मृत्यूच्या आघाताने वनस्पतिशास्त्र विषयात प्रावीण्य मिळवून देशात-परदेशात जाऊन संशोधन केलं. डॉक्टरेट मिळविली व पुढे विद्यापीठात प्राध्यापक

म्हणून रुजू झाले. आज विद्यापीठातील पर्यावरणशास्त्राबरोबरच वनस्पतिशास्त्राचेही प्रमुखपद भूषवीत आहेत. त्यांच्या हाताखाली बरेच विद्यार्थी संशोधन करून गेले. वेगवेगळे विषय त्यांनी हाताळले. पण त्यांनी एका जैव-भौतिकशास्त्राच्या संशोधक विद्यार्थ्याला, राजन भिसेला वेगळाच विषय हाताळायला दिला. संशोधनाची ती प्राथमिक अवस्था असली, तरी त्या अनुषंगाने त्यांचा अभ्यास सुरू झाला होता. लहानपणापासून किश्याच्या मृत्यूने त्यांच्यापुढे प्रश्न उभे केले होते. त्या प्रश्नांचाच पाठलाग आजपर्यंत ते करीत आले होते. सध्यातरी स्वत:व्यतिरिक्त या प्रयोगामध्ये ते कुणालाच गुंतवणार नव्हते. राजन भिसेलासुद्धा अंधारातच ठेवू इच्छित होते.

डॉ. अतुल सोमाणींबरोबरचे सवंगडीही आता चांगल्या हुद्द्यावर होते. गोपाळ परदेशी त्याच्या प्रकृतीप्रमाणे मुंबईचा कमिशनर झाला होता. शरद शिंपी स्टेट बँकेचा मॅनेजर झाला होता, तर मोहम्मद खाटिक कलेक्टर पदावर होता. जोशी गुरुजींचे सर्वच विद्यार्थी चांगल्या पदावर काम करीत होते. म्हणून त्या गावाला एक चांगलीच परंपरा लाभली होती. या पोरांबरोबर नवागावचं नावही मोठं होत गेलं. ही मित्रमंडळी दिवाळीनिमित्त मात्र आवर्जून भेटत असत. त्यामुळेच एकमेकांमध्ये पूर्वीचा जिव्हाळा टिकून राहिला होता. कालांतराने गावात किश्या वळवीचा विषय बाद होत गेला होता. पण डॉ. सोमाणींच्या मनात तो अजूनही पूर्वीइतकाचा ताजा होता.

दरम्यान काळात मात्र नवागाव अधोगतीला लागलं. पूर्वीइतकाच जिव्हाळा जरी होता तरी भरभराटीचे दिवस संपले होते. नवागावचा निसर्ग लोप पावला नसला तरी आजूबाजूची गावं ओसाड पडली होती. नवागावचं जंगल अबाधित राखायला अप्रत्यक्षपणे किश्याचा मृत्यूच कारणीभूत ठरला होता. किश्याच्या मृत्यूनंतर काही वर्षांत असेच प्रसंग घडत गेले. त्या जंगलात जाणारा प्राणी किंवा माणूस लुप्त होत असे, नाहीतर मृत बाहेर येत असे. त्यानंतर गावातीलच अशा दोन-तीन घटना घडल्या होत्या. त्यामुळेच तिथे कुठलीतरी अघोरी शक्ती-भूतपिशाच यांचं वास्तव्य असल्याचा बोभाटा या परिसरात झाल्याने उत्तरोत्तर तेथे घनदाट अरण्य वाढतच गेलं. तो तेवढाच भाग अरण्याने व्यापलेला दिसत होता. इतरत्र मात्र वाळवंटच झालं होतं. त्यामुळे पर्यावरणाचा असमतोल वाढीस लागला. वर्ष-प्रतिवर्ष उन्हाची झळ जास्तच जाणवू लागल्याने, जमिनीची धूप होऊ लागली. त्याने सरासरी वार्षिक उत्पन्नावर परिणाम झाला. सधन कुटुंबं दारिद्रयानं जखडली गेली. सर्वच वैफल्यग्रस्त झाले होते. डॉ. सोमाणींचे आई-वडील अजूनही नवागावातच होते. पण तिथलेही पूर्वीचे दिवस संपले होते. गरीब लोकांना पोटा-पाण्याची वाण पडू लागल्याने जंगलतोडीवरच त्यांचा उदरनिर्वाह होऊ लागला. त्यानेच आजची

परिस्थिती निर्माण झाली होती. वृक्षांमुळे हवेतील आर्द्रता वाढते आणि पावसाचे प्रमाणही पूर्णपणे वृक्षांवर अवलंबून असल्याने, पर्यावरणाचं महत्त्व निर्विवाद होतं. वृक्षतोडीमुळेच पाऊसमान एकंदरीत कमी व अनियमित झाल्याचं या गावावरून दिसून येत होतं. ऋतुचक्रावरही त्याचा परिणाम झाला होता.

पूर्वीसारखी शाळा व जोशी गुरुजी राहिले नसले तरी, शाळेतील संख्येवर परिणाम झाला नव्हता. जोशी गुरुजी व त्यांचे समकालीन म्हातारे अजूनही जिवंत होते. म्हणूनच नवागावातील नीतिमत्ता, प्रेम टिकून होतं. त्यांच्यासमोर लहानाची मोठी व हुद्द्यानंही पुढं मोठ्या झालेल्या पोरांचा या म्हाताऱ्यांना आजही तेवढाच अभिमान होता. या पोरांना नवागावसाठी काहीतरी विधायक कार्य करण्याची नेहमीच इच्छा असे. त्यामुळेच मोहम्मद खाटिक कलेक्टर होताच, या नवागावाचं नाव विकास कामात सवलतींच्या दरात अग्रक्रमावर होतं. डॉ. अतुल सोमाणीही आपल्या परीने गावाला पछाडलेले रहस्य उलगडण्याच्या प्रयत्नात होते. शरद शिंपीने बऱ्याच शेतकऱ्यांना कर्ज मिळवून देऊन, तेथील मुख्य व्यवसायाला चालना देऊन, पुन्हा भरभराटीला आणण्याचा प्रयत्न करत होता. गोपाळ परदेशीने मात्र किश्याच्या आई-वडिलांची जबाबदारी आपल्या शिरावर घेतली होती. असे जोशी गुरुजींचे अनेक विद्यार्थी, विविध क्षेत्रांतून या नवागावाला पुन्हा एकदा जोमाने पुढे येण्यास हातभार लावत होते. वैफल्यातून इथल्या लोकांना बाहेर काढत होते हे वेगळेच. विलक्षण व तेवढेच मनाला भिडून जाणारे प्रसंग घडत होते.

डॉ. अतुल सोमाणींनी पर्यावरण दिनानिमित्त विविध कार्यक्रमांमध्ये व्याख्याने दिली होती. त्यांनी व्याख्यानात आपलं गाव, आपले शिक्षक, तेथील भरभराट, मित्र या सर्वांचा संदर्भ देत व्याख्यानात रंग भरले होते. रं.ग. जाधवांच्या संभाषणातील काही वाक्यांचाही ते छोट्या प्रेक्षकांसमोर आवर्जून उल्लेख करीत असत.

दिवसभर कार्यक्रम असल्याने ते आज विभागातही गेले नव्हते. त्यामुळे त्यांचा विद्यार्थी राजन भिसे याच्याशीही त्यांना चर्चा करता आली नव्हती. दिवसभराच्या सतत व्याख्यानांनी त्यांना थकवा आला होता. म्हणून ते सरळ घरीच आले. घरी येताच त्यांच्या बायकोने हातात तार दिली... गावाकडूनच तार आली होती... व्याख्यानासाठीची... मनोमनीच डॉ. सोमाणींनी जाण्याचा निर्णय घेऊन टाकला होता.

चाळीस वर्षांपूर्वीच्या त्या गावात खूपच बदल झाला होता. शाळेतलं वातावरणही बदललं होतं. पूर्वीची प्रसन्नता आज दिसत नव्हती. गाव भरलेलं असूनही एक प्रकारे ओसाड, भकास वाटत होतं. विद्यार्थीही शुष्क वाटत होते. कदाचित आपण मोठे झालो म्हणून असं वाटत असावं. कारण प्रत्येकालाच आपापलं बालपण रम्य

वाटत असतं. या मुलांनाही कदाचित हे त्यांचं विश्व सुंदर भासत असेल. आपण जगात सगळीकडे फिरल्याने आपलं विश्व रुंदावलं असेल... या बिचाऱ्या मुलांचं विश्व छोटंसंच असल्याने ते त्यात निश्चितच खूश असतील असंच डॉ. सोमाणींना वाटत होतं.

डॉ. सोमाणींच्या व्याख्यानालेला सारा गाव लोटला होता. या अतुलवर गावकऱ्यांचं अजूनही विलक्षण प्रेम असल्याने त्यांच्या व्याख्यानाला गावातील अबाल-वृद्धांसोबतच तरुण वर्गही आला होता. गावाला मोठं करणारी ही कालची पोरं आजच्या या तरुण वर्गाचं प्रेरणास्थान होती. व्याख्यानाअगोदर डॉ. अतुल सोमाणींनी जोशी गुरुजींना नमस्कार केला. ऐंशीच्या घरात असलेल्या जोशी गुरुजींनी आपल्या कापणाऱ्या हातांनी डॉ. सोमाणींच्या डोक्यावर हात ठेवला होता. जोशी गुरुजींच्या डोळ्यात कृतार्थतेची भावना उमटून गेली होती. उच्च पदस्थ विद्यार्थी जेव्हा आपल्या शिक्षकांना भेटतात, तेव्हा ज्या भावना एकत्र होतात, त्याच काहीशा भावना जोशी गुरुजींच्या होत्या. शरीर थकलेले असतानाही ते आपल्या या लाडक्या विद्यार्थ्यांच्या व्याख्यानाला हजर राहिले होते.

व्याख्यान देताना डॉ. अतुल सोमाणींच्या पूर्वस्मृतींनाच उजाळा मिळत होता. पर्यावरणाचं महत्त्व विशद करून आज पर्यावरणाची स्थिती वेगाने खालावत चालल्याची खंत त्यांनी व्यक्त केली. हा ऱ्हास असाच होत राहिला, तर मानवाचे पृथ्वीवरून उच्चाटन होण्यास वेळ लागणार नाही. या आधुनिक समजल्या जाणाऱ्या विज्ञानयुगात, मानवाने प्रगतीच्या परिसीमा जरी ओलांडल्या असल्या तरी त्याच प्रमाणात संकटेही ओढवून घेतली आहेत. अफाट औद्योगिकीकरण व शहरीकरणामुळे निसर्गाची हत्या अनियंत्रित वाढत गेली. त्याचाच परिणाम वातावरणात कार्बन-डाय-ऑक्साइडचे प्रमाण वाढण्यात झाला. धुराच्या रूपाने कार्बन-डाय-ऑक्साइड हवेत सोडला जाऊ लागला. याचाच परिणाम म्हणजे हरितगृह अथवा काचगृह. यामध्ये उष्णता आतमध्ये शोषली जाते, पण त्या प्रमाणात ती बाहेर फेकली जात नाही. त्यामुळे वातावरण उबदार बनते. तसेच धुरामुळे आणि कार्बन-डाय-ऑक्साइडमुळे सूर्यप्रकाश पृथ्वीवर पोहोचतो, पण परावर्तित होत नसल्याने पृथ्वीचं सरासरी तापमान वाढतं. हे असंच चालत राहिलं तर ध्रुवीय प्रदेशातील बर्फ वितळायला वेळ लागणार नाही व त्याने महानगरे धोक्यात येतील. ही खरोखरच गंभीर बाब असल्याचं सांगून डॉ. सोमाणींनी ओझोन थराच्या होत असलेल्या ऱ्हासाबद्दल व संकटाबद्दल माहिती दिली. वेळीच आपण जागं झालं पाहिजे, तरच पृथ्वीवरील स्वकीय आक्रमण थांबवणं शक्य होईल. हे तुम्हा-आम्हा सारख्यांच्याच हातात आहे. शेवटी जाता-जाता आपल्या लहानपणीच्या किश्या वळवीच्या मृत्यूचा उल्लेख करून समोरील जनसमुदायास डॉ. सोमाणींनी हेलावून सोडलं होतं.

किश्याच्या मृत्यूने माझ्या शैक्षणिक जीवनालाच कलाटणी मिळाली. त्याचाच पाठपुरावा मी माझ्या संशोधनात करीत आलो, आजही करीत आहे. कदाचित आपणासमोर किश्याच्या मृत्यूचं सत्य लवकरच बाहेर पडेल आणि मानवासाठी त्याचा मृत्यू वरदानच ठरेल. किश्याच्या निमित्ताने तरी नवागावाचं पर्यावरण अबाधित राखलं गेलं आहे, हे थोडं नाही.

डॉ. सोमाणी भरभरून बोलत होते. गावकरी, विद्यार्थी मंत्रमुग्ध होऊन ऐकत होते. शेवटी व्याख्यान कधी संपलं कुणालाच कळलं नव्हतं. व्याख्यानानंतर त्यांच्याभोवती एकच गलका झाला. त्यात त्यांचं कुटुंबही सामील झालं होतं. डॉ. सोमाणींचे आई-वडील कृतार्थपणे आपल्या मुलाचं उत्तुंग अस्तित्व अनुभवत होते. समाधान त्यांच्या चेहऱ्यावर ओसंडून वाहत होतं.

रात्र झाली होती... सारं गाव शांतपणे पहुडलं होतं. डॉ. सोमाणी निश्चयाने, चाहूल न लागता उठले. नवागावला येण्याअगोदरच त्यांनी निश्चय केला होता. त्याचप्रमाणे वागत होते. यात कुणालाही सामील करून घेण्याची त्यांची इच्छा नव्हती. त्यामुळे रात्रीच त्यांनी घरातून बाहेर पाऊल टाकलं. आजपर्यंत मनात घोळणाऱ्या संशोधनाचं फलित त्यांना हवं होतं. आवश्यक तेवढी सामग्री हाताशी घेऊन ते बाहेर पडले. बाहेर स्वच्छ चांदणं पडलं होतं. दूरवर कुत्र्यांच्या भुंकण्याचा आवाज येत होता. शोध-प्रतिशोधाची मालिका आता खऱ्या अर्थाने सुरू झाली होती. डॉ. सोमाणींनी शाळेच्याच मागील बाजूने जंगलात प्रवेश केला. आज कुठलीही भीती त्यांच्या मनात नव्हती. चाळीस वर्षांपूर्वीची पायवाट ते अजूनही विसरले नव्हते. अखंडपणे ते चालत राहिले. इच्छित स्थळ येईपर्यंत ते चालतच राहणार होते. पूर्वीच्या खाणाखुणा बदलल्या असल्या तरी त्यांना परिसर ओळखायला वेळ लागणार नव्हता.

शेवटी ते त्या ठिकाणी येऊन ठेपले. चांदण्याच्या प्रकाशात, त्यांना चाळीस वर्षांपूर्वीचा प्रसंग जसाच्या तसा आठवून गेला. क्षणभरच ते शहारले, किश्याच्या आठवणीने... येथेच तो गडप झाला होता, तो का झाला होता? त्याचंच उत्तर आज त्यांना सापडणार होतं. आजूबाजूचा परिसर त्यांनी पुन्हा न्याहाळून काढला. निरीक्षणातून काही परिणामही त्यांनी पडताळून पाहिले. अखेर त्यांना त्या झाडाचं व तेथील वनस्पतींचं अवलोकन, निरीक्षण करून आपल्या परिणामांचा मेळ घालावयाचा होता. त्यानुसार त्यांनी तिकडे पावलं टाकली. जसजसे ते त्या स्थळी जाऊ लागले, तसतशी एक अनामिक शक्ती तेथे असल्याचा भास त्यांना झाला. पण तो भासच होता. ते तसेच पुढे जात राहिले आणि स्वत:ला नकळत एखाद्या विवरात लोटल्यासारखे खेचले जाऊ लागले. त्याची जाणीव होताच त्यांनी स्वत:ला

सावरण्याचा प्रयत्न केला, पण तो व्यर्थ ठरला. ते वेगाने त्या झाडाच्या काळोखात ओढले जाऊ लागले. त्यांना त्यांच्या संशोधनाचे परिणाम मिळाले होते. हे असे का? याचं उत्तर त्यांना मिळालं होतं; पण आता मात्र त्यांच्याजवळ वेळ नव्हता. उपकरणांअभावी यातून बाहेर पडणं शक्य नव्हतं. त्यांच्या प्रयोगाचा आरंभ व सांगताही त्यांच्याबरोबरच होणार होती. सरतेशेवटी आपण केलेल्या संशोधनाचं चीज झाल्याचं समाधान त्यांच्या चेहऱ्यावर होतं. जगासमोर जरी ते आज येऊ शकलं नाही, तरी उद्या कुणीतरी ते शोधून काढणारच याची खात्री त्यांना होती. किश्याच्या मृत्यूची उकल स्वत:ची आहुती देऊन ते करत होते. क्षणार्धात डॉ. सोमाणी अंधारात विलीन झाले.

गावाला भल्या पहाटे बातमी लागताच डॉ. सोमाणींच्या घरात आरडाओरडा सुरू झाला. वाऱ्यासारखी बातमी गावात पसरताच हाहाकार माजला. डॉ. सोमाणींच्या तथाकथित घटित मृत्यूने सारा नवागाव शोकसागरात बुडून गेला. मरण अवकळाच नवगावावर आली. डॉ. सोमाणींच्या कुटुंबीयांना सांभाळणं केवळ अशक्य झालं होतं. डॉ. अतुल सोमाणी प्रसिद्ध शास्त्रज्ञ असल्याने त्यांच्या मृत्यूची बातमी तालुका, जिल्हा, राज्य पातळीवर न राहता राष्ट्रीय-आंतरराष्ट्रीय स्तरावर पसरली होती. त्यांच्या मृत्यूने अतीव दु:ख झाल्याचं सांगून एक महान शास्त्रज्ञ गमावल्याचं भारताच्या पंतप्रधानांनी आपल्या शोकसंदेशात म्हटलं होतं. आंतरराष्ट्रीय स्तरावरील त्यांच्या मित्रांचा शोकसंदेशांचा पाऊस पडू लागला. एक महान पर्यावरणतज्ज्ञ व वनस्पतिशास्त्रज्ञ गमावल्याचं त्यात नमूद केलं होतं.

डॉ. सोमाणींच्या मृत्यूची बातमी वेगाने पुण्याला त्यांच्या विभागात येऊन धडकली. त्यांचा विद्यार्थी राजन भिसे या त्यांच्या आकस्मिक निधनाच्या वार्तेमुळे सुन्न झाला. आताच तर कुठे त्यांच्या संशोधनातील तारा जुळू लागल्या होत्या आणि हे त्यांचं अर्ध्यावरच जाणं त्याच्या मनाला लागून गेलं. विभागात कंडोलन्स मीटिंग घेऊन त्यांना आदरांजली वाहण्यात आली. वनस्पतिशास्त्र व पर्यावरणशास्त्र हे विभाग आता ओस पडले होते.

डॉ. सोमाणींच्या मृत्यूची पोलीस-चौकशी व तपासणी होऊन, त्यांचाही मृत्यू गूढ व आकस्मिक म्हणूनच पोलीस-दफ्तरी नोंद झाली. त्यात विशेष प्रगती कुणालाच करता आली नव्हती.

राजन भिसे... डॉ. सोमाणींचा संशोधक विद्यार्थी. या धक्क्यातून त्याने स्वत:ला सावरलं. डॉ. सोमाणींच्या अनुपस्थितीतही त्यांचं संशोधन पुढे चालू ठेवायचा निर्णय त्यानं घेतला. त्यांच्या कल्पनांचा पाठपुरावा करण्याचा निश्चय त्याने केला. त्यांच्या गूढ मृत्यूची उकल व शहानिशा करण्याच्या निमित्ताने राजन त्यांच्या

गावीही जाऊन आला. डॉ. सोमाणींच्या कुटुंबीयांचं सांत्वन त्याने केलं व त्यांच्या संशोधनाचा पाठपुरावा करण्याचं आश्वासनही त्याने दिलं. त्यानिमित्ताने गावातील विविध तरुण, अबाल-वृद्धांशी त्याने चर्चा केली. त्यात त्याला धक्कादायक गोष्टी कळाल्या. डॉ. सोमाणींचाही मृतदेह रानात सापडणं, त्यांचा बालपणीचा मित्र किश्याचा मृत्यूही तेथेच होणं, त्याच्याच मृत्यूच्या आघाताने संशोधन करणं व शेवटी स्वत:च्याच मृत्यूची परिणतीही त्याच दिशेने होणं... या सर्वच विलक्षण रहस्यमय भासणाऱ्या गोष्टी कळाल्यानंतर राजन सुन्न झाला. यात नेमकी दिशा त्याला सापडत नव्हती. डॉ. सोमाणीही याविषयी कधी बोलल्याचं त्याला आठवत नव्हतं. पण इकडे गावी येण्याच्या आदल्या दिवशी तुझ्याशी महत्त्वाचं बोलायचंय एवढंच सांगितल्याचं राजनला आठवत होतं. त्यानंतरची भेट ही त्यांच्या मृत्यूची बातमी घेऊन आली होती. त्यांना काय बोलायचं असेल या विचारानेच त्याच्या तारा नेमक्या डॉ. सोमाणींनी दिलेल्या संशोधन विषयाशी जोडल्या गेल्या. त्याचाच पाठपुरावा करण्याचं राजननं ठरवलं. डॉ. सोमाणींनी याची नोंद निश्चितच कुठेतरी केली असावी असा विश्वास राजनला होता. त्यानुसारच पुढील पावलं टाकण्यास त्याने सुरुवात केली.

राजन भिसे झपाटल्यागत कामाला लागला होता. प्रथम डॉ. सोमाणींची काही हस्तलिखिते मिळतात का म्हणून तो शोधण्याचा प्रयत्न करू लागला. त्यांच्या केबिनमधील फाइलन्‌फाइल तो चाळू लागला. कुठेतरी निश्चितच नोंद डॉ. सोमाणींनी केली असेल असा ठाम विश्वास त्याला वाटत होता. कागदपत्रांची चाळण करीत असताना डॉ. सोमाणींच्या संशोधनाची व त्यांच्या आवाक्याची कल्पना राजनला आली. अफाट संशोधन त्यांनी केलं होतं. विविध विषय हाताळल्याचीच ती पावती होती. अमेरिका, इंग्लंडसारख्या देशातील महत्त्वाच्या संस्थांशी व विद्यापीठांशी त्यांचा पत्रव्यवहार होता. राजनच्या हे सर्व आवाक्याबाहेरचं होतं. कारण तो स्वत: वनस्पतिशास्त्राचा विद्यार्थी नसून जैव-भौतिकशास्त्राचा पदवीधर होता. पण स्वत:च्याच आवडीनुसार त्याने डॉ. सोमाणींना मार्गदर्शक म्हणून निवडलं होतं. कारण राजनला वेगवेगळी किरणे व मूलकणांचा वनस्पतींवर होणाऱ्या परिणामांचा अभ्यास करायचा होता. ऊर्जास्रोत त्याला शोधायचा होता. या किरणांद्वारे वनस्पतींमधील रहस्ये उलगडण्यात त्याला रस होता. म्हणूनच त्याला योग्य मार्गदर्शक हवा होता आणि तो डॉ. सोमाणींच्या रूपाने राजनला मिळालाही होता.

राजननं डॉ. सोमाणींना आपल्या विषयाशी सांगड घालणाऱ्या संशोधनाची इच्छा व्यक्त करताच डॉ. सोमाणींनी त्याला तत्काळ आपल्यात सामावून घेतला होता. राजनही त्यांना भावून गेला होता. अशाच हुशार विद्यार्थ्याची त्यांना त्यांच्या

संशोधनासाठी आवश्यकता होती, आणि तोही भौतिकशास्त्राचा पदवीधर असलेल्या राजनच्या रूपाने मिळाला होता. लहानपणापासून त्यांच्या मनात घोळणाऱ्या प्रश्नाचं उत्तर नकळतपणे राजनला शोधण्यास त्यांनी सांगितलं होतं. प्रकाशसंश्लेषणाबरोबरच वनस्पतींवर होणाऱ्या विविध किरणांचे परिणाम हा विषय हाताळायला राजन समर्थ असल्याचं त्यांच्या निदर्शनास आलं होतं. म्हणून राजन त्यांच्या योग्यतेला पात्र ठरला होता.

डॉ. सोमाणींचं संशोधन, कागदपत्रे, शोधनिबंध चाळत असताना व त्यांच्या मृत्यूचं रहस्य कुठे सापडतंय का हे शोधत असताना राजनच्या मनात या विचारांनी एकत्रितपणे गोंधळ केला होता. त्याला डॉ. सोमाणींचा गतसहवास क्षणात आठवून गेल्याने, त्याचा कंठ दाटून आला. तेवढ्यात त्याच्या हाती ती फाइल लागली. उघडत असतानाच त्याने ती भराभर चाळून काढली. त्यात हस्तलिखिते होती. काही अबस्ट्रॅक्ट्स होते. मात्र एका हस्तलिखिताने त्याचं लक्ष वेधून घेतलं. त्यात किश्या वळवीचा मृत्यू, तो कसा झाला असावा या भाकितबरोबरच पुढील वाक्याने तो स्तिमितच झाला. त्याच्या तोंडून नकळत शब्द बाहेर आले,

"ओह! माय गॉड्!"

त्यात लिहिलं होतं —

किश्याचा मृत्यू कुठल्याही अनामिक, अघोरी किंवा भूत-पिशाचानं झाला नसून, वनस्पतीकडूनच त्याचा मृत्यू झाला असावा. त्या वनस्पती म्हणजेच नरभक्षक वनस्पती असाव्यात. अशा नरभक्षक वनस्पती आफ्रिकेच्या जंगलात सापडल्याचं यापूर्वी सिद्ध झाल्याचं त्यांनी नमूद केलं होतं. याचाच अर्थ किश्याच्या मृत्यूचा पाठलाग करता-करता, त्याच पद्धतीने डॉ. सोमाणी गेले होते. त्या वेळी निश्चितच त्यांचा हाती या विषयाचे योग्य परिणाम मिळाले असणार याची खात्री राजनला झाली. पण वेळेअभावी किंवा साधनांआभावी त्याच्यातून बाहेर पडणं त्यांना झालं नसावं. शेवटच्या क्षणी डॉ. सोमाणी गाफील राहिल्यानंच त्यांचा बळी गेला असावा... असंच राजनला विचाराअंती वाटलं.

आत्तापर्यंत अंधारात चाचपडणाऱ्या राजनच्या हाती योग्य माहिती मिळाली. त्यामुळे आता त्यालाही योग्य दिशा मिळणार होती.

योग्य दिशा मिळाल्याने या सर्वांचाच पाठपुरावा करण्याचा इरादा राजननं केला. डॉ. सोमाणींचं गाव हेच आता त्याच्या संशोधनाचं स्थळ राहणार होतं. त्या जंगलात वास करीत असलेल्या प्रत्येक वनस्पतीचं पृथक्करण तो करणार होता. मुख्यतः किश्या, डॉ. सोमाणी जिथे मृत्युमुखी पडले होते, त्या परिसरातील वृक्षांचा प्राधान्याने अभ्यास करणार होता. कारण असे नरभक्षक वृक्ष वा वनस्पती खरोखरच अस्तित्वात आहेत का, याचाच शोध त्याला घ्यायचा होता की अजून काही वेगळे

परिणाम त्याला मिळणार होते?

राजनला दिशा मिळाल्यापासून तो अहोरात्र झटत होता, अभ्यास करत होता. त्याचं आता एकच लक्ष्य होतं, ते म्हणजे डॉ. सोमाणींच्या संशोधनाचे परिणाम बाहेर आणायचे. त्यासाठी तो दिवसाचे चोवीस तास काम करू लागला. विविध संदर्भग्रंथ चाळू लागला.

वाचनाबरोबर काही प्रयोगही राजन प्रयोगशाळेत करून पाहू लागला. प्रकाशसंश्लेषणाची जटिल प्रक्रिया तो आपल्या प्रयोगशाळेत विविध वनस्पतींवर निरीक्षण करून पाहू लागला. साधारणपणे कार्बन-डाय-ऑक्साइडपासून वनस्पतींच्या शरीरातील कार्बनी पदार्थ तयार होणे ही अत्यंत गुंतागुंतीची मूलभूत प्रक्रिया हरितद्रव्ये असलेल्या वनस्पतींसाठी पडताळून पाहू लागला. राजनने निरीक्षण केलेली प्रकाशसंश्लेषण प्रक्रिया खालील प्रमाणे होती.

$$\text{कार्बन-डाय-ऑक्साइड} + \text{पाणी} \xrightarrow[\text{क्लोरोफिल}]{\text{प्रकाश ऊर्जा}} \text{कार्बोहायड्रेट्स} + \text{ऑक्सिजन}$$

प्रकाशऊर्जेचे रासायनिक ऊर्जेत रूपांतर राजन विविध वनस्पतींपासून मिळवू लागला. ही तर निसर्गातील नित्याचीच बाब होती. या आधारे तो त्याच्या लक्ष्यापर्यंत पोहोचू शकत नव्हता. त्यासाठी त्याने उपलब्ध वनस्पतींवर विद्युत चुंबकीय वर्णपटलातील विविध दृश्य किरणांसोबतच अदृश्य किरणे म्हणजे जांबूपार (Ultraviolet) व अतिनील (Infrared) किरणांच्या साहाय्याने वनस्पतींतील ऊर्जांतरणांचा अभ्यास केला. यापुढेही जाऊन वनस्पतींतील ऊर्जा शोषणाऱ्या क्रोमोझोम्सवरही त्याने प्रकाश टाकण्याचा प्रयत्न करून, अतिभेदक किरणांचा म्हणजेच अल्फा, बीटा, गॅमा, मूलकण यांसारख्या किरणांचा मारा करून, वनस्पतींची संवदेनक्षमता पाहिली. सर्वांगाने वेगवेगळ्या वनस्पतींचा त्याने अभ्यास करून पाहिला. या सर्वांचा अभ्यास केल्यानंतरच तो ज्या वनस्पतींमुळे डॉ. सोमाणींना मृत्यू आला त्या वनस्पतींचा अभ्यास करणार होता.

दरम्यान राजन डॉ. सोमाणींच्या गावी नवागावाला जाऊन जेथे किश्या व डॉ. सोमाणींचा मृत्यू झाला होता तेथील सर्व वनस्पतींचं अवलोकन करून, त्यांचे नमुने घेऊन आला. हे करीत असताना गावकऱ्यांनी त्याला तिथे जाण्यास मज्जाव केला होता; कारण तेथे भूत-पिशाच वावरतात ही त्यांची समजूत अजूनही ठाम होती. किंबहुना डॉ. सोमाणींच्या मृत्यूने ती अधिक वाढली होती. या सर्वांना न जुमानता राजन तेथे गेला व सुखरूप परतही आला. आल्या-आल्याच त्याने प्रयोगशाळेचा ताबा घेतला.

आतापर्यंतचे सर्व उपलब्ध तंत्र राजनने या वनस्पतींच्या पृथक्करण प्रक्रियेसाठी

वापरले. नेमकी तीच प्रक्रिया इथेही घडत असताना डॉ. सोमाणींचा मृत्यू कशाने ओढवला असेल हे एक कोडंच राजनला पडलं होतं. सर्वसाधारण प्रकाशसंश्लेषणाचीच क्रिया यात घडत असताना अशा कुठल्या बलाने डॉ. सोमाणींचा मृत्यू ओढवला होता? राजन पुन्हा संदर्भ ग्रंथ चाळण्यात मग्न झाला. त्याच वेळेस विभागातील वीज खंडित झाली होती. मात्र बाहेरून कुठूनतरी प्रकाश आत येत असल्याने राजन तेथेच विचारमग्न बसून राहिला. बराच वेळ तो तसाच बसून राहिला. विचारात वेळ किती झाला याचं भानच त्याला नव्हतं. खंडित झालेली वीज पुन्हा काही वेळाने आल्यानंतर राजनच्या विचारांची शृंखला तुटली.

राजन उठून पुन्हा त्याच्या प्रायोगिक उपकरणांजवळ आला. विचारात त्याने त्या वनस्पतीला हात लावला व त्या छोट्याशा वनस्पतीत मात्र त्याला विलक्षण काहीतरी जाणवलं. त्या क्षणी त्याने आपले हात तेथून बाजूला नेले. त्याच्या चेहऱ्यावरील भाव तत्परतेने बदलत गेले. तेथे काहीतरी निश्चितच घडलं होतं. पुन्हा हात लावला तर तो झटका त्याला बसला नव्हता. याचाच अर्थ ही वनस्पती भारांकित (charged) झाली असावी. तिच्यावर ऋण व धन कण जमा झाले असावेत. ते तेव्हाच शक्य आहे, जेव्हा प्रकाशसंश्लेषणांतून ऑक्सिजन वेगळा झाला असेल. हे कसं शक्य आहे? मघाशी वीज खंडित झाली त्याचाच तर हा परिणाम नाही? तेवढ्यात राजनच्या डोक्यात लख्ख प्रकाश पडला. वीज खंडित झाली तरी प्रयोगशाळेत कुठूनतरी परावर्तित प्रकाश प्रयोगसंचापर्यंत पोहोचत होता आणि किश्या आणि डॉ. सोमाणींचा मृत्यूही असाच रात्रीच्या परावर्तित प्रकाशात झाला होता. याचाच अर्थ परावर्तित प्रकाशाचा या वनस्पतींवर परिणाम होत होता. त्यानेच त्याची मूळ क्रिया बदलत होती. राजनचे विचारचक्र भराभर फिरू लागले.

राजनने प्रयोगशाळेतील लाइट बंद करून फक्त परावर्तित प्रकाशच पडेल असा उपकरणांचा संच लावताच, मागचीच पद्धत पडताळून पाहिली व तोच विलक्षण अनुभव त्याला आला. हे संशोधन नवीन होतं. एवढ्याशा वनस्पतीत बरीच ऊर्जा साठवली जात असल्याचं त्याच्या लक्षात आलं. त्याने पुन्हा पुन्हा प्रयोग करून पाहिले. प्रत्येक वेळी तसाच अनुभव त्याला आला. यामागचं भौतिक कारण त्याला शोधायचं होतं. त्यासाठी रात्रीचे दोन वाजून गेले तरी तो त्यामागील कारण शोधण्यात गुंतला होता.

...आणि शेवटी ते सापडलं होतं. त्यामागचं कारण म्हणजे त्या वनस्पतीमधील क्लोरोफिल (हरितद्रव्ये) हे परावर्तित प्रकाशात जास्त संवेदनाक्षम होते. त्यामध्ये परावर्तित प्रकाश शोषल्याने क्लोरोफिलचे पस्फुरण आणि उत्तेजन होऊन स्वत:च अदृश्य प्रारणे बाहेर पडत होती. पण यामुळे प्रकाशसंश्लेषणातून वेगळ्या झालेल्या ऑक्सिजनमध्ये ही अदृश्य प्रारणे शोषली जाऊन ऑक्सिजनचे पूर्णत: आयनीभवन

(Ionization) होत असल्याचे राजनच्या लक्षात आले. त्यानेच ऋण व धन कण वेगळे होऊन वनस्पतीवर विद्युत क्षेत्र तयार झाले. हीच वनस्पतीची खरी खासियत होती. हे एक नैसर्गिक पटलच तयार झालं होतं... इंधन देणारं. हा एक प्रकारे फोटोव्होल्टाइकच (photovoltaic) तयार झाला होता. यापासून आता प्रचंड विद्युत ऊर्जा निर्माण करता येणार होती... आणि ती होते, हे किश्या आणि डॉ. सोमाणींच्या मृत्यूने सिद्ध झालं होतं. रात्रीच्याच वेळी परावर्तित प्रकाशाने त्या वृक्षाभोवती प्रचंड विद्युत दाब निर्माण होऊन त्या वृक्षांच्या सान्निध्यात किंवा क्षेत्रात येताच, डॉ. सोमाणींचा व किश्याचा मृत्यू ओढवला होता हेच ते कारण होतं. वीज देणारा नैसर्गिक इंधन घटच मानवाला सापडला होता! राजन या शोधाने हर्षभरित झाला. अनपेक्षितपणे नैसर्गिक ऊर्जास्त्रोताचा शोधच त्याला लागला. सकाळीच हे संशोधन प्रसिद्ध होणार होतं.

राजनच्या, पर्यायाने कै. डॉ. अतुल सोमाणींच्या या संशोधनाला जगन्मान्यता लाभली. त्याबरोबरच राजनचं नाव शिरपेचात खोवलं गेलं. भारतातील प्रमुख शास्त्रज्ञांच्या उपस्थितीत राजनने डॉ. सोमाणींच्या गावी जाऊन हे सिद्ध करून दिलं. तेथील गावकऱ्यांनाही चांदण्या रात्री सर्वांसमक्ष जिथे किश्या व डॉ. सोमाणींचा मृत्यू झाला होता तेथेच प्रमुख शास्त्राज्ञांनाही नेऊन तो प्रयोग करून दाखवला. तो एक खरोखरच विलक्षण अनुभव होता. त्या वृक्षाकडे जैविक प्राणी एखाद्या बलासारखे खेचले गेल्याचे पाहून सारेच स्तिमित झाले होते. हे कुठलंही भूत-पिशाच नसून निखळ विज्ञान आहे असे स्पष्टीकरण देताच सारे गावकरी थक्क होऊन, विज्ञानाचा साक्षात्कार पाहत होते. निसर्गाचा तो एक आविष्कार होता आणि तो लीलया मानवाने शोधून काढला होता. त्यासाठी डॉ. सोमाणींसारख्यांनी आहुती दिली होती.

भारत सरकारने हा नैसर्गिक प्रकल्प राजनच्या अध्यक्षतेखाली समितीकडे सोपवला. एक पारंपरिक ऊर्जा मानवाने मिळवली. कै. डॉ. सोमाणी व राजनना विविध पुरस्कारांनी सन्मानित करण्यात आलं. या निमित्ताने राजन भिसेची राष्ट्रीय-आंतरराष्ट्रीय पातळीवर व्याख्याने, सत्कार झाले. प्रत्येक वेळी तो हे डॉ. सोमाणींचेच परिश्रम असल्याचे सांगत राहिला व मी निमित्तमात्र, असं म्हणत राहिला. या वीज प्रकल्पाच्या निमित्ताने हा महान शास्त्रज्ञ घराघरांत पोहोचला असल्याचं तो नमूद करत राहिला. त्यांचं स्मरण त्यांच्या स्मृतिदिनी नेहमीच व्हावं ही सदिच्छा करीत राहिला.

येत्या पर्यावरण दिनानिमित्त डॉ. राजन भिसेला नवागावामधील मराठी शाळेचं आमंत्रण आलं. ते निमंत्रण त्यांने आनंदाने स्वीकारलं.

◆

जन्म

शरीराच्या कुठल्यातरी भागातून एक आर्त कळ उठून सावकाशपणे त्याच्या मेंदूपर्यंत पोहोचली. एखादा शारीरिक अवयव अथवा इलेक्ट्रॉनिक सरणी उद्दीपित करण्यासाठी कळस्पंद लागते, तशीच त्या कळेने एखाद्या कळस्पंदासारखाच त्याचा मेंदू उद्दीपित केला होता. शरीरातील काही अवयवांच्या हालचालीने ती कळ तरंगाप्रमाणे काही मायक्रोसेकंदात पोहोचली होती. त्याच्या मृतवत शरीराची मुख्य यंत्रणा आता कार्यरत झाली होती, पण त्याचा मेंदू पूर्ण कार्यान्वित होण्यास काही काळ लोटणार होता. मेंदू पूर्ण कार्यान्वित होताच, तो त्याच्या इतर शिथिल अवयवांना संदेश पाठवून उद्दीपित करणार होता... त्याची जडण-घडण तशीच होती की तो मानव असूनही वेगळा होता, हे भविष्यकाळच सांगणार होता... किंवा तो पूर्णत: सुप्तावस्थेतून बाहेर आल्यानंतरच कळणार होतं.

त्याने हळूहळू शरीराची हालचाल करण्यास सुरुवात केली. प्रारंभी हालचाली संथ होत्या, डोळ्याला न दिसणाऱ्या. पण हृदयाच्या झडपा कार्यरत झाल्यानंतर मात्र, गोठल्यासारखं वाटणारं रक्त त्याच्या असंख्य धमन्यांमधून वाहू लागलं. तशी त्याची शिथिलता जाऊन अवयवांच्या हालचाली वेगवान होत होत्या. प्रथम श्वासोच्छ्वासाची जाणीव होताच त्याने आपले डोळे सावकाश उघडले. डोळे उघडताना ते पाऱ्यासारखे अवजड वाटत होते. तरीही किलकिल्या डोळ्यांनी त्याने बाहेरचा कानोसा घेण्यास सुरुवात केली. त्याचे कर्णही कार्यरत झाले. पण वातावरण अतिशय शांत असल्याने त्याची जाणीव त्याला होत नव्हती... आपण कोण आहोत हा प्रश्न त्याच्या मन:पटलावर अजून उमटलाच नव्हता... कारण त्याचं मन, हृदय एखाद्या पाषाणासारखं झालं होतं. त्याने हळूच उठण्याचा प्रयत्न केला आणि त्यात तो यशस्वीही झाला. सहजपणे त्याला उठता आले नसले तरी महत्प्रयासाने तो उठून बसला. त्यानेच त्याला बाह्यजगाची जाणीव झाली. त्याचं बाह्यांग अंतरंगापेक्षा वेगळं होतं. आतील अवयवही सर्व मानवीच होते. पण त्वचा एखाद्या लवचीक धातूसारखी होती. म्हणूनच तो उठून बसला तेव्हा शिशाचा पातळ

पत्रा वाकावा तसा तो वाकत होता. त्यामुळे त्याच्या छातीवरील हालचाल दिसतच नव्हती. डोळ्यांच्या पापण्याही अशाच प्लास्टिकच्या बाहुलीसारख्या उघड्याच राहत होत्या. एव्हाना तो उठून उभा राहिला. दिसताना तो मानवच दिसत असला, तरी मानवापेक्षा त्याच्यात वेगळेपणा होता याची त्याला अजूनही जाणीव नव्हती आणि हे वेगळेपण किती काळपर्यंत टिकेल याचीही कल्पना नव्हती. ही सर्व माहिती त्याच्या मेंदूत साठलेली होती. आणि कालांतराने ती निश्चितच बाहेर पडणार होती. कारण वातावरणानुसार त्याच्यातील गुणधर्म बदलणार होते. म्हणूनच आपण कोण आहोत, हे त्याने अजून ओळखलंच नव्हतं. त्याची सारासार विचारशक्ती अजून अचेतन अवस्थेत होती. म्हणूनच तो मानव आहे की अजून कोणी ही कोंडी तोच फोडणार होता.

त्याने निर्धाराने पहिलं पाऊल पुढे टाकलं. दुसरं... तिसरं... तो पुढे जाऊ लागला... रात्रीचा घनदाट अंधार असल्याने तो दिशाहीन चालत राहिला. त्याचे डोळे... त्याचे डोळे मात्र समोरच्या वातावरणाचा वेध घेत होते. पण निर्मनुष्य व कोरड्या जंगलाव्यतिरिक्त त्याला दुसरं काहीही दिसत नव्हतं. रातकिड्यांची किरकिर नाही की सापांची सळसळ नाही... अगदी काळ गोठल्यासारखं वातावरण. अंधारकोठडी... तरीही तो पुढे जातच राहिला रात्र संपेपर्यंत. थकवा किंवा इतर इंद्रियांचा ताण जाणिवांपलीकडे होता. म्हणूनच तो किती अंतर चालून आला याची जाणीवच त्याला नव्हती. त्याचा मेंदू या साऱ्या बदललेल्या घटित वातावरणाची नोंद करीत होता.

...क्षितिजापलीकडून सूर्याचा लाल गोळा बाहेर येताच मात्र तो सावध झाल्यासारखा दिसला... त्याच्या इंद्रियांपर्यंत परावर्तित लाल तरंगलांबी असलेली सूर्यकिरणे पोहोचून, अचेतन अवस्था जागृत होऊ पाहत होती. तो तसाच पुढे जात राहिला. तसतसा सूर्यही प्रखर होऊन त्याच्यावर किरणांचा मारा करू लागला. तो जास्तच तटस्थपणे भूतलावर अवलोकन करू लागला... त्याचवेळेस अवलोकनात त्याला सारं उद्ध्वस्त झाल्याचं आढळून आलं. जमिनीची धूप होऊन ती नापीक झाल्याची नोंद त्याने केली. कुठे-कुठे जमीन अखंड दुभंगली होती. सारं जंगलच भस्मसात झालं होतं. प्राथमिक अवस्थेत त्याच्या डोळ्यांनी हे टिपून हृदयापर्यंत पोहोचवलं होतं. मन:पटलावर कोरलं गेलं होतं. सूर्य कलत गेला, तसं त्याच्या त्वचेवरील धातूचं आवरण गळून पडू लागलं.

...तसा त्याला थकवाही जाणवू लागला. परिस्थितीचं गांभीर्य लक्षात येऊन, आपण पूर्ण मानवच आहोत याची जाणीव त्याला झाली. आपण नेमके कोण आहोत हे जाणून घेण्यासाठी पुन्हा एकदा मेंदूला ताण देत असतानाच एक उद्ध्वस्त मृतवत शहर त्याला दिसलं. आणि चटकन त्याच्या लक्षात आलं,

आपण स्वत: एक जैवविज्ञानिक डॉ. शंकर माणदिवे आहोत. ही आठवण होऊन तो भयानक थरारला. त्याच्या चेहऱ्यावरचे हावभाव सहजपणे बदलत गेले. मनश्चक्षूवर शब्द उमटले. मला ज्याची भीती वाटत होती, शेवटी तेच झालं. आता त्याचीच शहानिशा करण्यास डॉ. शंकर माणदिवे त्या उद्ध्वस्त शहराकडे धडधडत्या हृदयाने निघाले.

...शहरात शिरताच ते सुन्न झाले. अपेक्षित पण अनपेक्षितपणे घडलं होतं. शहरातून प्राणिजातच नष्ट झाली होती. ठिकठिकाणी फिरून त्याची शहानिशा डॉ. माणदिव्यांनी करून घेतली. घरादारांची पडझड झाली होती. जागोजागी मृतदेह पडले होते. ही स्थिती या शहराचीच नसून साऱ्या पृथ्वीतलावरचीच आहे हे त्यांच्या लक्षात येताच ते शहारून गेले. म्हणजे मानवजातच संपुष्टात आली नसून, सजीव विश्व नष्ट झालं होतं. सजीव प्राण्यांव्यतिरिक्त तेच एकटे या भूतलावर अस्तित्वात होते... त्यांच्या डोळ्यातून प्रथमच घळाघळा अश्रू वाहू लागले... आणि त्या वाहणाऱ्या अश्रूंमध्ये त्यांना आपला संपूर्ण भूतकाळ दिसू लागला....

प्रोफेसर शंकर माणदिवे, भारतातील एक अग्रगण्य जैवरासायनिक, तांत्रिक व भौतिक विषयांची सांगड घालणाऱ्या संस्थेतील ज्येष्ठ शास्त्रज्ञ... या सर्वच विषयांवर त्यांचा सखोल अभ्यास... पण विशेष प्रभुत्व जैवरसायनशास्त्रात... त्यातच त्यांनी संशोधन केलेलं, आयुष्यातील पस्तीस वर्षं त्यात खर्च केलेली... साठीच्या घरात असलेले प्रा. माणदिवे, तरुणपणीच संशोधनात विविध प्रयोग करून प्रसिद्धीस पावलेले... जैवतांत्रिकाशी सांगड घालून मानवी हितास आधुनिक तंत्र उपलब्ध करून देण्यात त्यांचा सिंहाचा वाटा होता. भारत आज जगभरातल्या सायंटिफिक कम्युनिटीत एक अग्रगण्य देश म्हणून गणला जाऊ लागला. अमेरिका, रशिया, फ्रान्स, इटली, इंग्लंड, जर्मनी, चीन यांसारख्या देशांबरोबर भारताचं नाव जोडलं जात होतं. जवळ-जवळ सगळ्याच पृथ्वीतलावरील छोट्या-मोठ्या राष्ट्रांनी प्रगती केली होती.

प्रा. माणदिवे साऱ्या जगभर संशोधन व व्याख्यानानिमित्त हिंडलेले. या व्याख्यानांतर्गत मात्र ते निराश होत गेले होते. याचं कारण म्हणजे, प्रत्येक राष्ट्रातील शास्त्रज्ञांनी आधुनिक विज्ञान जरी प्रगत केलं होतं तरी त्यांच्यातील जीवघेणी स्पर्धा मात्र वाढत चालली होती. त्यामुळे सारीच राष्ट्रं निराशेच्या गर्तेत येऊन वैफल्यग्रस्त बनत चालली होती. जो तो प्रबळ होत चालल्याने कुणाचंच नियंत्रण हातात राहिलं नव्हतं. सर्वच जण स्पर्धेपायी मानवी हक्कांची पायमल्ली करीत, नको त्या संहारक अस्त्रांची निर्मिती करू लागले होते. पाचशे वर्षांपूर्वी रशिया, अमेरिका या दोन राष्ट्रांचं अधिराज्य या पृथ्वीतलावर होतं. त्यामुळे ते जे

सांगतील तीच पूर्व दिशा मानून बाकीची राष्ट्रं चूप बसत असत. सगळीच विकसनशील राष्ट्रं असल्याने कुणाजवळही संहारक अस्त्रांची निर्मिती करण्याचं तंत्र वा आर्थिक बळ नव्हतं. शिवाय संयुक्त रशियाचं विभाजन झाल्याने महासत्ता म्हणून अमेरिकेने दबाव आणून इतर राष्ट्रांची अस्त्रं नष्ट करून स्वत:ची मात्र दडपून ठेवली. कालांतराने अमेरिकेने दुटप्पी धोरण स्वीकारून, काही मित्रराष्ट्रांना म्हणजेच पाकिस्तान, कुवेत, फ्रान्स, इंग्लंड यांना सोबत घेऊन इतर राष्ट्रांच्या अर्थकारणात ढवळाढवळ करण्यास सुरुवात केली. अशा चिथावणीने शेजारील राष्ट्रांमध्ये म्हणजेच भारत-पाकिस्तान, इराक-इराण, कुवेत, चीन, तिबेट यांच्यात तेढ निर्माण होऊन त्यांच्यातील शत्रुत्व वाढतच गेलं. त्यामुळे तेथील वैज्ञानिक जणू राजकीय नेत्यांच्या हातातील खेळणी बनत गेले. ते सांगतील तसं वागत गेले. भारतातील परिस्थितीही त्या वेळी यापेक्षा फारशी वेगळी नव्हती. अतिसंहाराचं हे पहिलं पाऊल होतं.

पुढे मात्र जपानसारख्या छोट्या राष्ट्राने प्रचंड प्रगती करून छुपेपणाने अमेरिकेतील सर्व अर्थकारण काबीज केलं. याच थोड्याफार फरकाने चीन, जर्मनी, रशिया, भारतानेही अर्थव्यवस्था मजबूत करून अमेरिकेच्या अर्थकारणात शिरकाव केला होता. त्यामुळे काही शतकांनंतर एकमेव महासत्ता असणारी अमेरिका लोप पावली होती. एक सामान्य राष्ट्र म्हणूनच त्याची आज गणना होऊ लागली. यामुळे जपान, जर्मनी, फ्रान्स, इटली, इंग्लंड, अर्जेंटिना, भारत, चीन यांसारखी राष्ट्रे स्वतंत्र महासत्ता बनली. पाकिस्तान, इराण, इराक, कुवेत, बांगलादेश यांसारखी मुस्लीम राष्ट्रंही प्रगतिपथावर होती. कुणाचेच कुणावर नियंत्रण नसल्याने या राष्ट्रांमधील प्रगतीची वैज्ञानिक, राजकीय चढाओढ पुढेच जात राहिली... एवढी की, प्रत्येक राष्ट्र आज अतिसंहारक अणुबाँब, हायड्रोजनबाँब, न्यूट्रॉनबाँब, कोबाल्ट बाँब, केमिकलबाँब सारखी जैविक व अजैविक संहारक अस्त्रे निर्माण करून स्वत:जवळ बाळगत होते. ही विज्ञानाची प्रगती निश्चितच नाशाकडे जाऊ लागली होती. कारण हीच जीवघेणी स्पर्धा छोट्या-छोट्या कारणांतही दिसू लागली. त्यामुळेच विविध राष्ट्रांतील वैज्ञानिकांमध्ये वैफल्य निर्माण होऊन संहारक दृष्टिकोन होऊ पाहत होता. त्यातीलच प्रा. माणदिवे होते.

देशातील वैज्ञानिकांच्या मानसिकतेचा अभ्यासच जणू त्यांनी केला होता. ते स्वत: बऱ्याच वेळा नैराश्याकडे झुकू लागले होते. पण आपल्या अतीव इच्छाशक्तीवरून त्यांनी ते दूर केलं होतं. आपल्या संशोधनात ते जास्तच गढून जाऊ लागले. यातून काहीतरी मार्ग काढायला हवा हा त्यांचा नेहमीचा विचार होता. पण तो कोणता?... नेमकी दिशाच त्यांना सापडत नव्हती... आणि ती त्यांना त्या दिवशीचा सकाळचा चहा घेत असताना सापडली. वर्तमानपत्रातील **'पृथ्वी दुभंगण्याच्या मार्गावर'** या ठळक अक्षरांनीच ते थरारून गेले... असं झालं तर मानवाचं काय?... मानव

शिल्लक तरी राहील का? याच दिशेने स्फूर्ती घेऊन त्यांनी संशोधन करण्याचा विचार केला होता.

वेळ कधीही येऊन ठेपणार होती, कारण आताशा सेकंदाला मित्र व शत्रू राष्ट्रांमधील दरी वाढतच चालली होती. सर्वच राष्ट्रे आपल्या अतिसंहारक अस्त्रांसमवेत सज्ज होते... आणि यातून आता कुणीही मागं हटणार नव्हतं. शांततेचा एकमेव पुरस्कर्ता बिचारा भारतही यात खेचला गेला होता. ही तर महायुद्धाची नांदी होऊ पाहत होती. महायुद्धाला सुरुवात झाली तर पृथ्वी नॅनो सेकंदात (सेकंदाचा अब्जांश भाग) बेचिराख होणार होती... ही वेळ आज-उद्या कुठल्याही क्षणाला येणार होती. म्हणूनच प्रा. माणदिवे पर्यायी संशोधनात रात्रंदिवस गढून गेले होते. आपल्या कुटुंबाकडे दुर्लक्ष करून साऱ्या जगाचा ते विचार करीत होते. कुणीतरी पृथ्वीचा वारसदार राहावं म्हणून धडपड करीत होते.

रात्रंदिवस संशोधनाची फलश्रुती त्यांना त्या रात्री मिळाली... मनाजोगते परिणाम मिळाल्याने ते अत्यानंदाने काही वेळ बेशुद्धावस्थेत गेले होते. शुद्धीवर आल्या-आल्या त्यांनी तडकपणे आपल्या संस्थेतील सर्व सहकाऱ्यांना कॉन्फरन्स रूममध्ये बोलावलं. वेळ कमी होता. कारण राष्ट्रांमध्ये एवढा तणाव निर्माण झाला होता की, कुठल्याही क्षणी ठिणगी पडणार होती.

...कॉन्फरन्स रूममध्ये आपल्या सर्व सहकाऱ्यांसमोर त्यांनी आपल्या संशोधनाचं विवेचन करण्यास सुरुवात केली,

"सहकारी बंधू-भगिनींनो, ही सभा तातडीने बोलवायचं कारण आपण जाणताच आहात... आज पृथ्वीवर संहारक परिस्थिती निर्माण झाली आहे. त्याने अख्खी प्राणिजातच नष्ट होणार असून, मानवाच्या अस्तित्वासाठी आपल्याला झगडावं लागणार आहे... त्यासाठी मी अथक परिश्रमाने एक जैवरसायन तयार केलं आहे. ते आपल्यापैकी प्रत्येकाने घेताच, त्याच्या शारीरिक गुणधर्मात बदल होऊन, एखाद्या धातूप्रमाणे टणक होईल व आपण सर्वच अचेतन अवस्थेत जाऊ. त्याने आजूबाजूच्या विध्वंसाचा किंचितही परिणाम आपल्यावर होणार नाही... सचेतन अवस्था परत येण्याचा काळ अमर्याद असला तरी, तो निश्चितच मूळ स्वरूपात येईल याची मला खात्री आहे... आणि शिवाय तशी खात्री करून घेण्याची वेळ नसल्याने आपण माझ्यावर विश्वास ठेवून ते रसायन प्राशन कराल अशी अपेक्षा आहे. आपल्या कुटुंबीयांनाही यात सामील करून मानवी दोरे बळकट करावेत ही विनंती. जैवरसायन भरपूर प्रमाणात रूपांतर करण्यात येत असून, आपण सर्वांनीच आधुनिक दळणवळणाचा फायदा घेऊन जगात कानाकोपऱ्यात याचा प्रसार करून मला, तात्पर्याने आपणा सर्वांच्याच अस्तित्वासाठी मदत करावी."

निवेदन संपताच कॉन्फरन्स रूममध्ये शांतता निर्माण झाली... भयप्रद शांतता...

कुणीच उत्तर देत नव्हतं वा प्रश्नही विचारत नव्हतं. कुणीच बोलत नसलेलं पाहून प्रा. माणदिवे हादरले होते. मानवी मनाचा त्यांचा चांगलाच अभ्यास होता. सहजासहजी कुणीही त्यांना साथ देणार नव्हतं... या मिशनमध्ये सामील होण्यास सर्वांनी स्पष्ट नकार दिला... उलटपक्षी हा शुद्ध वेडेपणा आहे म्हणून लोक उठून जाऊ लागले... माणदिवेंना खरोखरच वेड लागलंय, हे शब्द त्यांच्या सहकाऱ्यांच्या तोंडून ऐकताच प्रा. माणदिवे खरोखरच वेडेपिसे झाले होते. त्यांच्या तोंडून शब्दही फुटत नव्हते. त्यांना सगळेच भावनाशून्य, मूर्ख, पाजी वाटत होते... मरणाच्या दारात उभे असतानादेखील व मानवजात नष्ट होणार आहे असे समजल्यानंतर तेच माणदिवेंना वेडे ठरवीत होते. विष पाजून आम्हाला कायमची मूठमाती देण्याचा माणदिवेंचा विचार दिसतोय असं सर्व जण बोलून दाखवत होते. प्रा. माणदिवे मात्र न खचता कमीत-कमी कुटुंब तरी साथ देईल या आशेवर निर्धाराने उठले व थेट आपल्या प्रयोगशाळेकडे जाऊ लागले.

बाहेर अंधार दाटून आला होता. दूर घरघर आवाज येण्यास सुरुवात झाली... ठिणगी निश्चितच पडली होती. महायुद्धाला सुरुवात झाली. याचाच अर्थ संहारक अस्त्रांचा मारा होऊ लागला. साऱ्या पृथ्वीवरच आतषबाजी होऊ लागली. प्रा. माणदिवे नखशिखांत घाबरले होते... घरी जाईपर्यंतचा वेळही त्यांच्याजवळ नव्हता... कारण काही क्षणांतच अस्त्रांचा परिणाम तेथेही जाणवू लागला. सर्वच समाप्त झालं होतं. कुटुंबीयांच्या आठवणीतच प्रा. माणदिवेंनी स्वत: शोधलेलं जैवरसायन प्राशन केलं. काही क्षणातच अचेतन अवस्थेत जाऊन ते धाडकन जमिनीवर पडले. त्याच वेळेस आसमंतात प्रचंड उत्पात होऊन सेकंदाच्या आत सगळ्या जैव-अजैव वस्तू नष्ट झाल्या होत्या... अनंत काळासाठी... आणि त्याचवेळेस उत्पाताबरोबरच भूकंप होऊन पृथ्वी दुभंगली. त्याने शहरेच्या शहरे गडप झाली. नैसर्गिक व अनैसर्गिक उत्पाताचं हे तांडवनृत्य पृथ्वीवरील सृष्टीच नाहीशी करून टाकत होतं...

प्रा. माणदिवे अचेतन अवस्थेतून बाहेर आल्यानंतर व आजूबाजूच्या परिस्थितीची जाणीव होताच त्यांच्या मन:पटलावर कायमचा कोरला गेलेला काळाकुट्ट भूतकाळ अश्रुरूपाने आठवला होता. त्यांचं मन अतिशय व्याकूळ झालं होतं. अतिपरिश्रम घेतल्यासारखा प्रचंड थकवा त्यांना जाणवत होता. त्यांचं संशोधन यशस्वी झालं होतं. कारण सचेतन अवस्थेत ते योग्य वेळी आले होते... आणि तेही अशा भग्न अवस्थेत... अचेतन अवस्थेत असताना ते बरेच अंतर चालून आले असावेत, कारण ते आज ज्या भग्न शहरात होते ते दुभंगलेलं शहर त्यांना अनोळखी होतं. यापूर्वी ते स्वत: इथं कधीही आल्याचं त्यांना आठवत नव्हतं. सगळीकडेच शांतता होती. स्वत:ला सावरीत ते हळूच उठले आणि आजूबाजूला काही सजीव सापडतं

का याचा शोध घेऊ लागले. दिवसभर ते वेड्यासारखे फिरत होते. मृतदेह, निर्जीव, भग्न वस्तू व पडीक इमारती यांखेरीज त्यांना काहीच दिसत नव्हतं. नुकताच उत्पात झाल्याच्या खुणा अजूनही जिवंत होत्या... धुरांचे लोट अजूनही बाहेर पडत होते. या धुरामुळेच दूरवर क्षितिजापलीकडे किरणोत्सर्गी ढग जमा झाले होते. यात कुठलाही सजीव प्राणी जिवंत राहणे शक्य नव्हतं याची जाणीव त्यांना झाली. या पृथ्वीतलावर तो एकटाच मानव शिल्लक होता... एक संशोधक... तोच आता मानवाचा प्रतिनिधी होता. हे सर्व त्याचंच होतं. तो स्वत: संपला की, अख्खी मानवजात नष्ट होणार होती आणि तोही कधी ना कधी संपणारच होता... कारण त्याचा देह आता मानवरूपी होता आणि किरणोत्सर्गी ढगांचा परिणाम निश्चितच त्याच्यावर होणार होता. पण प्रा. माणदिवे संशोधक असल्याने, असल्या आपत्तीपासून रक्षण कसं करावं हे त्यांना चांगलंच ठाऊक होतं. हे सर्व करीत असताना, त्याअगोदर त्यांना एखाद्या सजीवाचा शोधही घ्यायचा होता... असा एखादा सजीव जर सापडला तर त्यांना त्याची निश्चितच साथ लाभणार होती. त्यामुळे प्रा. माणदिवे त्या शहरात व शहराबाहेर दूरवर फिरत होते... व त्याचवेळेस उत्पातातील काही घटना पाहून त्यांना भडभडून येत होतं. असे बरेच दिवस गेले. ते शोध घेत राहिले... पण या स्मशानात मृतदेहांखेरीज त्यांना अजून काय सापडणार होतं? दिवसेंदिवस त्यांना नैराश्य येऊ लागलं होतं. वैफल्यग्रस्त होऊन ते नुसतेच शोध घेत हिंडू लागले... याचाच परिणाम शरीरावर होऊ लागला. किरणोत्सर्गाचा परिणाम त्यांच्या चेहऱ्यावर, डोक्यावर स्पष्ट जाणवू लागताच त्यांनी स्वत:ला सावरलं होतं व एखाद्या आंतरिक निश्चयाने ते स्वत:शीच उद्गारले, "नाही! मानव एवढ्या सहजासहजी नष्ट होणार नाही. मी स्वत:च मानव निर्माण करीन."

हे स्वगत म्हणत असतानाच त्यांना दूरवर एक इमारत दिसली. तिची पडझड कमी झालेली दिसत होती. तो एक अद्ययावत दवाखाना होता. तेथील एका विभागाकडे लक्ष जाताच त्यांना अतिशय आनंद झाला. ती शुक्राणू (जीन) बँक होती. त्यात शुक्राणू गोठवून ठेवल्याची दाट शक्यता होती... म्हणूनच प्रा. माणदिवे आनंदाने उद्गारले, "माझा मानव अजून नष्ट झालेला नाहीये. मी तो निर्माण करीन...!"

ते एका निश्चयाने त्या शुक्राणू बँकेकडे झेपावले. तेथे जाताच द्रव नायट्रोजनच्या उणे १९६ डी.से. तापमानाला शुक्राणू गोठवलेले पाहताच ते हर्षभरित झाले. आणि एका निश्चयाने त्यांनी तेथेच राहण्याचा निर्णय घेतला.

बरेच दिवस-रात्र त्यांनी विचारात घालवले. त्याआधी स्वत:चं संरक्षण करण्यास ते विसरले नव्हते. त्यांच्यात आता वेगळाच उत्साह संचारला होता. उत्पातातही हा दवाखाना अबाधित राहिला होता याचंच आश्चर्य प्रा. माणदिवेंना होतं.

दवाखान्यातील तांत्रिक उपलब्धता बघून त्यांनी स्वत: स्वच्छता करून घेतली. कारण या आधारानंच त्यांना काही प्रयोग करून पाहायचे होते. या शुक्राणूंचं फलन कसं करायचं याच विचारात ते अहोरात्र होते. आणि बऱ्याच दिवसांच्या परिश्रमाने त्यांना ती कल्पना सुचली... त्यानं ते नुसतेच उल्हासित झाले नव्हते तर त्या कल्पनेने स्वत: आश्चर्यचकितही झाले. ती कल्पना म्हणजे मृत स्त्रीच्या गर्भातच या शुक्राणूंना सोडून त्याचं फलित घडवून आणायचं, त्या गर्भाशयाचाच उपयोग करून... उपलब्ध यंत्रांच्या साहाय्याने गर्भाला आवश्यक गोष्टी पुरवायच्या. अशा मूर्त कल्पनेचा विचार करताच, ते यंत्रवतपणे कामाला लागले.

...प्रक्रिया अवघड असली तरी मनाच्या निश्चयाने त्यांनी स्वत:ला गुंतवून घेतलं. भूतलावर हा एकटा मानव जिद्दीने मानवी अस्तित्वासाठी निसर्गाशी लढा देत होता. खडतर परिश्रमावर प्रा. माणदिवेंचा पूर्ण विश्वास होता. त्यासाठी अगोदरच अभ्यास करून इतर उपलब्ध अद्ययावत यंत्राची पूर्तता व सज्जता ठेवून, मृत स्त्रीदेह शोधण्यास ते बाहेर पडले. दिवसभर हिंडून त्यांची पार निराशा झाली. बरेच दिवस झाल्याने मृतदेह कुजण्याच्या अवस्थेला पोहोचले होते. त्यामुळे ते उपयोगात आणता येणार नव्हते. आसमंतात त्यामुळे दुर्गंधीही होती. पण या प्रयोगासाठी त्यांनी आवश्यक एक खास प्रदूषणविरहित खोली केली होती.

...सायंकाळ झाली होती, पण मृतदेह मिळत नव्हता... निराशाच होते की काय म्हणून ते नाराज झाले. पण त्यांनी प्रयत्न मात्र सोडला नव्हता. तेवढ्यात त्यांना एका स्त्रीचा मृतदेह सापडला... त्यांनी तिला चाचपडून पाहिलं. तिची प्राणज्योत आताच विझली होती हे एक आश्चर्यच होतं... यावर जास्त विचार न करता प्रा. माणदिवेंनी तो मृतदेह उचलला व हॉस्पिटलमध्ये जेथे यंत्रणा होती तिथे आणून ठेवला व वेगाने कामाला सुरुवात केली.

...पुढील पंधरा दिवस अखंडपणे ते शुक्राणू व त्या स्त्री मृतदेहाशी झगडत राहिले... अखेर गर्भाशयात ती यंत्रणा बसविली... अन्न ग्रहणाशिवाय इतर फायबरच्या नळ्याही त्यातून त्यांनी खुबीनं काढल्या... आणि शेवटी ती वेळ येऊन ठेपली. गोठलेले शुक्राणू आत सोडण्यात आले. महिन्याने त्याचे परिणाम ते पाहत होते. पण शुक्राणूंचं मिलन झालेलं त्यांना आढळून येत नसे. त्याने निरुत्साही न होता ते पुन्हा प्रयोग करीत. असे अनेकदा झाल्यानंतरही मात्र त्यांच्या पदरी निराशाच आली. शेवटी तीही एक शक्यता होती... संख्याशास्त्र होतं... बऱ्याच प्रयत्नांमधून एक संभाव्यता मिळणार होती.

...त्यांनी पुन्हा प्रयत्न केले... यात कित्येक महिने चालले गेले. पण प्रा. माणदिवे निराश न होता एका वेगळ्याच प्रेरणेने प्रयत्न करीत होते... आणि शेवटी तो दिवस उजाडला. शुक्राणूंचं यशस्वी फलन झाल्याचं पाहून ते अत्यानंदाने

उसळलेच. प्रयोग यशस्वी झाला होता. पण खरी कसोटी पुढे आहे याची पूर्ण कल्पना त्यांना होती. प्रत्येक सेकंदाला प्रा. माणदिवे निरीक्षण करू लागले. गर्भाची वाढ नियमित होऊ लागली... दिवस जात राहिले... आणि प्रा. माणदिवे अखंडपणे निरीक्षण करीत राहिले. नऊ महिने प्रा. माणदिवेंच्या डोळ्याला डोळा नव्हता. त्या दिवशीची ती शांत पहाट झाली. प्रा. माणदिवेंनी गर्भ यशस्वीपणे बाहेर काढताच 'ट्याहाऽऽ ट्याहाऽऽ'च्या आवाजाने तो शांत आसमंत दुमदुमून गेला.... एका बालिकेचं यशस्वी निर्माण प्रा. माणदिवेंनी केलं होतं. प्रतिकूल परिस्थितीतच नव्हे, तर निसर्गाविरुद्धही!

...गर्भाचं प्रदीर्घ चुंबन घेत असतानाच प्रा. माणदिवेंच्या डोळ्यातून आनंदाश्रू पाझरू लागले... पृथ्वीतलावरील मानव नष्ट झाला नव्हता... आणि तो कधीही नष्ट होणार नव्हता... हा जन्मलेला मानव मात्र पुढील येणाऱ्या पिढ्यांसाठी शांततेचं प्रतीक बनणार होता... त्याच्याकडे पाहून प्रा. माणदिवेंना मात्र गतकाळ उद्‌ध्वस्त मृगजळासारखा भासत होता.

◆

अद्‌भुत प्रवास

पाच-पन्नास घरं असलेल्या या गावाचं वातावरण तसं बऱ्यापैकी तापलं होतं. त्याला कारणही तसंच होतं. गावातील शहाण्णव कुळी असलेल्या समाजाच्या इभ्रतीचा प्रश्न उभा राहिला होता. गावातील या तथाकथित उच्चभ्रूंची इज्जत त्यामुळे धोक्यात आली होती. त्यांच्या वर्चस्वालाच कुणीतरी हात घातला होता. स्वत:ला उच्चभ्रू, सुशिक्षित समजणारी मंडळी; प्रसंगी स्वत:च्याच मुला-मुलींना प्रतिष्ठेपायी उभ्या चौकात जिवंत जाळायलाही मागे-पुढे पाहणार नव्हती. त्यांच्या दृष्टीने नातीगोतीच तेथे संपत होती. अंगात संचारणारा बाप, भाऊ, काका दुसरं कुणीही नसून फक्त राक्षस उरत होता, अविचारी! समोर आपला मित्र, आपली मुलगी हे विसरून, त्यांनाच लक्ष्य बनवून त्यांना संपवायचंच हा अविचार. कारण त्यांच्या दृष्टीने या समाजाला लागलेला हा काळाकुट्ट कलंक होता. भावनांना कुठेही थारा नव्हता किंवा कोणाच्याही भावना जपण्याची वा समजून घेण्याची गरज कुणाला वाटत नव्हती. ती वृत्तीच नाहीशी झाली होती. त्या दोन चिमण्या जिवांची, एकमेकांवर जिवापाड प्रेम करणाऱ्याची ताटातूट, आख्खा गाव ढिम्मपणे पाहत होता. प्रत्येकाच्या भावनाच गोठल्या होत्या. या सनातनी, धर्मांध, कर्मठ असलेल्या उच्चभ्रूंमुळेच त्या दोघांचं मिलन होणं अशक्य झालं होतं व तेवढीच त्यांची ताटातूटही अटळ बनली होती. या आधुनिक युगातही हे घडत होतं. तेही या छोट्या गावात. अशी कित्येक गावं या भारतात असतील. विज्ञानयुगाचा टेंभा मिरवणारे आम्ही; विज्ञाननिष्ठा जपणाऱ्या एका विदुषीवर ही पाळी आणली होती. या गावाला व सखीला, त्याला सोडून जावं लागणार होतं. सोडून जावं लागणार म्हणण्यापेक्षा हे गावच त्याला दरीत लोटणार होतं. कारण एका उच्चभ्रू व प्रतिष्ठिताच्या मुलीशी प्रेम करण्याचा महाभयंकर गुन्हा त्याने केला होता. त्याची शिक्षा त्याला हे गाव सोडून मिळणार होती. हे सर्व त्यांच्या स्वत:च्या गावातच घडलं होतं. जिथे तो लहानाचा मोठा झाला होता; त्याच्या प्रगतीला फार मोठा हातभार लावला होता. तेच गाव आज त्याच्या जिवावर उठलं. त्यामुळे त्याच्या म्हाताऱ्या आईचीही

ससेहोलपट या वयात होत होती.

सोयराबाई ऐन तारुण्यात पोक्त झाल्या होत्या. लग्न होऊन दोन वर्षं होत नाहीत तोवर पदरात एक मुलगा टाकून त्यांचा नवरा त्यांना अकाली सोडून गेला होता. सोयराबाईंचं वय तेव्हा सोळा वर्षांचं होतं, खेळण्या-कुदण्याच्या वयातच त्यांचं लग्न होऊन, वैधव्याचं हे जगणं त्यांना नकोसं झालं होतं. पण आपल्या लहान बाळकुशाकडे पाहून त्यांनी स्वत:ला सावरलं होतं. त्या सर्व विसरल्या होत्या. त्याची कास धरून त्यांनी जगण्याचा निर्णय घेतला होता. याच गावातील रूढिवादी, परंपरावादी व सनातनी लोकांना त्यांना तोंड द्यावं लागलं होतं, पण त्या खंबीर राहिल्या होत्या. आपल्या झोपडीवजा घरात त्यांनी नेटाने संसार चालवला होता व कुशाकडे पाहून त्या उज्ज्वल भविष्याची वाट पाहू लागल्या. तोच आता त्यांचं सर्व काही होता. त्याच्यासाठी वाट्टेल ते, पडेल ते काम करण्याची त्यांची तयारी होती. परिस्थिती अंगावर धड कपडे घालण्याइतपतही नव्हती. तशा परिस्थितीत सोयराबाईंनी इतरांकडे भांडी, धुणी, मजुरी करून आपला प्रपंच चालवला होता. जिथे स्त्रिया पुरुषांपुढे – त्यातल्या त्यात या उच्च समाजातील पुरुषांपुढे – उभं राहण्याची प्रथा नव्हती तिथे सोयराबाई या वयातही खंबीरपणे उभ्या राहिल्या होत्या.

कुशाला त्यांनी शाळेत घातलं होतं. डोक्यावर साधं छप्पर नसलेल्या त्या पडवीत कुशाचं शिक्षण सुरू झालं होतं. कुशा हा विलक्षण बुद्धीचा मुलगा आहे हे तिथे कधीही न शिकवीत असलेल्या शिक्षकांच्याही लक्षात आलं होतं. कुठून, कसे, पण त्याच्या डोक्यात विचित्र प्रश्न घोंगावत असत. त्यामुळे कधीही अभ्यास न करणाऱ्या शिक्षकांची पंचाईत होत असे. यासाठी शिक्षक मोठाले डोळे काढून त्याला गप्प बसवीत असत. पण याच कुशावर शाळेची भिस्त आहे हे पुढील काही वर्षांतच शिक्षकांच्या लक्षात आलं होतं. त्याचं कारण म्हणजे याच कुशाने शाळेची, पर्यायाने सगळ्याच शिक्षकांची लाज राखली होती. शिक्षकांनाही न कळालेल्या प्रश्नांची उत्तरे तो देत असे.

एके वर्षी दळवीसाहेब नावाचे गृहस्थ या शाळेचं इन्स्पेक्शन घेण्यासाठी आले होते. तसे हे साहेब अतिशय कडक शिस्तीचे असल्याने, ते कुठल्याही प्रलोभनाला बळी पडणार नाहीत याची खात्री तेथील शिक्षकांना होती. त्यामुळे सर्वच दडपणाखाली वावरत होते. आपलं काय होईल याचीच चिंता त्यांना सतावत होती. कारण त्यांनी बऱ्याच शिक्षकांना अकार्यक्षमतेमुळे बडतर्फ केल्याच्या बातम्या शिक्षकांना होत्या. पण या संकटातून कुशानं सर्वांनाच बाहेर काढलं होतं. दळवीसाहेबांना कुशाने जिंकलं होतं. दळवीसाहेब खूश झाले होते. त्यांनी विचारलेल्या विज्ञानातील कूट प्रश्नांची उत्तरे कुशाने अचूकपणे दिली होती. गणितात तर त्याचा हातखंडाच असल्याचं स्पष्ट झालं होतं. दळवीसाहेब आश्चर्यचकित होऊन पाहत होते. या

मुलाच्या विलक्षण बुद्धीने ते प्रभावित झाले होते. काही प्रश्नांची उत्तरे आपल्यालाही माहीत नसताना, या पोराने ती दिली होती. त्याच्याकडूनच त्यांनाही त्या उत्तरांची प्रथमच माहिती होत होती. त्यांनी आनंदाने कुशाला जवळ घेऊन शाबासकी दिली होती व त्याच्या शिक्षकांचंही अभिनंदन केलं होतं. त्याचं भविष्य उज्ज्वल आहे अशी पुष्टीही त्यांनी दिली होती. आणि या तुमच्या कुशाला कुठलीही मदत मी पुरवीन असं आश्वासन दिलं होतं. दळवीसाहेबांनी पुढील आयुष्यात हे तंतोतंत पाळलं होतं.

एव्हाना कुशा हा एक कुशाग्र बुद्धीचा मुलगा आहे हे त्या छोट्याशा गावात सर्वांनाच माहीत झालं होतं. त्यामुळे सोयराबाईंविषयी एक आदरयुक्त भावना निर्माण झाली होती. कुणाच्यातरी बुद्धीचा एवढा वचक असू शकतो हे त्यातलं एक जिवंत उदाहरणच होतं. त्यात कुशाची यशाची चढती कमान पुढेच सरकत होती. शिष्यवृत्ती परीक्षेत तो जिल्ह्यात सर्वप्रथम आला होता, तर दहावी बोर्डाच्या परीक्षेत तो गुणवत्ता यादीत दुसरा आला होता. पन्नास झोपड्या असलेलं गाव व जीवन विकास मंदिर या शाळावजा हायस्कूलचं नाव वर्तमानपत्रात झळकलं होतं. या वयातच त्याला भरपूर पुरस्कारही मिळाले होते. गावात शिक्षकांनी त्याचा सत्कार केला होता. त्यावेळेस त्याने आपलं यश हे या गावाचंच आहे असं सद्गदित होऊन म्हटलं होतं... आपली पुढची यशाची वाटचालही या गावाच्या प्रेरणेनेच होईल अशी आशा त्याने व्यक्त केली होती. या गावाने व येथील लोकांनी आम्हाला आधार देऊन, सामावून घेतल्याने आम्ही त्या सर्वांचेच ऋणी आहोत, हे सर्व ऐकून कुशाच्याच वर्गातील एक शाळकरी मुलगी अश्रू ढाळीत होती. कुशाचा आनंद हा तिचाच होता. तिच्या आनंदमिश्रित अश्रूंना निश्चितच वेगळा अर्थ प्राप्त झाला होता.

गावातील आप्पा पाटलाची ती मुलगी होती. तिचं नाव होतं सोनकी. लहानपणापासून कुशा व ती एकाच वर्गात होते. त्या वयातही कुशाच्या बुद्धीची तिला जाण होती. आणि नकळत पुढे कुशाच्या अदृश्यरूपी बुद्धीनं ती व्यापली गेली होती. तिच्या हृदयात प्रेमांकुर फुटला होता. त्याच्या विषयीचा स्वच्छ, नितळ प्रेमाचा ओलावा सुरू झाला होता. बाह्यांगावरून कळत नसलं तरी, कुशानेही तिला ओळखलं होतं. हृदयांतरीच्या भाषा दोघांनाही जाणवल्या होत्या. त्याचा अतिरेक त्यांनी कुठेही दाखवला नव्हता. या वयातही त्या दोघांची प्रगल्भता वाखाणण्याजोगी होती. मौनरूपी शीतल प्रेम दिवसेंदिवस गाढ होत गेलं. म्हणूनच कुशाच्या सत्कारप्रसंगी सोनकीच्या डोळ्यात नकळत अश्रू जमा झाले... कुणालाही न समजता तिने ते अश्रू टिपलेही होते. सोनकीची ही कृती कुशाच्या दृष्टिआड झाली नव्हती... त्याने योग्य वेळी तिच्या मनातील वादळ समजून घेतलं होतं. डोळ्यांच्याच भाषेत त्यांनी

एकमेकांना धीर दिला होता.

पुढे कुशा यशाची शिखरं पादाक्रांत करीत गेला. पर्यायाने त्या गावाचं नावही आंतरराष्ट्रीय पातळीवर गेलं होतं.

कुशाने गुणवत्ता यादीत येऊनही, संशोधन करून शास्त्रज्ञ होण्याची इच्छा बाळगली होती. म्हणून पारंपरिक व्यावसायिक शिक्षणाकडे जाण्याऐवजी त्याने विज्ञानशाखेत प्रवेश घेणं पसंत केलं होतं. पदवीचा अभ्यास भौतिकशास्त्र या विषयात पूर्ण करून, पुणे विद्यापीठात प्रथम क्रमांकाने उत्तीर्ण होऊन स्वत:ला संशोधनास वाहून घेतलं होतं. कुशाचा सैद्धान्तिकतेकडे कल असल्याने टाटा इन्स्टिट्यूट ऑफ फंडामेंटल ॲन्ड रिसर्च या संस्थेतील प्रसिद्ध सिद्धान्तवादी प्रा. डॉ. मुळे यांच्याकडे त्याने संशोधनास सुरुवात केली होती. या संस्थेत प्रवेशासाठी लागणारे सर्व अडथळे कुशाने पार केले होते... हा विलक्षण मुलगा प्रा. मुळेंनी अतिशय आनंदाने घेतला होता. त्याचा गणिताचा अभ्यास पाहून प्रा. मुळेही आश्चर्यचकित झाले होते. एका अवघड संशोधनाची जबाबदारी प्रा. मुळेंनी कुशावर टाकली होती. आणि ती त्याने कमी वेळेत यशस्वीपणे पार पाडली. त्यामुळे कुशाला कमी वयातच डॉक्टरेट मिळाली. कुशाचा आता डॉ. कुशा ठाकरे झाला होता. त्याच्या सर्व विषयांत असलेल्या गाढ्या अभ्यासाच्या आधारावर त्याला संस्थेतच शास्त्रज्ञांच्या श्रेणीत नियुक्त करण्यात आले होते. त्यासाठी त्याला कुणाच्याही शिफारसीची आवश्यकता भासली नव्हती.

या यशाचा मार्गक्रमणात त्याला त्याच्या आईची व सोनकीची प्रेरणा मिळाली होती. सोनकीही घरच्यांच्या लग्नाच्या आग्रहाला विरोध करीत एम.ए. झाली होती. बायकांच्या जातीने शिकून काय करावं, अशी नेहमीचीच वाक्यं तिच्या सवयीची झाली होती. बंडखोरी करणं हे तिच्या वृत्तीतच नव्हतं. म्हणूनच कुशावर तिने निर्व्याज प्रेम केलं होतं. कुशाही या यशात तिला कधीच विसरला नव्हता. किंबहुना दिवसेंदिवस त्यांच्या प्रीतीचे धागे मात्र घट्टच होत गेले होते. म्हणूनच डॉ. कुशाने आज निर्णय घेतला होता... सोनकीशी लग्न करण्याचा.

...आणि या बातमीने त्या गावाचा नूरच पालटला. जणूकाही न भूतो न भविष्यति असेच काहीतरी गावात घडले होते. ज्या गावाने त्यांना आजपर्यंत सुख-दु:खामध्ये साथ केली होती, तेच गाव डॉ. कुशा ठाकरेचे वैरी झाले होते. कालचे मित्र आज खुनशी बनले होते... माणसात एवढा बदल होऊ शकतो हेच आश्चर्य डॉ. कुशा ठाकरेंना वाटत होतं, कारण फक्त एकच होतं. सोनकी उच्च जातीतली होती आणि तिच्याशीच डॉ. कुशांनी लग्न करण्याचा निर्णय घेतला होता. इथेच खरा आगडोंब उसळला होता... धर्मांध, सनातनी, कर्मठ असलेल्या उच्चभ्रूंनी या लग्नाला विरोध केला होता. डॉ. कुशांनी परोपरीने समजावून सांगितले. मात्र

त्यासाठी त्यांना शारीरिक यातनांनाच सामोरं जावं लागलं होतं. सोनकी या गदारोळात मात्र निश्चल, असाहाय्य बनली होती. डॉ. कुशांवरील हल्ल्याने ती खचली होती. डॉ. कुशांशिवाय जगणं तिला अशक्य होणार होतं...

दरम्यान गावातील या सनातनी लोकांनी डॉ. कुशांचा आजपर्यंतचा राष्ट्रीय-आंतरराष्ट्रीय पातळीवरचा जीवन आलेख विसरून एका गुन्हेगारासारखं गावातून हाकलून देण्याचा निर्णय घेतला होता. डॉ. कुशांनी आपल्या आईसमवेत फक्त अंगावरच्या कपड्यानिशी, गतआयुष्यातील स्मृती घेऊन, जड अंत:करणानं गाव सोडलं होतं....

"सर!"

एका पुरुषी आवाजाने त्यांच्या विचारशृंखला गळून पडल्या. त्यांनी आवाजाच्या दिशेने पाहिलं. तो त्यांचा साहाय्यक नितीन घोडके होता. आश्यर्चाने डॉ. कुशांकडे पाहून तो उद्‌गारला, "सर!... आपण रडत आहात?"

डॉ. कुशांना जाणवलंच नव्हतं, की आपले डोळे कधी भरून आले ते... कंठही रूद्ध झाला होता. घाईघाईने डोळे पुशीत ते म्हणाले, "अरे! काही नाही... असंच डोळ्यातून पाणी आलं असेल."

"नोऽऽ... मला नाही वाटत... सर एनिथिंग हॅपंड?" नितीनने निर्धारानं विचारलं.

"अरे! नितीन, खरंच काही नाही... थोड्याशा गतआठवणी आठवल्या बस!..." आजपर्यंत हेच उत्तर देऊन ते टाळत आले होते. "हं तर काय झालं आपल्या कामाचं..."

"होय सर, तेच सांगायला आलो होतो की, आपण शोधलेला कृष्णश्वेत विवर हा स्वत:च्या अक्षाभोवती प्रचंड वेगाने फिरतो आहे... आणि आपण मांडलेल्या सूत्रांप्रमाणेच मी त्याचे पृथ्वीपर्यंतचे अंतर... त्याचा वेग... गुरुत्वाकर्षण हे सर्व अनुमान काढले आहेत." नितीन सर्व आराखड्यांचे कॉम्प्यूटर प्रिंटआउट्स डॉ. कुशांच्या समोर ठेवत म्हणाला होता.

"व्हेरी गुड नितीन... फार मोठं काम तू केलं आहेस... अरे आपल्या पुढील संशोधनासाठी हा कृष्णश्वेतविवर त्याच्या अक्षाभोवती किती वेगाने फिरतोय हे महत्त्वाचं होतं. या आलेखांवरून व गणितांवरून हे सिद्ध झाल्याचे आढळूनच आले आहे..." डॉ. कुशा सर्व प्रिंटआउट्स पाहत आनंदाने उद्‌गारले होते. पुढे ते म्हणाले, "नितीन हा कृष्णश्वेतविवर माझ्या दृष्टीने फार महत्त्वाचा आहे. माझ्या पुढील कल्पनांना तो निश्चितच निराश करणार नाही याची मला खात्री आहे. आजचे हे परिणाम त्याचंच फलित आहे."

"सर!... कुठली कल्पना?" नितीननं विचारलं.

"नितीन, ते काळच ठरवेल. पण तूर्त तू मला या कृष्णश्वेतविवराचे विविध भागांतील परिणाम कॉम्प्युटरच्या साहाय्यानं काढून दे... म्हणजेच त्या कल्पनेला मूर्त स्वरूप द्यायला अवघड जाणार नाही."

"निश्चितच सर, मी माझ्या परीने सर्व प्रयत्न करतो... आणि तुमच्या मूळ कल्पनेत खारीचा वाटा उचलायला मला नेहमीच आवडेल." नितीन निर्धाराने म्हणाला होता.

"पण, सर!..." नितीन पुढे अडखळला होता.

"पण काय नितीन?"

"सर! आपल्यासारख्या आंतरराष्ट्रीय ख्यातीच्या शास्त्रज्ञाच्या डोळ्यांत अश्रू पाहून खचायला होतं... का कुणास ठाऊक, पण मनाला पटत नाही..." म्हणत नितीन तडकपणे बाहेर पडला होता. डॉ. कुशा पाठमोऱ्या नितीनकडे नि:स्तब्धपणे पाहत राहिले होते.

...गाव कायमचे सोडून त्यांना दोन वर्षे उलटली होती. दरम्यान त्यांची आईही त्यांच्यावरील आघाताने त्यांना सोडून गेली होती. आज या जगात त्यांना कुणीही नव्हतं. ते फक्त एकटेच होते, होत्या त्या फक्त स्मृती... आणि आजपर्यंत ह्याच स्मृती ते प्राणापलीकडे जपत आले होते... आज त्यांच्यासमोर अचानक एक स्त्री येऊन उभी राहिली होती. ती सोनकी नसावीच, पण त्या स्त्रीला पाहताच, सोनकीची प्रकर्षाने आठवण झाली होती. म्हणूनच हा इतिहास त्यांच्या डोळ्यासमोरून तरळून गेला होता.

गाव सोडल्यानंतर डॉ. कुशांनी मागे वळून कधीच पाहिलं नव्हतं. त्यांनी स्वत:ला संशोधनात पूर्णवेळ गढून घेतलं होतं. रात्रंदिवस संशोधनाचाच ध्यास त्यांना लागला होता. दरम्यानच्या काळात त्यांनी कृष्णविवर व श्वेतविवर यांची कल्पना मांडून खळबळ माजवली व तसा शोधही या अवकाशात त्यांना लागला होता. या संशोधनामुळे भारताला जगात मानाचे स्थान प्राप्त झाले होते. ऋणभारित कण व धनभारित कण जसे अस्तित्वात आहेत, तसेच या विवरांबाबतही आहे, असे त्यांनी त्यांच्या सिद्धान्तात मांडले होते. आजपर्यंत फक्त कृष्णविवरंच शोधली गेली होती. ही कृष्णविवरं ताऱ्यांच्या प्रचंड महास्फोटांपासून तयार झालेली असून; त्यांच्या भोवती प्रचंड गुरुत्वाकर्षण आहे असा निष्कर्ष काढला गेला... त्यामुळे प्रकाशसुद्धा त्यात ओढला जाऊन, बाहेर पडणे अशक्य असते. कुठलीही वस्तू ओढून घेण्याची प्रवृत्ती या कृष्णविवरांमध्ये असून तेवढीच ती वस्तू बाहेर पडण्याची शक्यताही शून्यच असते. डॉ. कुशांच्या सिद्धान्ताप्रमाणे अवकाशात काही निव्वळ

कृष्णविवरे आहेत, तर काही श्वेतविवरे आहेत... कृष्णविवरांची प्रवृत्ती ही ओढण्याची असून, श्वेतविवराची प्रवृत्ती वस्तू बाहेर फेकण्याची आहे. या अवकाशात अशी काही कृष्ण-श्वेतविवरे आहेत जेणेकरून त्यांची प्रवृत्ती एकाच वेळी ओढण्याची व बाहेर फेकण्याची आहे. असेच एक कृष्ण-श्वेतविवर डॉ. कुशांनी निरीक्षणातून शोधून काढले होते व त्यावर सैद्धान्तिक गणिते मांडून, त्यांचा साहाय्यक कॉम्प्यूटर-तज्ज्ञ नितीन घोडके याच्या साहाय्याने त्यांनी खोलात अभ्यास केला होता. या शोधामुळे त्यांना जगभर चांगलीच प्रसिद्धी मिळाली होती. त्यामुळे त्यांचं नाव कानाकोपऱ्यात पोहोचलं होतं.

या कृष्ण-श्वेतविवराच्या शोधावर डॉ. कुशा थांबले नव्हते, त्यांनी या विवराचा सर्वांगीण अभ्यास करून व त्याच्या वेगवेगळ्या विभागांचे निरीक्षण करून गणितं मांडली होती. त्याचे आश्चर्यकारक परिणामही त्यांना मिळाले होते. याच परिणामांच्या आधारावर त्यांच्या डोक्यात एक विलक्षण, अद्भुत, आश्चर्यकारक कल्पना तरंगून गेली होती. पण ती अमलात आणणं भारतासारख्या देशाला परवडण्यासारखं नव्हतं. त्या दृष्टिकोनातून त्यांनी भरपूर प्रयत्न केले... पण अखेर त्यांनी जगातील अंतराळ संशोधनासाठी प्रसिद्ध असलेल्या अमेरिकेतील एकमेव संस्थेशी – नासाशी संपर्क साधून कल्पना मांडण्याचा निर्णय घेतला.

डॉ. कुशांनी रात्रंदिवस अभ्यास करून पुन्हा सर्व परिणाम तपासले व कृष्ण-श्वेतविवराची एक प्रतिकृती तयार करून 'कृष्ण-श्वेतविवराचा शोध; प्रवास आणि अनुभव' या नावाने अहवाल तयार करून नासाच्या अध्यक्षांकडे पाठवून दिला होता.

नेहमीप्रमाणे डॉ. कुशा आज सकाळीच फेरी मारून, ऑफिसात लवकरच आले होते. सवयीप्रमाणे त्यांनी इलेक्ट्रॉनिक मेलही पाहिली होती. आश्चर्य म्हणजे त्यांना नासाच्या अध्यक्षांची तातडीची मेल आली होती. अध्यक्षांनी अहवालाची व डॉ. कुशांच्या कल्पनांची मुक्त कंठाने प्रशंसा करून त्यांना निमंत्रित केलं होतं. नासातील प्रमुख शास्त्रज्ञांचाही यात समावेश होता. त्यात भारतीयांसोबत चीन, जपान, जर्मनी इ. देशांचे शास्त्रज्ञही होते. हे सर्व जागतिक कीर्तीचे शास्त्रज्ञ यावर चर्चा करून, विचार-विनिमय करणार होते. बैठक याच आठवड्यात होणार होती. डॉ. कुशा हर्षभरित झाले. अत्यानंदाने बातमी त्यांनी नितीन घोडकेलाही कळवली होती. संस्थेत ही बातमी पसरल्याने पुन्हा त्यांच्यावर अभिनंदनाचा वर्षाव झाला होता. टी.आय.एफ.आर.चे संचालक, प्रा. डॉ. सिंग यांनी 'हा डॉ. कुशा ठाकरेंचाच गौरव नसून साऱ्या भारताचाच आहे,' असे प्रशंसोद्गार काढून त्यांनी डॉ. कुशांना शुभेच्छा दिल्या होत्या.

डॉ. कुशांनी जो प्रकल्प व कल्पना 'नासा'ला सादर केली होती ती प्रा. सिंग यांना ठाऊक होती. ती अद्‌भुतरम्य कल्पना असल्याने 'नासा'सारख्या संस्थेने मंजुरी देऊन खूपच मोठं कार्य केलं होतं. पण या संस्थेला मात्र डॉ. कुशा ठाकरेंसारखा मोहरा गमवावा लागणार होता. त्यामुळे प्रा. सिंग सद्‌गदित झाले. या त्यांच्या भावी प्रवासाविषयी टी.आय.एफ.आर.वासीयांनी त्यांना मनापासून शुभेच्छा दिल्या होत्या व त्यात ते यशस्वी होऊन मानवासाठी एका नव्या विश्वाची दालने खुली करतील कशी मनोकामना व्यक्त केली होती.

'नासा'चे अध्यक्ष – डॉ. फेड्रिक वयाने साधारण साठीकडे झुकलेले गृहस्थ उभे होते. समोर वेगवेगळ्या देशांतील तज्ज्ञ व जगद्‌विख्यात शास्त्रज्ञ बसलेले होते. डॉ. फेड्रिक यांनी प्रथम भारतीय तरुण शास्त्रज्ञ डॉ. कुशा ठाकरे यांची ओळख करून देऊन, त्यांना त्यांचा अहवाल सादर करण्यास सांगितले. प्रत्येकाजवळ अहवालाची प्रत असल्याने ते सर्व पाहण्यात मग्न झाले. डॉ. कुशांनी त्यांच्या मधाळ आवाजात निवेदन करण्यास सुरुवात केली, ''ऑल दी रिस्पेक्टेड मेंबर्स ऑफ दी कमिटी... प्रथम हा अहवाल मला या नामवंत संस्थेत सादर करण्याची संधी दिली त्याबद्दल मी अध्यक्ष फेड्रिक यांचे मन:पूर्वक आभार मानतो...'' असं म्हणून 'कृष्ण-श्वेतविवराचा शोध, प्रवास आणि अनुभव' या अहवालाचं निवेदन, त्यांच्या शोधापासूनच डॉ. कुशांनी सांगण्यास सुरुवात केली. सर्व जण मंत्रमुग्धपणे ऐकत होते. शेवटी त्यांनी ती अद्‌भुत कल्पना मांडण्यासाठी एक पारदर्शिका ठेवली. तिथं कृष्णविवराची प्रतिकृती काढली होती. डॉ. कुशा प्रतिकृतीकडे पाहून सांगू लागले... ''मी जे यान आकृतीत दाखवले आहे ते मानवसदृश यान असून... त्यात मानव प्रवास करणार आहे... आणि तो मानव कोण असणार हा वादाचा विषय होण्याअगोदर ती कोंडी मी आताच फोडतो. तो मी स्वत:च असेन... तर हे यान जसे जसे कृष्णविवराच्या स्थिर मर्यादाकक्षेजवळ जाईल तसा यानावर काहीही परिणाम होणार नाही. कारण येथे गुरुत्वाकर्षणाचा अभाव कमी असतो... पण एकदाची स्थिर कक्षा ओलांडताच कृष्णविवराच्या प्रचंड गुरुत्वाकर्षणामुळे यान आत खेचले जाईल... त्यामुळे यान कृष्णविवराच्या बाहेरील वर्तुळाकार क्षितिजात प्रवेश करेल. या कक्षेत गुरुत्वाकर्षणाचा परिणाम बराच असल्याने यान एका विशिष्ट प्रेरणेने, प्रचंड वेगाने ओढलं जाण्याची जाणीव होऊन, कृष्णविवराच्या आतील वर्तुळाकार क्षितिजात प्रवेश करेल... आणि या क्षेत्रात शिरल्यानंतर मात्र अवकाश व काळ हे परस्परविरोधी होत असल्याने सगळीच उलथापालथ होईल... ती उलथापालथ कुठल्या पद्धतीची असेल हे सांगणं या घडीला तरी शक्य नाही, कारण येथून परत फिरण्याची शक्यताच नाही, यान पुढेच जात राहील. जर कृष्णविवर फिरण्याचं थांबलं तर यान

कृष्णविवराच्या गाभ्यात प्रवेश करेल. आणि तेथून परागंदा होणं अशक्यप्राय होईल. पण मी शोधलेला कृष्णविवर हा स्वत:च्या अक्षाभोवती फिरणारा असल्याने, गाभ्यात पडण्याची शक्यता त्यात नाही. त्यामुळे यान गाभ्याच्या बाजूने पुढे जाईल... आणि एका आश्चर्यकारक व अद्भुत प्रवासाला सुरुवात होईल. मित्रहो, मला सांगायला आनंद वाटतो की, हा प्रवास कदाचित एखाद्या 'समांतर विश्वात असेल, की जेथे काळ विरुद्ध दिशेने जात असेल किंवा पुढे जात असेल... पण यातही आपल्या विश्वात परत येण्याचा मार्ग नसेल... म्हणूनच मी जो कृष्णविवर शोधला आहे, त्यात परत येण्याची शक्यता नाकारता येत नाही. कारण कृष्णविवर ही जशी वस्तू खेचतात तशी ही वस्तू बाहेर फेकतात. कृष्णविवराच्या आतील क्षितिजाच्या कक्षेतून खेचले जाणारे यान कदाचित श्वेतविवरामुळे त्याच बाजूने फेकलं जाईल. या मधला जो अवकाशकाळ असेल तो मानवाला निश्चितच अनुभवता येईल. आणि भविष्यात मानवाला समांतर विश्वाची दारं खुली होतील असा मला विश्वास वाटतो.''

सर्व जण मोहिनी घातल्याप्रमाणे स्तब्धपणे समोरच्या पारदर्शिकेकडे पाहत होते. डॉ. कुशा कधी बसले कुणालाच कळले नव्हते. जणूकाही सर्व जण त्या अद्भुत जगातून हिंडून आले होते. डॉ. फेड्रिकच्या आवाजाने सर्व जण तंद्रीतून बाहेर आले. डॉ. फेड्रिकनी कुणाला काही शंका आहेत का म्हणून विचारलं... पण त्या कॉन्फरन्स हॉलमध्ये स्तब्धता होती. प्रत्येकाचीच या प्रकल्पाला मूक संमती होती आणि डॉ. कुशाच स्वत: प्रवासाला तयार असल्याने, त्याला कुणाचाही आक्षेप नव्हता. सर्वांनी डॉ. कुशांना सुयशच चिंतिलं होतं. डॉ. फेड्रिक शांत स्वरात बोलत होते.

''प्रथम मी डॉ. कुशा ठाकरेंचं अभिनंदन करतो. कारण मानव हितासाठी ते फार मोठे धाडस करीत आहेत. त्यात ते निश्चित यशस्वी होतील यात शंका नाही. आजच्या पृथ्वीची व्यथा पाहता, समांतर विश्वाच्या कल्पनेला व प्रामुख्याने या अहवालाला मानवहित पाहून, सर्व सहमतीने संमत करण्यात येत आहे... यावर 'नासा'ची एक समिती कार्यरत राहून, डॉ. कुशांच्या प्रवासाची जबाबदारी घेईल. तरी डॉ. कुशांना त्यांच्या अद्भुत प्रवासासाठी आम्हा सर्वांच्या शुभेच्छा.''

नासाने कुठलाही गाजावाजा न करता यान अंतराळात कृष्ण-श्वेतविवराच्या दिशेने सोडलं होतं. नासाच्या अवकाशात कंट्रोल पॅनलवरून डॉ. टॉड यानाशी संपर्क साधून होते. यान पूर्णपणे रिमोट कंट्रोलच्या साहाय्याने नियंत्रित करण्यात येत असल्याने, डॉ. कुशांना काहीही करावे लागत नव्हते. मात्र जसे यान कृष्णविवरात शिरणार होते, तसा पृथ्वीवरून संपर्क तुटणार होता... पुढे डॉ. कुशांचा प्रवास

कसा असेल हे भविष्यच ठरवणार होतं...

यानाने एक प्रकाशवर्ष अंतर कापल्याची नोंद डॉ. टॉड यांनी केली. यान आता विवराच्या जवळच येऊन ठेपलं होतं. कृष्णविवराच्या स्थिर मर्यादेपर्यंत यान पोहोचवण्यात येत होतं... तसे डॉ. टॉड, डॉ. कुशांना म्हणाले, ''डॉ. कुशा विश यू आल द बेस्ट...''

''थँक यू!...''

डॉ. कुशांचे शब्द उमटत असतानाच यानाने कृष्णविवराच्या गुरुत्वाकर्षणभारित कक्षेत प्रवेश केला होता. त्यामुळे नासाच्या अवकाश नियंत्रण कक्षेशी यानाचा संपर्क तुटला. यापुढे डॉ. कुशांविषयी कुठलीही माहिती मिळणार नव्हती. फक्त डॉ. कुशा नावाचा कुणीतरी वेडा शास्त्रज्ञ दि. २६ जून २५७५ रोजी कृष्णविवराच्या सफरीवर गेला आहे, अशी नोंद मात्र झाली होती.

पृथ्वीवरील संपर्क तुटताच डॉ. कुशांनी यानाचा ताबा घेतला. यान प्रचंड वेगाने खेचलं जात होतं. त्यांनी चपळतेने कॉम्प्यूटरला डाटा फीड करून, दिशा ठरवून घेतली होती. स्थिर मर्यादा ओलांडून, यानाने बाहेरील क्षितिजात प्रवेश केला. यानाचा ताबा कॉम्प्यूटरने घेतल्याने, ते ठरविलेल्या मार्गानंच जात असल्याचा निर्वाळा कॉम्प्यूटर दर्शवीत होता. एकदाचा यानाने कृष्णविवराच्या आतील क्षितिजात प्रवेश केला. प्रचंड गुरुत्वाकर्षणाने डॉ. कुशा बेशुद्धावस्थेत गेले होते... आणि येथून एका अद्भुतरम्य वातावरणाला सुरुवात झाली होती.

डॉ. कुशा स्वत:ला सावरून उभे राहिले. आज या घडीला स्वत:चा अवतार कसा आहे हे सांगणं त्यांना जड गेलं असतं... त्यांनी आजूबाजूला पाहिलं... वातावरण, परिसर ओळखीचा असून नसल्यासारखा वाटत होता. काही खुणा मात्र ओळखीच्या होत्या... इकडं आल्याचंही त्यांना अंधूकसं आठवत होतं. कारण काही खुणा त्याची जाणीव करून देत होत्या... मात्र या परिसरात एवढी झाडी-झुडपं असल्याचं त्यांना आठवत नव्हतं. सर्व दूर कच्चे रस्ते होते... डांबरीकरण असलेल्या रस्त्यांचा येथे पत्ताच नव्हता. एरव्ही सर्वदूर कोरड्या पडलेल्या नद्या दुथडी भरून वाहत होत्या. डॉ. कुशा रस्त्यालगत आले होते; त्यांनी दूरपर्यंत नजर रोखली, पण त्यांना चिटपाखरूही दिसलं नव्हतं. घनदाट अरण्य असल्याने ती शक्यताही नव्हती. ते दिशाहीन रस्त्यावरून चालत राहिले. तशी त्यांना तुरळक रहदारी दिसू लागली. घोडे, बैलगाडी या व्यतिरिक्त दुसरं कुठलंही वाहन दिसत नव्हतं. मोटर, रेल्वे, विमानांच्या या जगात हे वातावरण त्यांना नवंच होतं... माणसांचे पेहरावही वेगळेच होते. पेशवेकालीन वातावरण असल्याची ही साक्ष होती. डॉ. कुशांनी एका

इसमाला हटकलं...

"अहो, इथं पुण्याला जायला बस कुठून मिळेल?"

तो इसम डॉ. कुशांकडं पाहतच राहिला. कुणीतरी वेडा व विचित्र माणूस दिसतोय म्हणून त्याने जळजळीत नजरेनं पाहिलं... आणि न बोलताच घाईघाईनं पुढे निघून गेला. रस्त्यात जागोजागी घरे व झोपड्या दिसत होत्या. पण माणसे दिसत नव्हती... दिसत होती ती फक्त घाईघाईनं, काळजीनं, रडवेल्या चेहऱ्यानं... कुणी घोड्यांवरून तर कुणी पायीच जाताना दिसणारे लोक.

...एव्हाना डॉ. कुशा यांना ढोल, ताशे यांचे आवाज यायला लागले होते. कुठेतरी जवळपास गाव होतं, तिथे मिरवणूक निघत होती. डॉ. कुशा आवाजाच्या दिशेने निघाले. पायवाटेने जाताना त्यांना हा परिसर पुन्हा ओळखीचा वाटत होता. डॉ. कुशा यांनी वेशीवरून गावात प्रवेश केला. त्यांच्या कानावर ढोल, ताशांचे आवाज जोरजोराने येत होते. घराघरातून स्त्रिया, माणसं रडत होती आणि मिरवणुकीच्या दिशेने जात होते. डॉ. कुशा यांना ते कधीतरी या गावी आल्याचं स्मरत होतं.

...प्रचंड जनसमुदाय रडत होता. एक स्त्री मात्र रडत नव्हती... ती प्रत्येकाच्या घरी जाऊन आशीर्वाद घेत होती. तिचा चेहरा विलक्षण शांत होता... हे सर्व काय चाललंय हे डॉ. कुशांना कळत नव्हतं. त्यांनी जनसमुदायातील एकाला विचारलं.

"अहोऽऽ... हे गाव कुठलं?... आणि ही मिरवणूक कसली?..."

ती व्यक्ती अश्रू ढाळीत उत्तरली, "अहो राव! आपलं मालक माधवराव पेशवा गेलेत... त्यांच्या इच्छेप्रमाणंच थेऊर गावालाच त्यांचं अंत्यसंस्कार होणार हायेत... अन् या मांसाहेब रमाबाई, माधवरावांच्या अर्धांगिनी, सती चालल्या.. म्हणून त्यांची मिरवणूक..."

"कायऽऽ... थेऊर." ते इथं अष्टविनायकाला येऊन गेले होते. पण हे वातावरण वेगळंच होतं. डॉ. कुशा सुन्न झाले. सती जाणाऱ्या बाईकडं ते पाहत होते. तिच्या विलक्षण शांत चेहऱ्याचं त्यांना आश्चर्य वाटत होतं. काय वाटत असेल या बाईला... प्रत्यक्ष मरणाचीच चाहूल तिला लागली होती. किती भयानक अनुभव... लोक म्हणत होते.. रमाबाई खरोखरच भाग्यशाली. सतीचं वाण घेऊन जन्माला आल्या. काय म्हणावं या लोकांना. कुठलाही विरोध नाही... डॉ. कुशांचं शरीर थिजलं होतं.

मिरवणूक दुथडी भरून वाहत असलेल्या मुळा नदीच्या निसर्गरम्य वातावरणाकाठी आली. तिथे चिता सजवलेली होती. चितेवर माधवराव पेशव्यांचा मृतदेह होता. त्या शेजारीच रमाबाई हात जोडून बसल्या होत्या. जणूकाही आताच त्यांनी ब्रह्मांडात प्रवेश केला होता. पुण्याच्या पेशवे दरबारातील सर्व अधिकारी या सोहळ्याला उपस्थित होते. ब्राह्मणांनी विधी आटोपून चितेला अग्नी दिला. प्रचंड जनसमुदाय

हात जोडून शांतपणे उभा होता. अग्नी देताच ढोल-ताशे वाजायला सुरुवात झाली. डॉ. कुशा थंडपणे कुठलाही प्रतिकार न करता, कावरे-बावरे होऊन पाहत होते. साराच जनसमुदाय थिजला होता... चितेला अग्निज्वाळांनी वेढलं होतं. ढोल ताशांच्या आवाजात, रमाबाईंच्या किंकाळ्या विरत होत्या. डॉ. कुशा हे विलक्षण दृश्य पाहून बेशुद्ध पडले. त्यांची दखल तेथे कुणालाही घ्यावीशी वाटत नव्हती. जणूकाही डॉ. कुशा त्यांच्यात नव्हतेच...

दि. ३ डिसेंबर, २६२४ रोजी बंगलोर अवकाश संशोधन केंद्राचे शास्त्रज्ञ डॉ. विकास राव हे रात्री अवकाशात निरीक्षण करीत असताना त्यांच्या दृष्टिपथात एक विलक्षण वस्तू निदर्शनास आली... पण ती इतक्या वेगाने आली की, त्यांना त्याचं निरीक्षणच करता आलं नाही. नेहमीच्या अवलोकनावरून ती उल्का असेल असं त्यांनी सांगितलं असतं. पण ह्या वेळेस याची त्यांना खात्री होत नव्हती. निरीक्षण करण्यात आपणच उशीर केला म्हणून स्वत:लाच ते दोष देत होते. पण ती वस्तू मध्य महाराष्ट्रात कुठंतरी पडली असा निष्कर्ष त्यांनी काढला होता... आणि त्याचा पाठपुरावा करण्याचा निश्चयही त्यांनी केला.

त्या अंधाऱ्या रात्री त्याने थोडी हालचाल केली आणि आपण उठू शकतो याची खात्री करून घेतली... डोकं सुन्न आणि बधिर झालं होतं. अंग ठणकत होतं. तरी तो प्रयासानं उठला. मेंदूला ताण देऊन आपण कोण आहोत, हे आठवण्याचा प्रयत्न केला. त्यात त्याला यशही आलं... 'हो, आपण डॉ. कुशाच आहोत' याची जाणीव त्याला झाली... अंग कणाकणाने दुखत होतं. एवढं अंग दुखल्याचं त्याला कधीही आठवत नव्हतं...

दूरवर कुठेतरी कुत्र्यांच्या भुंकण्याचा आवाज येत होता व डफ वाजण्याचाही आवाज येत होता. डफ वाजण्याचा आवाज ऐकून डॉ. कुशा मात्र शहारले. ताज्या स्वप्नातून उठावं तशी त्यांची परिस्थिती झाली. त्यांनी स्वत:ला जवळ-जवळ फरफटतच त्या आवाजाच्या दिशेने जायला सुरुवात केली. हे गाव मात्र त्यांच्या ओळखीचं होतं. गावाच्या वेशीवर येताच त्याची त्यांना खात्रीच झाली. हनुमानाचं देऊळ, पाण्याची टाकी, तो नाला... हो हे माझं गाव... गावात शिरताच विलक्षण शांतता त्यांना जाणवली. प्रत्येकाची दारंही बंद होती... डफाचा आवाज जोराने ऐकायला येत होता. त्या दिशेने डॉ. कुशा निघाले. मध्ये त्यांना वडिलोपार्जित झोपडी दिसली... क्षणभर ते या झोपडीकडे पाहतच राहिले... त्यावरून काळ बराच लोटला आहे याची जाणीव त्यांना झाली.

गावातील एकूणएक स्त्री-पुरुष त्या चौकात जमा झाले होते. डफ वाजतच

होता... पण तेथील दृश्य पाहून डॉ. कुशा विलक्षण हादरले... त्यांचं सर्वांग शहारून निघालं. समोरचं दृश्य अतिशय किळसवाणं होतं... चितेवर एका पुरुषाचा मृतदेह ठेवलेला होता... आणि एका तरुणीला काही जण फरफटतच त्या चितेकडे नेत होते. ती जिवाच्या आकांताने रडत होती. मला मरायचं नाही म्हणून विनवण्या करीत होती... पण तिथे उपस्थितांची हृदये पाषाणाची झाली होती... मला जगायचं आहे म्हणून, उपस्थित स्त्री-पुरुषांकडं पाहून विनवण्या करीत होती. डफाच्या आवाजाने मात्र तिच्या आंतरिक कळा पोहोचतच नव्हत्या. उपस्थितांच्या भावना शून्य झाल्या होत्या. आजही या गावात सनातनी, धर्मांध लोक तशीच होती. स्वत:च्या मुलीला, बहिणीला फरफटत चितेकडे नेताना त्यांच्या भावनाच बोथट झाल्या होत्या. त्या सर्वांची विलक्षण, भयंकर चीड डॉ. कुशांना आली आणि तिडिकीने, संतापाने ते ओरडले,

"थांबाऽऽ..."

डफाचा आवाज एकदम बंद झाला. काही क्षण भयाण शांतता पसरली... आवाजाच्या दिशेने सर्वांनी पाहिलं... समोर पस्तिशीतला तरुण उभा असलेला पाहून सर्वच चकित झाले.

हा आपल्याला थांबविणारा कोण म्हणून सनातनी तरुण त्याच्याकडे जळजळीत नजरेने पाहत होते... समोर अश्रू ढाळीत सत्तरीच्या घरात असलेल्या म्हातारीच्या तोंडून आश्चर्याने उद्‌गार निघाले.

"कोणऽऽ कुशा?"

"हो, मीच... कुशा... डॉ. कुशा."

तेवढ्यात त्या तरुणीने स्वत:ला सोडवून डॉ. कुशांकडे धाव घेतली. तरुणीने डॉ. कुशांना घट्ट मिठी मारली.

"अहो, मला वाचवा, मला वाचवा..." म्हणत रडत होती.

"ए! कोण रे तू, तिचा नवरा मेलाय... तिला सती गेलंच पाहिजे..." एक तरुण बेभान होऊन ओरडला.

"मी, कोण हे कळेलच तुला... पण तू या मुलीचा भाऊ ना! लाज वाटली पाहिजे सख्ख्या बहिणीला चितेकडे नेताना, तिचं आयुष्य जाळणारे तुम्ही कोण?... या विज्ञानयुगातही तुम्ही एवढे कर्मठ कसे?... जग कुठे गेलं आणि तुम्ही... परंपरेच्या बेड्यांत अडकून स्वत:चं आयुष्य घालवायला निघालात. या मुलीला मारण्याचा अधिकार तुम्हाला नाही... तिला पूर्णपणे जगण्याचा अधिकार आहे. मी तिच्याशी लग्न करणार आहे."

सारे अवाक होऊन पाहू लागले... आजपर्यंत या गावात असं कधी झालं नव्हतं. हा कोण आमच्या समाजाला काळं फासणारा... तथाकथित उच्चभ्रू संतापाने

बेभान झाले. दोघांनाही मारा म्हणून त्यांच्याकडे धावत सुटले. पण तेवढ्यात उभ्या असलेल्या म्हातारीचा करारी आवाज उमटला...

"खबरदार... त्या दोघांना हात लावला तर... एकेकाला जिवंत ठेवायची नाही मी..." म्हातारीच्या तोंडून जहाल शब्द बाहेर पडत होते; गावातील लोक होते तिथेच थिजल्यासारखे झाले... आजपर्यंत कधीही न बोलणाऱ्या म्हातारीचं रौद्र रूप पाहून सगळेच घाबरले.

"आजपर्यंत मी कधी बोलले नाही... तुमच्या या थोतांडाला बळी पडत गेले. पण आज कुशानं मला बळ दिलं. तुमची ही जात-पात मलाही आयुष्यभर नडली... आणि तीच पाळी तुम्ही माझ्या लेकीवर आणलीत, पण मी आता स्वस्थ बसणार नाही. कोण पुढे होतं ते मी पाहतेच."

म्हातारीचा एकूण अवतार पाहून कुणीही डॉ. कुशाकडं जाण्याचं धाडस केलं नाही. डॉ. कुशांनी आवाजाच्या दिशेने चमकून पाहिलं, तो आवाज सोनकीचा, तिचीच मुलगी त्यांच्या कवेत होती. विज्ञानाचीच ही किमया होती. त्यांच्या कवेत होती तीच आता त्यांची सोनकी होती... तिला घेऊन ते पुढेच चालत राहिले... त्यांच्या भविष्यकाळाकडे... भूतकाळ ते विसरले होते... फक्त समांतर विश्वाचा प्रवास व अनुभव यांवर पुन्हा संशोधन आणि ग्रंथ लिहिण्याचा त्यांनी निश्चय केला होता.

◆

प्रगाढ

न्यायालयात भीषण शांतता पसरली होती. टाचणी पडली असती तरी त्या हॉलमध्ये निश्चितपणे प्रतिध्वनी निर्माण झाला असता. न्यायाधीश, वकील, सरकारी वकील व समोर बसलेला प्रेक्षकवर्ग नि:स्तब्धपणे, समोर असलेल्या आरोपीच्या पिंजऱ्याकडे पाहत होता. कान मात्र न्यायाधीश पुढे काय बोलणार आहेत याकडे होते. पहिल्याच रांगेत, कोपऱ्यात एक पंचविशीतील तरुणी निश्चल अवस्थेत बसली होती. तिच्या चेहऱ्यावरचा तणाव स्पष्टपणे जाणवत होता. मनातील घालमेल डोळ्यात दिसून येत होती. समोर आरोपीच्या कठ्याकडे ती अतिशय व्याकूळ नजरेनं पाहत होती. जणूकाही तिचं भविष्यच तेथे अडकून पडलं होतं...

आरोपीच्या पिंजऱ्यात चेक्सचा शर्ट घातलेला तिशीतला एक तरुण उभा होता. त्याच्या चेहऱ्यावरून प्रचंड मानसिक ताण व थकवा असल्याचं जाणवत होतं... बरेच दिवस झोप नसल्याच्या खुणाही त्याच्या चेहऱ्यावर होत्या... डोळे तारवटलेले असतानाही, त्याच्या डोळ्यातली झाक, तीक्ष्ण नजर व त्या पाणीदार डोळ्यांमधील प्रचंड आत्मविश्वास कुणालाही मोहून टाकीत होता. शरीराने तसा तो काटकुळाच, म्हणून तो सराईत गुंड नसावा याची खात्री पटत होती. चेहऱ्यावर दाढीचे खुंट उगवलेले असतानादेखील, त्यामागचा त्याचा निरागस आणि आत्मविश्वासपूर्ण निश्चल चेहरा लपून राहत नव्हता.

एखाद्या बालकाप्रमाणे त्याचा चेहरा निरागस होता. सामान्य माणसापेक्षा त्याचं डोकं थोडं मोठं वाटत होतं. त्यामुळे तो निश्चितच बुद्धिमान असावा... पण तो तेवढाच कमी बोलतो हे त्याला सरकारी वकिलांनी विचारलेल्या प्रश्नांना त्याने दिलेल्या त्रोटक उत्तरांवरून जाणवलं होतं... त्याच्या एकूण शारीरिक व मानसिकतेचा विचार करता, या तरुणाने काय गुन्हा केला असावा, हा प्रश्न सर्वांपुढेच होता. एवढ्यात न्यायालयाच्या शांत वातावरणातून न्यायाधीश श्री. सत्कर्मी यांचा आवाज भेदत गेला. आरोपीकडे पाहत न्यायाधीश सत्कर्मी उत्तरले...

"डॉक्टर... डॉ. शिंदे... तुम्हाला तुमच्या सफाईत काही सांगण्याची इच्छा

आहे का?''

आरोपीच्या पिंजऱ्यात उभा असलेल्या तरुणाचं नाव होतं डॉ. शिशिर शिंदे...

क्षणाचाही विलंब न करता तो उत्तरला, ''नाही, मिलॉर्ड... मला माझ्या सफाईत काहीही सांगायचं नसून, मी जो गुन्हा केला आहे, त्यास मीच सर्वस्वी जबाबदार आहे. आपण द्याल ती शिक्षा मी भोगायला तयार आहे. शिवाय आपल्या दृष्टिकोनातून मी जो गुन्हा केला आहे त्याचा मला मुळीच पश्चात्ताप होत नसून उलटपक्षी जे घडलंय त्याबद्दल मी पूर्णपणे समाधानी आहे...''

डॉ. शिशिरच्या तोंडून हे शब्द एखाद्या भेदक किरणांप्रमाणे निघाले होते. न्यायाधीश सत्कर्मी, डॉ. शिंदेकडे क्षणभर पाहून उत्तरले, ''हे बघा डॉ. शिशिर... आपण समंजस आहात, बुद्धिमान आहात, आपल्याविषयी आम्हाला आदरच आहे. आणि आपण जो गुन्हा केलाय तो अजून सिद्ध व्हायचाय. कारण हा गुन्हा तुम्ही केलाय, असं तुम्हीच आम्हाला मोठ्या मनानं सांगितलं. जर ते तुम्ही सांगितलं नसतं तर हा गुन्हा सिद्धही झाला नसता. तर आपण ज्या प्रयोगातून हे कर्मकांड केलं, ते का केलं, हे या समाजातील घटकांना समजून घेण्याचा अधिकार निश्चितच आहे. म्हणून आपल्या निवेदनातून समाजप्रबोधनच होईल अशी खात्री आहे. तरी आम्हा सर्वांची आपणास ही विनंती आहे.''

न्यायाधीश सत्कर्मींनी आशावादी विनंती केली होती. न्यायालयात पुन्हा शांतता पसरली. डॉ. शिशिर काय भूमिका घेतात याकडे सर्वांचं लक्ष होतं. डॉ. शिशिरांनी समोर बसलेल्या तरुणीकडे पाहिलं. तिच्या नजरेतील होकारार्थी भावार्थाने, डॉ. शिशिरनं निर्णय घेतला.

''यस् मिलॉर्ड... जे घडलं ते निवेदन करण्यास मी तयार आहे...''

''यू मे प्रोसीड मि. शिंदे!'' न्या. सत्कर्मी उद्‌गारले.

''मिलॉर्ड... मी कुठला, माझं गाव कुठलं, कुठल्या जातीचा, आई-वडील नावाचे प्राणी कुठे असतात, याची आजतागायत मला कल्पना नाही... आणि ते मी कधीही जाणून घेण्याचा प्रयत्नही केला नाही. कारण जेव्हा मला स्वत:ला कळायला लागलं तेव्हा जग समजण्याचं ते फारसं वय नसलं तरी आपण एका अनाथाश्रमात आहोत याची पुरेपूर कल्पना आली होती. शिशिर शिंदे हे गोंडस नाव कुणी दिलं याचाही थांगपत्ता नाही. पण कुणास ठाऊक त्या अनाथाश्रमाच्या वातावरणामुळे म्हणा अथवा माझ्या मनाच्या आतील ऊर्मीमुळे म्हणा... शिक्षणाची चाहूल लागून, माझ्या अंगी त्याची बीजे रोवली गेली... आपलं कुणीही नाही याची बोचणी घेत शिक्षणाचा प्रवास सुरू झाला. अनाथाश्रमाचं एक असतं, तेथे तुमच्यावर जास्तीत-जास्त चांगले संस्कार करण्याचा प्रयत्न होत असतो. पण शेवटी ते संस्कार घेणं किंवा न घेणं हे त्या अनाथ मुलांवर अवलंबून असतं... आणि शिवाय

त्याच्या ममतेच्या व भावनांच्या रोधकावरही अवलंबून असतं. सुदैवाने मी या सर्व मानवी गुणधर्मावर त्या वयातही नियंत्रण करू शकलो. ते का? याचं कोडं मला आजही आहे. या गुणधर्मांवर ज्याचं नियंत्रण राहिलं नाही ते आज भरकटलेल्या अवस्थेत फिरत आहेत... याचीच परिणती म्हणून माझे त्यावेळचे बरेच सहकारी आज भरकटलेल्या अवस्थेत फिरत असून, काही वाममार्गालाही गेल्याचे समजले आहे... अशा परिस्थितीतला मी शिक्षणाची धुरा समर्थपणे पेलत, इतरांचे टोमणे, खोचक प्रश्न झेलत, प्रसंगी अपमानित होऊन, यशस्वी होत गेलो.

"म्हणूनच जेव्हा मी विद्यापीठाच्या पदार्थविज्ञान विभागात व्याख्याता म्हणून रूजू झालो तेव्हा नकळत डोळ्यात पाणी आलं... ते का? कुणासाठी अश्रू तरळले, हेही मानवी मनाचं एक कोडंच होतं. पण कुणीही आप्तस्वकीय नसताना, कौतुकाच्या दोन शब्दांचा मात्र मी भुकेला होतो. ती भूक एका माणसाने मात्र पूर्ण केली... ते म्हणजे माझे संशोधनाचे मार्गदर्शक प्रा. सुगवेकर. हा माणूस खंबीरपणे माझ्या पाठीशी उभा राहिला. तेवढ्याच सहजपणे विद्यार्थी ते सहकारी प्राध्यापक म्हणूनही त्यांनी मला स्वीकारलं. हा एकमेव माणूस ज्यांनी मला उत्तेजन दिलं.

"मात्र त्या विभागात संशोधन करीत असताना एक जबाबदार प्राध्यापक म्हणून काम करताना खूप तफावत जाणवली. तेथील किळसवाणं राजकारण, हेवे-दावे, गटबाजी पाहून ही एवढी मोठी मंडळी या थराला जाऊ शकतात यावर कधी विश्वासच बसला नाही... याचंच कारण म्हणून आंतरराजकारणाचे बळी ठरले ते माझे मार्गदर्शक गुरू प्रा. डॉ. सुगवेकर. लबाड्या करून पुढे आलेल्या विभागप्रमुखांनी साध्या-सरळ प्रा. सुगवेकरांवर सूडच उगवला. त्याचीच परिणती म्हणून त्यांना विद्यापीठ सोडून जाण्यास भाग पाडण्यात आलं. माझ्या स्वत:च्या जीवनावर तो खरोखरच आघात होता. कारण त्यामुळे माझं मायेचं, आपुलकीचं छत्रच हरवलं होतं.

"प्रा. सुगवेकर गेल्यानंतर प्रयोगशाळेची धुरा मी संभाळली. त्यातही विभागप्रमुख प्रा. कावेकरांनी अनंत अडथळे आणून, 'या शिंद्याला काय अक्कल आहे, त्याला काहीच येत नाही.' असा शिमगा चालू ठेवला. माझ्या पदावर त्यांनी अनेकदा आघात केले. पण यातही मी स्वत:ला शांत ठेवून तेवढं माझं संशोधन पुढे चालू ठेवलं.

"विभागातील प्रशासकीय कामांचा बोजा आवरत, विभागप्रमुखांच्या खोचक आडव्या-तिडव्या प्रश्नांकडे दुर्लक्ष करीत, मी स्वत: रात्र-रात्र संशोधनात गढून जात असे. मी स्वत:ला खूप मोठा शास्त्रज्ञ मुळीच समजत नाही. मी लहानच आहे. पण मी ज्या संशोधन क्षेत्रात काम करतो ते म्हणजे 'किरण भौतिक शास्त्र' (Radiation Physics) यामधील तज्ज्ञांनीच माझा बऱ्याच वेळा सन्मान केला आहे. पण माझ्या

विभागाने अथवा विद्यापीठाने याची दखल कधीही घेतली नाही. ज्याने कधी उभ्या जन्मात संशोधन केलं नाही, की कधी पोटतिडकीने शिकवलं नाही ते स्वत:ला आज उत्कृष्ट म्हणवून घेण्यात धन्यता मानीत आहेत... कधीही कुणाला उत्तेजन न देणाऱ्या प्रवृत्ती वाढत आहेत. यामुळंच ही नवी पिढी वैफल्यग्रस्त होऊ पाहत आहे.

''मिलॉर्डऽऽ... पुढे मी या सर्व गोष्टींकडे दुर्लक्ष करीत गेलो व त्याच प्रमाणात मी माझ्या संशोधनात लक्ष केंद्रित करीत गेलो. याच दरम्यान मी माझ्या प्रयोगशाळेत, इलेक्ट्रॉन प्रवेगकच्या (electron accelerator) साहाय्याने रॅम (RAM), रॉम (ROM) यासारख्या मेमरी चिप्सवर (Memory Chips) काम करीत होतो. वेगवेगळ्या ऊर्जांच्या या चिप्सवर कमी-जास्त प्रमाणात इलेक्ट्रॉन्सचा मारा करून पाहत होतो... आणि मायक्रोप्रोसेसरच्या साहाय्याने मी या चिप्सवर होणाऱ्या परिणामांचा अभ्यास करू लागलो. आश्चर्य म्हणजे, मी जी माहिती या चिप्समध्ये साठवून ठेवली होती त्यात बदल झाल्याचं मला आढळून आलं. ही खरोखर आनंदाची बाब होती... वर्षानुवर्षं मी यात खपलो होतो व मनाजोगते परिणाम मिळालेही होते. याचा आनंद होणंही साहजिकच होतं. ही एक सिद्धिप्राप्तीच होती. त्याचीच माहिती मा. विभागप्रमुखांना मी दिली. त्याची मुळीच दखल न घेता उलट त्यांनी असले फालतू काहीही सांगायला इथे येत जाऊ नकोस म्हणून बजावलं. मी निराश झालो होतो. पण आंतरिक प्रेरणेने, ही प्रा. सुगवेकरांची देणगी, कितीही संकटे आली किंवा कुणी काहीही म्हटलं तरी आपण आपलं काम प्रामाणिकपणे करीत राहावं... याच जाणिवेतून मी पुन्हा उभारीने, जोमाने ते संशोधन करू लागलो.''

''मेमरी चिप्सवर होणाऱ्या इलेक्ट्रॉन्सच्या परिणामांची दखल घेऊन मी पुन्हा संशोधन सुरू केलं. विविध ऊर्जेचे इलेक्ट्रॉन्स व वेगवेगळी किरणे वापरून मी या मेमरी चिप्सचे परिणाम मिळवले... ते मानवाला खरोखरच उपयुक्त असेच ठरणार होते. त्यावेळेस मी पोर्टेबल इलेक्ट्रॉन प्रवेगक बनवण्याचे किचकट कामही हाती घेतलं होतं. त्यासाठी मला नवी दिल्लीच्या डिपार्टमेंट ऑफ इलेक्ट्रॉनिक्स यांनी अर्थसाहाय्य देऊ केलं होतं. मानव हातात इलेक्ट्रॉन प्रवेगक घेऊन फिरू शकेल, हे आव्हानच मी घेतलं होतं.

''समांतरपणे मी अर्धवाहक मेमरी (Semiconductor Memory) चिप्सवर काम करून त्या संदर्भात विविध प्राण्यांचा अभ्यास करू लागलो होतो. उंदीर, मांजर इ. विविध प्राण्यांच्या मेंदूचा अभ्यास करून उंदीर हाच प्राणी मला माझ्या संशोधनासाठी योग्य वाटला होता. कारण उंदीर आणि मानव या दोहोंतील बरेच गुणधर्म सारखे असल्याने उंदरांवरचे परिणाम पाहणं मानवाच्या हितावह असतं हे सिद्ध झालं होतं. म्हणून मीही उंदीर हाच प्राणी निवडला होता.

''उंदरावरचा प्रयोग तसा खूपच यशस्वी झाला होता. त्याच्या मेंदूच्या जडणघडणीनुसारच मी प्रथम गॅमा किरणांचा व नंतर विविध ऊर्जा असलेल्या इलेक्ट्रॉन्सचा मारा केला आणि मला उंदराच्या स्वभावदोषातले बरेच गुण, अवगुण अनुभवता आले. साधारण गणिताद्वारे १०० रॅड (रॅड हे शोषित प्रारणांच्या मात्रेचं एकक आहे.) एवढ्या इलेक्ट्रॉन्सचा व गॅमा किरणांचा मारा उंदराच्या मेंदूवर केल्याने मला उंदराच्या दैनंदिन वागणुकीत भयंकर बदल घडून आल्याचं दिसलं. हे बदल काही चांगल्या प्रमाणातही होते. या वेळेस मात्र मी या प्रयोगाची वाच्यता कुठेही केली नाही.

''उंदरावरच्या यशस्वी प्रयोगाने, मला माझंच उत्तेजन मिळालं होतं. त्याच प्रेरणेने किंवा मानवी हितासाठी काहीतरी करावं या प्रेरणेने मी पुरता झपाटलो गेलो... आणि मानवासाठी याचा उपयोग करावा या हेतूने प्रेरित होऊन, मानवी शरीररचनेच्या अभ्यासासहित; मानवी मेंदूचा अभ्यास करण्यास सुरुवात केली. त्या वेळेस मानवाच्या एवढ्याशा मेंदूचा एवढा मोठा पसारा पाहून मीही स्तंभित झालो. मेंदूच्या तीन विभागांचा मी अभ्यास केला. त्यात प्रमस्तिष्क, मस्तिष्क स्तंभ व निमस्तिष्क... आणि हे मानवाच्या कुठल्या विभागात असतात याचे आराखडे तयार केले. सर्व साधारण प्रमस्तिष्क बाह्यकातील क्षेत्रे व ज्ञानक्षेत्रांचा अभ्यास केला. त्यात प्रामुख्याने प्रेरक क्षेत्र, कायिक क्षेत्र, कायिक अर्थबोधन क्षेत्र, ज्ञान क्षेत्र, दृष्टी क्षेत्र, ब्रॉकावाक क्षेत्र इत्यादी क्षेत्रांचा अभ्यास केला. यात व तर्कशक्ती या ज्ञान क्षेत्रात तर ब्रॉको क्षेत्र शब्दोच्चारांकरिता लागणाऱ्या स्नायूंना सूचना देणे यांचा खोलात जाऊन मी अभ्यास केला.

''ह्यावरून मला असं आढळून आलं की, मानवी मेंदू हा एक संगणक असून तो संवेदनाजन्य माहिती सतत गोळा करत असतो. आणि तिचा व पूर्वानुभावातून संचयित केलेल्या माहितीचा उपयोग करून, तो दैनंदिन शारीरिक क्रियांचं नियंत्रण करतो. या सर्वांचा विचार करून व उंदरांच्या मिळालेल्या परिणामांचा उपयोग मी मानवी मेंदूचे काही क्षेत्र हे किरणांना, प्रामुख्यानं इलेक्ट्रॉन व गॅमा किरणांना संवेदनात्मक आहेत हे सिद्ध केलं... आणि त्या परिणामांच्या साहाय्यावरून मी मानवी मेंदूमध्ये बदल घडवून आणण्यासाठी १ लाख ते १० लाख इलेक्ट्रॉन व्होल्ट ऊर्जा असलेल्या ५००० रॅड इलेक्ट्रॉन्सचा मारा केल्यास बदल घडू शकतो हे सिद्ध केलं.

''या संशोधनाच्या दरम्यान आमच्या विभागात दर आठवड्याला होणाऱ्या 'फॅकल्टी क्लब'मध्ये या संशोधनावर व्याख्यान देण्यास विभागप्रमुख प्रा. डॉ. कावेकरांनी मला भाग पाडलं. यामागे त्यांचा हेतू काय आहे हे स्पष्ट होतं. पण कुठलाही किंतु मनात न आणता आपलं संशोधन इतरांपर्यंत पोहोचावं या जाणिवेतून

मी हे व्याख्यान देण्यास राजी झालो.

''शनिवारचा दिवस होता. व्याख्यान देण्यास मी सुरुवात केली. पहिली काही मिनिटे जाताच प्रा. कावेकरांनी व त्यांच्या स्वकीयांनी अडथळे आणण्यास सुरुवात केली. मीही शांतपणे उत्तर देऊ लागलो. पण कुणास ठाऊक प्रा. कावेकरांचा स्वत:वरचा ताबा सुटला होता, 'हे संशोधन भंपकगिरी असून, निव्वळ फसवणूक आहे. डॉ. शिशिर यांना धड इंग्रजी बोलता येत नाही, या पदासाठी खरेतर त्यांची लायकीच नव्हती... असे प्राध्यापक विद्यापीठात असतील तर मुलांचं भवितव्य काय आहे?... साध्या गोष्टींची त्यांना अक्कल नाही...'

''मी सुन्न झालो होतो, माझाही उद्रेक होण्याअगोदर मी सर्व पारदर्शिका गोळा केल्या आणि तडक कुठलीही प्रतिक्रिया व्यक्त न करता सेमिनार रूममधून बाहेर पडलो.

''त्या रात्री मी नुसता तळमळत होतो. प्रा. कावेकरांचा एक-एक शब्द तीरासारखा माझ्या हृदयाचा छेद घेत होता. एवढं अपमानित आणि तेही सर्व विद्यार्थ्यांसमोर होण्याची ही पहिलीच वेळ होती. त्या दिवशी मात्र माझ्या मृत स्वाभिमानाला खरंच ठेच पोहोचली होती आणि त्यातच मी तो कठोर निर्णय घेतला. ज्या संशोधनाचा आधार घेऊन प्रा. कावेकरांनी वैयक्तिक सूड उगवला होता त्याच संशोधनाच्या पूर्ततेसाठी, त्यांच्यावर हा प्रयोग करायचा निर्णय मी घेतला.

''दुसऱ्या दिवशी प्रयोगशाळेत काही क्षणांसाठीच आलो होतो. माझ्या पीजन होलमध्ये एक पत्र पडलं होतं. त्यावर लिहिलं होतं, 'प्रा. कावेकर यांचं विद्यापीठाच्या मुख्य सभागृहात व्याख्यान' आणि त्याच दिवशी मी तो प्रयोग करण्याचं ठरविलं. ती एक सुवर्णसंधीच होती. कारण त्या व्याख्यानाला कुलगुरू, उपकुलगुरू आणि सर्व विभागप्रमुख उपस्थित राहणार होते आणि अनुषंगाने त्यावेळेस माझं प्रवेगकांचं पोर्टेबल कामही पूर्णत्वास आलं होतं.

''आणि व्याख्यानाच्या आदल्या दिवशी मी माझ्या प्रयोगाची, विद्यापीठाच्या सभागृहात कुणालाही न कळत पूर्तता केली... आता वेळ होती फक्त व्याख्यानाची व माझ्या प्रयोगाच्या यशस्वितेची.

''सभागृह पूर्णपणे भरलं होतं. प्रा. कावेकरांनी आपलं व्याख्यान सुरू केलं. काही मिनिटे जाताच त्यांच्या बोलण्यातील सातत्य नाहीसं झालं. मध्येच ते काहीतरी विसरून आठवण्याचा प्रयत्न करीत होते. उपस्थितांच्या साध्या प्रश्नाचं आकलनही त्यांना होत नव्हतं. कुलगुरूंनी 'तुम्ही तयारी केली नाही का?' म्हणून विचारताच ते रागाने लालबुंद झाले. असंबद्ध बोलून या व्याख्यानाची पूर्तता त्यांनी केली. आपल्याला असं का झालं? याचं आकलन त्यांना होत नव्हतं. आपण एवढी तयारी करून सर्व कसं विसरून गेलो? त्यामुळे एवढ्या सभागृहात आपली नाचक्की

झाली. हीच बोच त्यांना सलत होती. त्यानंच त्यांना प्रचंड ताण आला होता.

"माझा प्रयोग यशस्वी झाला होता व हेतूही सफल झाला होता. किरणांच्या माऱ्यानंतर जसे उंदीर सैरभैर झाले होते, तसेच प्रा. कावेकरही झाल्याचं सिद्ध झालं होतं. मी त्यांच्या मेंदूतील ज्ञानक्षेत्रात जेथे त्यांची सर्व माहिती गोळा होती, तेथेच पोर्टेबल प्रवेगकमधून येणाऱ्या इलेक्ट्रॉन्सचा झोत केंद्रित केला होता. इलेक्ट्रॉन्सची ऊर्जा सहा लाख इलेक्ट्रॉन असल्याने ज्ञान कोषिकातील रिब्योन्युक्लिइक आम्लामधील रेणूंचे आयनीकरण होऊन, हे रेणू कोषिकांच्या प्रथिन संश्लेषणात महत्त्वाचा भाग घेत असल्याने स्मृती संचय कोषिकांमध्ये अडथळे निर्माण होऊन, प्रा. कावेकरांच्या स्मृती नाहीशा झाल्या. तद्नंतर ते भाषण करू शकले नाहीत. या अति स्वाभिमानाच्या भरात प्रचंड मानसिक ताण येऊन मेंदूचं संतुलन बिघडून, त्यांचं वेड्यात रूपांतर झालं आणि येथेच माझ्या संशोधनाची यशश्रीही झाली. वेडेपणा हा त्यांच्या स्वभावात असलेल्या अति स्वाभिमानामुळेच आला."

"मिलॉर्ड... मी गुन्हा केला किंवा नाही, हे ठरविण्याचा अधिकार आपल्याला आहेच. पण मला एक प्रश्न विचारावासा वाटतो तो म्हणजे... या समाजात प्रा. कावेकरांसारख्या अनेक प्रवृत्ती आहेत की, ज्यांच्यामुळे इतरांनी मानसिक ताण घेऊन आत्महत्या केल्या आहेत. तर काही वेड्यांच्या इस्पितळात आहेत. अशा मानसिक छळ करणाऱ्यांना आपल्या कायद्यात काही शिक्षा आहे का?... ती असेल तर मी कोणत्याही शिक्षेला सामोरे जायला तयार आहे.

"आपण जी शिक्षा द्याल ती मला मान्यच असेल, पण त्याअगोदर मला असं सांगावंसं वाटतं की, मी प्रा. कावेकरांना त्यांच्या संभ्रमावस्थेतून बरा करू शकतो. त्यांच्यावर प्रयोग करण्याचा निर्णय घेण्याचं कारण म्हणजे, प्रा. कावेकरांसारख्या समाजात असलेल्या गिनीपिगना मला फक्त धडा शिकवायचा होता. जेणेकरून या अशा प्रवृत्ती समाजात पुन्हा होणार नाहीत. प्रा. कावेकरांचं आयुष्य पूर्णपणे जायबंदी करण्याचा अधिकार मला नाही. मी एक शास्त्रज्ञ आहे आणि शास्त्रज्ञ नेहमीच मानवी हितासाठी कामे करीत असतात. कुणाचं आयुष्य मोडकळीला आणण्यासाठी ते जन्मत नाहीत. असं जर न घडलं तर सामान्यजनांचा विज्ञानावरचा व विज्ञाननिष्ठा असलेल्यांवरचा विश्वास नाहीसा होईल. तरी न्यायाधीश महोदयांनी मला विज्ञानावर असलेलं हे काळं सावट दूर करण्याची संधी द्यावी."

डॉ. शिशिर शिंदेच्या निवेदनाने न्यायालयात पुन्हा शांतता प्रस्थापित झाली होती. सर्व सुन्न झाले होते. त्यांनी उपस्थित केलेल्या शेवटच्या प्रश्नाने सर्वांपुढेच नाही तर कायद्यापुढेही मोठा प्रश्न उभा केला होता आणि समोर एक तरुण शास्त्रज्ञ की, ज्याच्यापुढे या आयुष्यात काहीतरी करण्याची उमेद आहे आणि दुसरीकडे न्यायालय... समोर असलेल्या लोकांना आता उत्तर हवं होतं म्हणून न्यायालयात

पूर्ण शांतता होती.

त्यातच न्यायाधीश सत्कर्मींचा आवाज उमटला. सर्व जण रोखून त्यांचा एक-एक शब्द टिपत होते.

"डॉ. शिशिर शिंदे हे एक हुशार व तरुण शास्त्रज्ञ आहेत. त्यांना सामाजिक जाणीवही आहे. पण त्याच वेळेस डॉ. शिशिर यांनी आपल्या ज्ञान-विज्ञानाचा उपयोग करून निसर्गाविरुद्ध जाण्याचा प्रयत्न केला आहे. तरी न्यायालयाने त्यांना शिक्षा देण्याचं ठरविलं आहे. ती म्हणजे... डॉ. शिशिर शिंदे यांनी प्रथम प्रा. कावेकरांना संभ्रमावस्थेतून बरं करून पुन्हा जोमाने संशोधन करून, येत्या दोन वर्षांत मानवहितासाठी भरघोस असं कार्य करून दाखवावं. हीच ती शिक्षा."

न्यायालयात सर्व लोकांच्या चेहऱ्यावरचा ताण सैल झाला होता. या आगळ्यावेगळ्या निर्णयाने सर्व उल्हसित झाले होते. कोपऱ्यात बसलेली तरुणी मात्र आनंदाश्रूंनी न्हाऊन निघत होती... नकळत ती डॉ. शिशिर शिंदेकडे झेपावली होती.

◆

अंतराळातील मृत्यू

कॅ. सतीश यांचं यान अंतराळात झेपावून आज बराच काळ लोटला होता. चार प्रकाशवर्षं एवढं अंतर कापून यान पुढील प्रवासाला निघालं होतं. कालयंत्रावर कॅ. सतीश यांची नजर खिळलेली होती. सत्तरीकडे झुकलेले कॅ. सतीश हे अंतराळशास्त्रातील एक तज्ज्ञ होते. तसेच ते उत्कृष्ट शल्यविशारदही होते. या क्षेत्रात त्यांचा दांडगा अनुभव होता. त्यामुळेच या अंतराळमोहिमेसाठी त्यांची निवड झाली होती. यापूर्वीही त्यांनी अंतराळ प्रवास केले होते. त्यात बरेच बिकट प्रसंग त्यांच्यावर आले होते. त्यातही न डगमगता शांतपणे विचार करून त्यांनी यशस्वीपणे मार्ग काढले होते. आपल्या अंतराळयात्रा सहकाऱ्यांच्या साहाय्याने सफल केल्या होत्या. यानात प्रत्येक शास्त्रज्ञांवर व तंत्रावर त्यांचे सुनियंत्रण असे. या दरम्यान त्यांनी मानसशास्त्राचा अभ्यासही केला होता. म्हणूनच त्याची जाण त्यांना होती. जसजसा यानाचा प्रवास होत होता, तसतसं प्रत्येकाच्या मानसिकतेचे सुनिरीक्षण ते फावल्या वेळेत निश्चित करीत असत. त्यामुळे अंतराळात मानवी देहावर होणाऱ्या परिणामांच्या नोंदीही त्यांना करता येत होत्या. ते जेवढे प्रेमळ होते तेवढेच करारीही होते. प्रसंगी ज्याने चूक केली त्याला जरबेनं ताकीद द्यायलाही ते मागेपुढे पाहत नसत. अशा या प्रमुखाच्या अखत्यारीखाली असलेली ही मोहीम एका अद्भुत ग्रहाच्या शोधासाठी निघाली होती. त्यांच्या सोबत असणारे शास्त्रज्ञही आपापल्या क्षेत्रात तेवढेच तज्ज्ञ होते. त्यामुळेच ही मोहीम निश्चितपणे यशस्वी होईल याची खात्री कॅ. सतीशना होती. कालयंत्रावर खिळलेली नजर काढून त्यांनी यानाच्या तावदानातून अथांग अशा अवकाशात भिरकावली... पुन्हा विचारमग्न होत काही प्रकाशवर्षं मागे जाऊन विचार करू लागले...

तशी या मोहिमेची जबाबदारी आपल्यावर ऐन वेळेसच टाकण्यात आली आणि विशेष करून डॉ. विकास माटे व डॉ. मंजिरी माटे या तरुण व नवदाम्पत्याच्या आग्रहावरूनच. याच दाम्पत्याने त्या अद्भुत ग्रहाकडून येणाऱ्या रेडिओ लहरी डिटेक्ट करण्यात यश मिळविले होते. या रेडिओ लहरींचे विश्लेषण त्यांचेच

समकालीन सिद्धान्तवादी व गणिती मित्र डॉ. नितीन साठे यांनी केलं होतं. डॉ. नितीन हे आधुनिक कॉम्प्यूटरमधले तज्ज्ञ म्हणूनही साऱ्या जगाला परिचित होते. त्यांनी या रेडिओ लहरींची कॉम्प्यूटरद्वारे वेगवेगळी गणिते मांडून त्यातील रहस्ये उलगडली होती. त्यावरूनच या अद्‌भुत ग्रहाची माहिती मिळाली होती. तो अद्‌भुत ग्रह पृथ्वीपासून दहा प्रकाशवर्षं एवढ्या अंतरावर आहे हे डॉ. नितीन यांनीच सिद्ध केलं होतं. या ग्रहावर निश्चितपणे मानवाला पोषक असे वातावरण असून त्यावर जीवसृष्टी असल्याचंही प्रतिपादन केलं होतं. पृथ्वीवरील वाढत्या लोकसंख्येने बेजार झालेला मानव अशाच कुठल्यातरी ग्रहाच्या शोधात वर्षानुवर्षे लागला होता... कारण ही पृथ्वीही आता त्याला अपूर्ण पडायला लागली होती. सुदैवानं आजचा हा पर्याय पृथ्वीवासीयांना निश्चितच दिलासा देणारा होता.

या संशोधनाचा डॉ. विकास व डॉ. नितीन यांनी पाठपुरावा करून एक दीर्घ अहवाल तयार केला होता व त्यासोबत यानाचं मॉडेल व मोहिमेचा आराखडाही तयार केला होता. इतर देशांची कुठल्याही पद्धतीची ढवळाढवळ नको म्हणून या शास्त्रज्ञांनी भारताच्या अवकाश संशोधन आयोगाला हा अहवाल सादर केला होता. भारत आज एक मोठी शक्ती म्हणून पृथ्वीवर उभा होता. अवकाश विज्ञानात त्यानं मोठी भरारी मारली होती. त्यामुळेच ही मोहीम भारत स्वतंत्रपणे राबवू शकेल याची खात्री या शास्त्रज्ञांना होती.

भारतीय अवकाश संशोधन आयोगाचे अध्यक्ष प्रा. श्रीनिवासन यांनी तत्काळ मीटिंग बोलावून या अहवालावर चर्चा करून संसदेमधून संमती मिळविली होती. या अहवालाची संमती एवढ्या लवकर मिळाल्याने डॉ. विकास व डॉ. नितीन यांना मुळीच आश्चर्य वाटलं नव्हतं. कारण पृथ्वीवर भारत हा एकमेव स्वयंपूर्ण व मोठी शक्ती असलेला देश म्हणून गणला जात होता. आजची परिस्थिती पाहून कुठलाही देश अवकाश संशोधनाला प्राधान्य देऊ लागला होता. कारण पृथ्वीवर मानव जगायचा असेल तर हे करणं आवश्यकच होतं.

अहवाल विनाअट संमत होताच डॉ. विकास, डॉ. नितीन कामाला लागले होते. तंत्रज्ञ मंडळी रात्रंदिवस राबत होती. आजच्या या आधुनिकीकरणामुळे व कॉम्प्यूटरमुळे एका महिन्याच्या आत मोहिमेची तयारी झाली होती. मोहिमेवर जाण्यासाठी डॉ. विकास, त्यांच्या पत्नी डॉ. मंजिरी, डॉ. नितीन यांची निवड झाली. त्यांचे प्रशिक्षण पूर्ण झालं होतं. पण या मोहिमेची धुरा कुणाच्या हाती सोपवावी हे अजून आयोगाने ठरविलं नव्हतं. डॉ. विकास यांनी कॅ. सतीश शर्मा यांचा आजवरचा अनुभव पाहता त्यांच्या नावाची शिफारस केली होती. ती आयोगाने जवळजवळ ग्राह्यही धरली होती. पण ऐनवेळेस आयोगाने नेहमीप्रमाणे मोहिमेसाठी कॅ. अशोक गुप्ता यांचं नाव रेटलं होतं. यावर डॉ. विकास व डॉ. नितीन यांनी

नाराजी व्यक्त करून निषेध व्यक्त केला होता व कॅ. सतीश यांचाच आग्रह धरला होता. यात आयोगाचे सदस्य व शास्त्रज्ञांमध्ये खडाजंगीही झाली होती. शेवटी मोहिमेचे हित बघून आयोगाचे अध्यक्ष प्रा. श्रीनिवासन यांनी कॅ. सतीश यांचीच प्रमुखपदी नियुक्ती केली होती. शेवटी डॉ. विकास यांचाच विजय झाला होता...

तेवढ्यात ''सरऽऽ!'' या हाकेने कॅ. सतीश यांची विचारशृंखला तुटली होती. त्या अनंत अवकाशातून त्यांनी आपली नजर काढून यानात मागे वळविली. मागे डॉ. मंजिरी घाबरलेल्या अवस्थेत उभ्या होत्या. त्यांचा घाबरलेला चेहरा पाहताच कॅ. सतीश उत्तरले, ''काय झालं, मंजिरी?... एवढी घाबरलीस का?...''

''सर! विकास!!!!....'' मंजिरीचा कंठ दाटला. तिला पुढे बोलवेना...

कॅ. सतीश घाईनं म्हणाले, ''काय झालं विकासला?.... एनिथिंग गोज रॉंग वुईथ हीम?''

''यस सर!... तो बेशुद्ध पडला आहे.''

''काय म्हणतेस मंजिरी?... इट्स स्ट्रेंज.''

''होय सर!... नितीन त्याचे हात-पाय चोळून शुद्धीवर आणण्याचा प्रयत्न करतोय.''

''लेट्स मूव्ह...'' कॅ. सतीश स्वत:ला सावरीत उठले व प्रसंगावधान पाहून ते मंजिरीला धीर देत म्हणाले, ''घाबरू नकोस मंजिरी बेटी... सर्व ठीक होईल... मी पाहतो... चल.''

दोघंही धावत-पळतच नियंत्रण कक्षात पोहोचले. नियंत्रण कक्षात येताच कॅ. सतीश यांनी डॉ. विकास यांचा ताबा घेतला. त्यांच्या हाताची नाडी, डोळे, छाती तपासली. नाडी संथपणे चालत होती. पण शरीराचे तापमान कमी होत असल्याचं पाहून त्यांना आश्चर्य वाटलं. असं का व्हावं? याची कारणमीमांसा करण्यास त्यांना वेळच नव्हता. फक्त विकासचं जीवन वाचविणे त्यांच्या दृष्टीने महत्त्वाचं होतं. त्यांनी कमी वेळेत परिणाम साधणारी औषधं व इंजेक्शन डॉ. विकासला दिली. त्यानं विकासला निश्चित बरं वाटायला हवं याची खात्री व आत्मविश्वास कॅ. सतीशना होता. पण थोड्याच वेळात तोही फोल ठरला. डॉ. विकास यांचं शारीरिक तापमान शून्यावर येऊन ठेपलं होतं. नाडीची संथ गतीही बंद झाली होती आणि हा सर्वांवर अनपेक्षित आघात होता. कॅ. सतीश, डॉ. मंजिरी व डॉ. नितीनकडे पाहून म्हणाले, ''ओह! नो... ही इज डेड!... हाउ इट इज पॉसिबल?''

डॉ. मंजिरीची परिस्थिती वेड्यासारखी झाली होती. ती एखाद्या पुतळ्यासारखी नि:स्तब्धपणे डॉ. विकास यांच्या पार्थिवाकडे पाहत होती. तिचा जीवनसाथी तिला अर्ध्यावरती टाकून याच अनंतात विलीन झाला होता. डॉ. नितीन यांच्याही डोळ्यांच्या कडा ओल्या झाल्या होत्या. मंजिरीची परिस्थिती बघून त्यांनाही भडभडून येत होतं.

क्षणभर नियंत्रण कक्षात भीषण शांतता होती. कॅ. सतीश यांनी डॉ. विकासच्या मृतदेहाकडे पाहून स्वत:ला सावरीत मंजिरीच्या डोक्यावरून हात फिरवला. या कृतीने मात्र मंजिरीच्या भावनेचा बांध हुंदक्यांच्या रूपानं फुटला व ती आवेगाने कॅ. सतीशना बिलगून रडू लागली. कॅ. सतीश यांच्याही डोळ्यांतून अश्रू वाहू लागले. त्यांनी मंजिरीला मनसोक्त रडू दिलं व पाठीवरून हात फिरवीत म्हणाले, ''हे बघ मंजिरी.... मी तुझ्या पित्यासारखा आहे... बेटी स्वत:ला सावर... या मोहिमेवर साऱ्या पृथ्वीवासीयांचं लक्ष आहे. विकासविना ही मोहीम शक्य नाही, पण आता परत फिरणंही शक्य नाही. पण तुमच्या आत्मविश्वासावर आपण ही मोहीम निश्चित फत्ते करू.''

डॉ. मंजिरीला याची जाणीव होताच क्षणात तिने स्वत:ला सावरलं व म्हणाली, ''सॉरी सर!... भावनेच्या भरात मी वाहत गेले...! ही मोहीम पूर्ण होईलच सर!''

''यस सर! विकास जरी आज आमच्यात नसला तरी त्याची ही कल्पना आम्ही पुढे नेणारच.'' डॉ. नितीन यांचा कंठ दाटून आला होता.

कॅ. सतीश भावनाविवश होऊन आवेगाने दोघांना कवेत घेत म्हणाले, ''मला तुमच्यावर गर्व आहे पोरांनो... गर्व आहे...'' प्रथमच त्यांच्या तोंडून अस्पष्टसा हुंदका बाहेर पडला.

यानाचा प्रवास अंतराळात अखंडपणे चालूच होता. सेकंदागणिक लक्ष कि. मी. वेगानं यान अंतर कापत होतं. कॅ. सतीश, डॉ. मंजिरी, डॉ. नितीन नियंत्रण कक्षेत बसले होते. डॉ. विकासचा मृत्यू कसा झाला याचा उलगडा अजूनही कुणालाच होत नव्हता. कॅ. सतीश यांनीही यावर बराच विचार केला. डॉ. नितीन यांनी मात्र हा गुरुत्वाकर्षणाचा परिणाम असावा असा प्राथमिक अंदाज बांधला होता. त्यामुळेच डॉ. विकास प्रथम बेशुद्धावस्थेत गेले. काही व्यक्तींचे नर्व्ह्ज अतिशय नाजूक असतात. त्यामुळे बदलणाऱ्या गुरुत्वाकर्षणाचा परिणाम सहन करणं अशक्य असल्याने ती व्यक्ती कोमात जाऊ शकते. पण याला या परिस्थितीत ठोस असा वैज्ञानिक आधार नसल्याने तो एक अंदाजच ठरत होता. कारण तसा परिणाम इतरांवर झाला नव्हता. या चर्चेत मात्र डॉ. मंजिरीने वेगळाच मुद्दा उपस्थित करून कॅ. सतीश व डॉ. नितीनचं लक्ष वेधून घेतलं. त्या म्हणाल्या, ''सर! आपण माझ्या पतीचा मृतदेह किती दिवस आपल्याजवळ सांभाळणार आहोत...?''

कॅ. सतीश आश्चर्यानं पाहत म्हणाले, ''तुला म्हणायचं तरी काय, मंजिरी?''

डॉ. नितीनही आश्चर्यानं मंजिरीकडे पाहू लागले.

''सर! मला वाटतं, आपल्या पृथ्वीवासीयांच्या रिवाजाप्रमाणे दशक्रिया करून मृतदेहाची विल्हेवाट लावणं इष्ट नाही काय?''

कॅ. सतीश पुन्हा एकदा कौतुकभरल्या नजरेने पाहत म्हणाले, "तू हा विषय काढला म्हणून बरं झालं बेटी... यावर माझी व नितीनची चर्चाही झाली... पण आपण पृथ्वीवर नसून अंतराळात आहोत याची जाणीव होऊन मृतदेहाची विल्हेवाट कशी लावावी हा प्रश्नच आहे?"

"सर, एक पर्याय सुचवू?"

"सुचव ना!"

"तुम्ही म्हणाल मंजिरी एवढी कठोर कशी काय?"

"तुझी सूचना योग्य असेल तर आम्ही ती निश्चित अमलात आणू!"

"सर! मृतदेह अंतराळातच सोडला तर."

"नोऽ...नोऽ... हे शक्य नाही."

"नाही. मंजिरी... तू असं म्हणतेस यावरूनच तू विकासवर किती जिवापाड प्रेम करत होतीस याचीच जाणीव होते." डॉ. नितीन भरल्या आवाजानं म्हणाले होते.

डॉ. विकास विषयीच्या भावना पुन्हा एकदा मंजिरीच्या मनात उफाळून आल्या व ती भडभडून रडू लागली.

"बेटी, काहीतरी मार्ग निश्चितच निघेल... पण विकासचा मृतदेह अंतराळात भिरकावून द्यायला तो जन्माला आला नव्हता. ही तर त्या आत्म्याची विटंबनाच होईल. तुला माहीत आहे, पृथ्वीवर मृतदेह आपण किती सन्मानानं नेतो."

डॉ. नितीन व मंजिरी, कॅ. सतीशच्या बोलण्याकडे पाहतच राहिले.

...तेवढ्यात यानाला धक्का बसल्यागत ते डगमगलं व सरळ रेषेत जाणारे यान, काही अंश कोनातून खेचले जाण्याचा आभास तिघांना जाणवला. प्रसंगावधानाने कॅ. सतीशनी डॉ. विकासची जागा घेतली. डॉ. नितीन कॉम्प्यूटरला डेटा फीडिंग करण्यात गुंतला व डॉ. मंजिरी यंत्रांकडून इतर माहिती मिळविण्याचा प्रयत्न करू लागली. कॅ. सतीशना जाणवलं की, यान प्रचंड वेगाने खेचलं जात आहे. त्यावर आता कुठलंही नियंत्रण राहिलेलं नाही. हे असं का होत आहे? समोर उल्काही प्रचंड वेगाने जाताना कॅ. सतीशना दिसत होत्या.

"नितीन... आपण आपल्या अद्‌भुत ग्रहाकडेच जात आहोत ना?"

"नाही सर!"

"नाहीऽऽ.... मग आपण जात तरी कुठे आहोत?"

डॉ. मंजिरीही धावतपळत येऊन म्हणाली, "सर! कुठलंही यंत्र आता काम करीत नाहीये... सगळी यंत्रं नियंत्रणच घालवून बसली आहेत..."

कॉम्प्यूटरवर पाहत असलेले डॉ. नितीन ओरडले. "ओह! नो... सर, घात झाला."

"काय झालं, नितीन?" कॅ. सतीश काळजीच्या स्वरात म्हणाले.

"सर! आपलं यान कृष्णविवराच्या तावडीत सापडलंय!"

"नोऽऽ..." कॅ. सतीश व डॉ. मंजिरीच्या तोंडून एकाच वेळेस स्वर उमटले.

"नितीन... आपण अदृश्य शक्तीकडे खेचले जात आहोत याची कल्पना आपल्याला का आली नाही?"

"सर! कॉम्प्यूटरने काही भौतिकी वस्तू एकाच दिशेला वेगाने जातानाच्या नोंदी केल्या आहेत आणि धोक्याची जाणीवही त्याने करून दिली होती. पण आपण डॉ. विकास यांच्या संदर्भात मग्न असल्याने या गोष्टी लक्षात येऊ शकल्या नाहीत. शिवाय माझा तो अंदाजही खरा ठरला!"

"कुठला अंदाज डॉ. नितीन?" मंजिरी म्हणाली.

"डॉ. विकास यांच्या मृत्यू..."

"काय?" दोघेही विस्फारलेल्या डोळ्यांनी पाहू लागले.

"होय! डॉ. विकासांचा मृत्यू हाही धोक्याचा एक संकेतच होता. मी मघाशीच सांगितल्याप्रमाणे काही व्यक्तींच्या मेंदूतील नर्व्हज ह्या अतिशय नाजूक असल्याने गुरुत्वाकर्षणाचा परिणाम खूप लवकर होतो व ती व्यक्ती लवकर कोमात जाऊ शकते. प्रसंगी मृत्यूही होतो. हेच नेमके डॉ. विकासांच्या बाबतीत घडलेले आहे. कारण जेथे डॉ. विकासांचा मृत्यू झाला तेथे या विवराच्या गुरुत्वाकर्षणाचा बऱ्यापैकी प्रभाव आढळून आला आहे."

"डॉ. नितीन, हे कृष्णविवर आहे तरी काय?" डॉ. मंजिरींना त्याची कल्पना होती, पण नेमकी अवस्था त्यांना जाणून घ्यायची होती.

"संक्षेपात सांगायचं तर, ते एक महास्फोटक ताऱ्याच्या अवशेषातून निर्माण होते. नंतर हे अवशेष आकुंचन पावतात व त्यांचे वस्तुमान प्रचंड वाढून गुरुत्वाकर्षण त्याच पटीने वाढते की, यातून प्रकाशसुद्धा बाहेर पडणं अशक्य असते."

"म्हणजे आपलं यान कृष्णविवरात गेले की, त्यातून बाहेर पडणं अशक्यच... याचा अर्थ आपल्या मोहिमेची इतिश्री या कृष्णविवरातच होणार!" मंजिरी निराशेने म्हणाली.

"नितीन, कॅन वुई डू समथिंग!" कॅ. सतीशनी आशेनं विचारलं.

"हो सर! निश्चितच... मला खात्री आहे की, कृष्णविवराकडून येणाऱ्या गुरुत्वीय लहरींचा वेग तपासून आपण कृष्णविवराच्या नेमक्या कुठल्या टप्प्यात आहोत हे कळेल."

डॉ. नितीन स्वत:ला हरवून कामाला लागले.

डॉ. मंजिरीही त्यांना मदत करत होती. वेगवेगळी गणिते मांडून त्यांनी

समाधानकारक पर्याय काढला होता. डॉ. नितीन सांगू लागले, "सर! कॉम्प्यूटरने दर्शवल्याप्रमाणे आपण या विवरातून बाहेर पडू शकतो. कारण आपण जसे जसे कृष्णविवराच्या बाहेरील आवरणाकडे जातो (त्या आवरणाला स्थिर पातळी किंवा Static limit असे म्हणतात.) तसे काहीतरी वेगळे पण अनोळखी घडत आहे याची जाणीव होते. एकदाची ही स्थिर पातळी ओलांडली की, आपण एरगोस्फीअर (Ergosphere) या क्षेत्रात प्रवेश करतो. जेथे प्रकाश गोलाकार होऊन प्रचंड गुरुत्वाकर्षणामुळे विवरात ओढला जातो. यदा कदाचित जर का आपण या क्षेत्रात सापडलो (आपण याच क्षेत्रात प्रवास करतोय अशी कॉम्प्यूटरने माहिती दिलीच आहे.) आणि गुरुत्वाकर्षण जरी जास्त असले तरी आपण बाहेर पडू शकतो."

"ते कसे काय?" कॅ. सतीश व डॉ. मंजिरी दोघांनीही एकाच वेळी उत्सुकतेने प्रश्न केला.

"कारण या क्षेत्रातच आपण पुरेशी ऊर्जा घेऊन बाहेर पडू शकतो. त्यासाठी मी तयार केलेला आराखडा असा आहे. आपलं यान याच क्षेत्रात प्रवास करीत आहे. जर हेच यान दोन तुकड्यात विभागले तर एक भाग जास्त ऊर्जेनिशी बाहेर पडेल तर दुसरा भाग विवरात जाऊन पडेल."

"पण यान दोन तुकड्यात कसे विभागायचे?" डॉ. मंजिरींचा प्रश्न.

"सोपं आहे!... डॉ. विकासांचा मृतदेह जेथे ठेवला आहे, ती एक यानाची वेगळीच स्पेस कॅप्सूल आहे. तीच फक्त मुख्य यानापासून वेगळी करायची." डॉ. नितीनने स्पष्टीकरण दिले.

"खरंच! डॉ. नितीन तुम्ही दोन प्रश्न किती सहजपणे सोडवले!" कॅ. सतीश भावनावेगाने म्हणाले होते.

"कोणते सर?" लक्षात न येऊन डॉ. नितीन उद्गारले.

"एक आपण या विवरातून बाहेर पडण्याचा व दुसरा डॉ. विकास यांच्या मृतदेहाचा सन्मानानं अंतराळात दफनविधी करण्याचा."

"म्हणजे?" मंजिरी पुढे बोलूच शकली नाही.

"यस, बेटी! डॉ. विकासांचा मृतदेह त्या स्पेस कॅप्सूलमध्ये ठेवून त्यांना कृष्णविवरात विलीन करू."

"सर आपल्याकडे वेळ फार कमी आहे. आपण तयारीला लागलं पाहिजे," डॉ. नितीन म्हणाले.

डॉ. नितीन यांनी अथक परिश्रम घेऊन कॉम्प्यूटर प्रोग्रॅम लिहिले. कुठल्या वेळेला, कुठे व किती गुरुत्वाकर्षण शक्तीला यानाचे दोन भाग करायचे हे त्यांनी गणित मांडून तयार केलं आणि ही सर्व गणितं कॉम्प्यूटर व गणकयंत्रांना फीड

केली गेली.

कॅ. सतीश विचारमग्न होऊन म्हणाले, "नितीन एक विचारू?"

"विचारा ना, सर?"

"कदाचित आपण वास्तव्य करीत असलेला भागच जर कृष्णविवरात पडला तर?"

"नाही! ९९ टक्के तरी असं घडणार नाही. कारण रचनाच अशी केली आहे की, डॉ. विकासचा मृतदेह असलेली स्पेस कॅप्सूलच विवरात पडेल."

"पण, तरीही एक टक्का शाश्वती नाहीच!" मंजिरी उत्तरली.

"हे बघ मंजिरी!" आपण मंजिरीला नकळत एकेरीवर संबोधल्यानं डॉ. नितीन ओशाळले. डॉ. मंजिरीनाही याची जाणीव झाली. दोघांचं वागणं कॅ. सतीश यांच्या चाणाक्ष नजरेतून मात्र सुटलं नव्हतं. आपली चूक दुरुस्त करत डॉ. नितीन पुढे म्हणाले, "हे बघा डॉ. मंजिरी... एवढ्या मोठ्या प्रयोगात आपल्याला थोडीफार रिस्क ही घ्यावीच लागेल!"

"डॉ. नितीन, आमचा तुमच्यावर पूर्ण विश्वास आहे!" डॉ. मंजिरी सद्‌गदित होऊन म्हणाल्या.

...तेवढ्यात धोक्याची दुसरी सांकेतिक घंटी वाजली. डॉ. नितीननी प्रयोगाची सर्व तयारी केलीच होती. कॉम्प्यूटर पडद्यावर काळ, वेळ, गुरुत्वाकर्षण, वस्तुमान इत्यादी सर्वांची आकडेमोड आली होती. कोपऱ्यात यानाचा ठिपका वेगानं खेचला जात होता. कॉम्प्यूटरसमोर बसून डॉ. नितीनची बोटे सफाईदारपणे की-बोर्डावर वावरत होती. डॉ. मंजिरी व कॅ. सतीश वेगाने जाणाऱ्या यानाचा वेध घेत होते. कॉम्प्यूटरने उलट मोजणीला सुरुवात केली होती. मोजणी जेव्हा शून्यावर आली तेव्हा प्रचंड झटका बसावा तसा यानाला धक्का बसला होता. त्याच वेळेस डॉ. विकासचा मृतदेह असलेली स्पेस कॅप्सूल वेगळी होऊन प्रचंड वेगाने विवरात खेचली जात होती. यान मात्र त्या वेळेस विरुद्ध दिशेला वेगाने बाहेर पडत होतं. डॉ. मंजिरी विवराकडे जाणाऱ्या कॅप्सूलकडे पाहतच राहिल्या होत्या. त्यांच्या डोळ्यात नकळत अश्रू जमा झाले. डॉ. नितीनना मंजिरीची अवस्था समजली होती. त्यांनी हलकेच तिच्या हातावर आपला हात ठेवला. डॉ. मंजिरींना तो हात एक प्रेमाचा व दिलासा देणारा वाटला. त्यांनी डॉ. नितीनकडे डबडबलेल्या डोळ्यांनी पाहिलं व आवेगाने त्यांच्या कुशीत सामावून गेल्या. कॅ. सतीशही या पोरांनी एकमेकांना समजून घेतलं म्हणून सद्‌गदित झाले. त्यांच्याही डोळ्यांचा कडा नकळत ओलावल्या होत्या.

त्या अद्‌भुत ग्रहाच्या निमित्ताने कॅ. सतीश, डॉ. नितीन व डॉ. मंजिरी यांना

प्रतिपृथ्वीचा शोध लागला होता. त्या सर्वांचं वास्तव्य आता इथेच होतं. कॅ. सतीश आज ११० वर्षांचे होते तर डॉ. नितीन व डॉ. मंजिरी यांची वये अनुक्रमे ६७, ६६ वर्षांची होती. या दाम्पत्याला आता एक गोड मुलगी होती. तिचं नाव अनुपमा. वय साधारण ३२ वर्षांचं. या ग्रहावरील आयुष्यमान साधारण सरासरीपेक्षा जास्त होतं. अनुपमा ही अवकाश संशोधनाची प्रमुख म्हणून काम करीत होती. साधारण तिच्याच वयाचा जोडीदार अंतराळ विज्ञानानं तिला लाभला होता. एक रात्री या अनंत अंतराळाच्या संशोधनातून तिला त्याची प्राप्ती झाली होती... नंतर ओळखीचे रूपांतर प्रेमात झालं होतं.

आज अनुपमा आपल्या घरी त्याला, तिचे आई-वडील व ताऊ यांच्याशी गाठ घालून देण्यासाठी आणणार होती. कॅ. सतीशना ती 'ताऊ' म्हणत असे. कॅ. सतीश गमतीनं अनुपमेला म्हणाले, "तुझा जोडीदार कसा आहे हे बघण्यासाठी म्हणून अगोदरच मी दिवाणखान्यात येऊन बसणार आहे." सर्व जण आपल्या अनुच्या साथीदाराचीच वाट पाहत होते.

...आणि दारात विशिष्ट प्रकारची चाहूल जाणवली. सर्वांचं लक्ष प्रवेशद्वाराकडे गेलं. दारात तिशीतला तरुण उभा होता. त्याला पाहताच डॉ. नितीन, डॉ. मंजिरी आणि कॅ. सतीश आश्चर्यानं पाहतच राहिले. न भूतो न भविष्यति ते समोरच्या तरुणाकडे पाहत होते. समोरच्या तरुणाच्या चेहऱ्यावरही न जाणवणारे हावभाव तरळले. पण क्षणभरच. त्याने स्वत:ला सावरलं. अनुपमा त्याच्याकडे धावली.

"आई, पप्पा... ताऊ... हा विकास माटे... मी यांच्याशी लग्न करणार आहे." कॅ. सतीश, डॉ. नितीन, डॉ. मंजिरी आश्चर्याने पण सुन्नपणे एकमेकांकडे पाहत होते. त्यांच्या कुणाच्याच तोंडून शब्दच निघत नव्हते. समोरच्या तरुणानेच ही कोंडी फोडली, "नमस्कार करतो आई, पप्पा व ताऊ..."

कॅ. सतीश आवेगाने म्हणाले, "असू दे बेटा..." पुढे त्यांचे शब्दच गोठले.

डॉ. मंजिरी स्तब्ध, निश्चल, अबोल अशा बसून होत्या.

समोरच्या तरुणाशी काय बोलावं याची शुद्धच त्यांना नव्हती. समोर आपला नवरा व तोच होणारा जावई अशा विचित्र कात्रीत सापडलेली स्त्री अजून काय करणार होती... पण हा असा गप्प का?... की याच्या स्मृतीच नाहीशा झाल्या आहेत. पण नाव तर बरोबर आठवतंय की याने आम्हाला ओळखलंच नाही... मग हा असा निर्विकार का?... की अजून काही... डॉ. मंजिरी सुन्न, बधिर झाल्या होत्या. त्यांना काहीच सुचत नव्हतं. अशीच परिस्थिती डॉ. नितीन व डॉ. सतीशची होती. विकास माटे कधी गेले हे अनुपमाशिवाय कुणालाच कळलं नाही.

सगळेच अनुपमेच्या आवाजाने भानावर आले.

"बघा ताऊ... मी सांगितलं होतं ना की, माझा जोडीदार पाहून तुम्ही सगळे

आश्चर्यचकित व्हाल म्हणून... तो आहेच मुळी तसा...''

''हो बेटा!... खरंच खूप वेगळा आहे तो!''

''आई! तुला सांगते... प्रथम त्याची भेट झाली तेव्हा त्याने मला मंजिरी म्हणून हाक मारली होती... आणि तोही आपल्यासारखाच पृथ्वीवासीय आहे म्हणे...''

सर्व जण अनुपमेकडे पाहू लागले. मंजिरीच्या, नितीनच्या डोळ्यांत नकळत अश्रू जमा झाले. खरंच विकासने नेहमीप्रमाणे सगळ्यांना समजून घेतलं होतं.

◆

वलय

डॉ. देविदास आपल्या केबिनमध्ये विचारमग्न अवस्थेत समोर टेबलावर पडलेले संशोधन पेपर चाळण्यात मग्न होते. ते त्यांत काही महत्त्वाचं संशोधन व मुद्दे लाल पेन्सिलीने रेखांकित करून ठेवत होते. डॉ. देवीदास हे खरे पस्तिशीतील एक प्रसन्न व्यक्तिमत्त्व. पण या वयातही त्यांनी संशोधनात खूप प्रगती केलेली. राष्ट्रीय व आंतरराष्ट्रीय स्तरावर त्यांचं बऱ्यापैकी नाव आहे. संशोधनात सैद्धान्तिक व प्रायोगिक दोन्ही क्षेत्रे सहज व यशस्वीपणे हाताळलेली आहेत. त्यांत प्रामुख्याने न्यूक्लिअर, भौतिकी, खगोलशास्त्र यांसारखे विविध विषय आणि प्रायोगिक तत्त्वांवर इलेक्ट्रॉन-पॉझिट्रॉन अन्हीलेशनसारख्या प्रयोगात त्यांचं महत्त्वाचं योगदान होतं. त्यांच्या समोर पडलेले संशोधन पेपर हे यापेक्षा थोड्या आगळ्या विषयातील, सैद्धान्तिक खगोलशास्त्र संबंधातील होते. त्यात एका संशोधकाने हाताळलेला प्रॉब्लेम हा त्यांच्याच प्रॉब्लेमशी मिळता-जुळता होता. पण काहीसा त्यांच्या सैद्धान्तिक बाजूच्या विरुद्ध दिशेला झुकणारा होता; तो विषय म्हणजे प्रतिद्रव्ये किंवा प्रतिवस्तू (ॲन्टिमॅटर) व त्यातील मूलभूते. या संदर्भात त्यांना एक गोष्टीचं आश्चर्य वाटलं होतं; ते हे की, एकाच वेळेला, त्याच क्षणाला जगात तोच विचार हजार लोक करीत असतात. निसर्गाने मानवाला दिलेली ही किमया असली तरी, निसर्गाने वेगवेगळ्या प्रकृती निर्माण केल्यामुळे त्यामधील संशोधनास विलंब होतो. यामध्ये निसर्गाने मात्र एकालाच क्रियाशीलता बहाल केल्याने ते संशोधन त्याच्याच वाट्याला जाते. हा विचार मनात येताच त्यांची विचारशृंखला तुटली. समोर असलेला इंटरकॉमचा रिसीव्हर उचलून त्यांनी कानाला लावला व दुसऱ्या हाताने नंबर्स दाबले.

"हॅलो सुशीलऽऽ"

"येस, सर!" पलीकडून आवाज आला.

"आपण जो संशोधन निबंध पाठवणार आहोत तो झाला का?"

"हो सर! सर्व झालंय. फक्त लेझर प्रिंटिंग घ्यायचं आहे."

"एक दहा मिनिटे तो पेपर घेऊन ये. त्याबद्दल मला थोडी चर्चा करायची

आहे.''

"आलोच. सर!''

डॉ. देविदासांनी रिसीव्हर खाली ठेवला.

"सुशील तुला माहितेय मी आठ दिवसांसाठी आजच बाहेरगावी जातोय. ठरल्याप्रमाणे आपण हा पेपर मी गावाहून आल्यानंतर पाठवणार होतो. पण मी आताच निर्णय घेतलाय की, मी जरी नसलो तरी हा पेपर तू पाठवायचास आणि तोसुद्धा नेचर या नियतकालिकाला.''

"सर! पण आपण तर हा पेपर फिजिकल रिव्ह्यूवला पाठवायचे म्हणत होतात.''

"हो मी तसंच म्हणत होतो... पण आता हा पेपर नेचरसाठी योग्य असून, तो लवकरात लवकर जावा अशी माझी इच्छा आहे.''

"ओके सर! आजच आपण सुचविलेल्या काही दुरुस्त्या करतो आणि योग्य ती भर टाकून लेझर प्रिंटिंग घेतो व पाठवतो.''

"आज रात्रीच मी गावाला जाणार आहे...''

तेवढ्यात डॉ. लिमये, डॉ. देविदासांचे अर्धवट वाक्य तोडीत त्यांच्या केबिनमध्ये प्रवेश करीत उत्तरले –

"काय डॉक्टरसाहेब कुठे निघालात?''

"या, या... लिमये सर!... बसा. ''

"ओके सर!... मी निघतो... हॅपी जर्नी.'' सुशील उठत म्हणाला.

"ओके. सुशील, वुई विल मीट व्हेरी सून अॅन्ड डोंट डिले टू सेंड द पेपर.''

सुशील गेल्यानंतर डॉ. देविदास दिलखुलासपणे म्हणाले, "बोला लिमये सर! काय म्हणताय?''

"अरे देविदास बोलायचे तू... आम्ही पामर जास्त काय बोलू शकतो? तू कुठे बाहेरगावी निघालास की काय? नाहीतरी हल्ली तुझं परदेशी जाणं दिल्ली-मुंबईला जाण्यासारखं झालंय.''

"खरंय सर ते... पण यावेळेस मात्र खरंच मी माझ्या गावी चाललो आहे... आणि तेही सहकुटुंब. मस्तपैकी आठ दिवस हे सर्व विसरून तेथे स्वत:ला शेतात जुंपून घेऊन निसर्गात मुक्त विहार करायचाय मला. ते लहानपणीचं माझं गाव मला आजही आठवतंय. खरंतर सर, मी आजपर्यंत सारं जग हिंडलो, पण माझ्या गावाला जाण्याचा आनंद काही औरच असतो.'' डॉ. देविदास स्वप्नवत झाले होते.

"खरंय देविदास तुझं... तू त्या वातावरणातून आल्याने आणि प्रामुख्याने तुला त्याची जाणीव असल्याने, तू आपल्या गावाविषयी एवढे भरभरून बोलतोयस. असं

क्वचित आढळतं,'' लिमये सर सद्‍गदित झाले होते.

''सर! मला आजही आठवतंय, मराठी शाळेत असताना आमचे एक शिक्षक मर्ढेकरांची कविता उत्तम शिकवीत असत. ती कविता आजही मला जशीच्या तशी आठवतेय. ती अशी...

किती तरी दिवसांत, नाही चांदण्यात गेलो
किती तरी दिवसांत, नाही नदीत डुंबलो

''खरंच सर! या काव्याला तोड नाही. शहरात नोकरीनिमित्त राहत असलेल्या कवीचं आपल्या गावाविषयीचं प्रेम, ओढ या कवितेत ओतप्रत भरलेली आहे. मलाही असंच माझ्या गावाला जाऊन मनसोक्त डुंबायचं आहे.''

डॉ. लिमये आश्चर्याने पाहतच म्हणाले, ''देविदास तू शास्त्रज्ञ आहेस की कवी? वहिनी खरंच किती भाग्यशाली आहेत!''

''लिमये सर काय म्हणालात?... वहिनी!... किती वाजले?''

''साडे पाच.''

''बाप रे! तुमची वहिनी आता मला काही घरात घेत नाही. खरं म्हणजे रात्री आठच्या बसनेच आम्हाला जायचं आहे.''

''देविदास तू नीघ... नाहीतर तुझं काही खरं नाही... हेही मी अनुभवानेच सांगतोय... ओके देन, हॅपी जर्नी.'' डॉ. लिमयेंनी शुभेच्छा देत निरोप घेतला.

डॉ. देविदास व्यवस्थित आवरून बायको – 'रागेश्वरी'ला सामोरे जाण्यासाठी निघाले.

''आई... आई.. पप्पा अजून का नाही गं आले? आपल्याला आजी-आजोबांच्या गावाला जायचं ना?''

दोन वर्षाची चुणचुणीत मिनी आपल्या बोबड्या बोलात विचारत होती. मिनी डॉ. देविदासांची मुलगी, अतिशय तल्लख, बुद्धिमान पण तेवढीच खोडकरही होती. डॉ. देविदासांना ती नेहमीच अनेक प्रश्न विचारून भंडावून सोडीत असे. वयाच्या मानाने तिचे प्रश्न ऐकून डॉ. देविदासांनाही आश्चर्य वाटत असे. आज आपल्याला गावाला जायचं असून पप्पा अजून आलेले नाहीत हे त्या चाणाक्ष मुलीला कळले होते. म्हणून ती आईला विचारत होती. त्याने सुमनचा पारा अधिकच चढत होता. सुमन डॉ. देविदासांच्या पत्नीचं नाव. त्या वैतागाने म्हणाल्या, ''तुझे पप्पा म्हणजे अतिशय हे आहेत... काय असतं मेलं त्या डिपार्टमेंटमध्ये, उठले-सुटले चालले डिपार्टमेंटला. एक जबाबदारी म्हणून काहीही सांभाळायचं

नाही... आणि म्हणे आम्ही संशोधन करतो. डोंबल माझं... संशोधन करायचं होतं तर लग्नच कशाला केलं म्हणावं. राहायचं होतं आयुष्यभर त्या प्रिय डिपार्टमेंटला कुशीत घेऊन... इतर लोकही संशोधन करतात, शिकवतात, पण ते कसे आपल्या बायकोला फुलाप्रमाणे जपतात. फिरायला नेतात... आणि आमचे हे, नुसते दगड... लग्नानंतर कुठे फिरायला गेलो असू तर शपथ! हनिमूनला जाऊ-जाऊ म्हणत मिनी झाली, तरी आम्ही जातोच आहोत. असा संताप येतो ना, या माणसाला असा झोडून काढावा... मी म्हणते यांना आठवड्यातून फक्त चार लेक्चर्स... लेक्चर्स झाली की, माणसाने कसं घरी यावं!... समोरचेच बघा. साठे सर, एक लेक्चर झालं की, कसे घरीच असतात. बायकोला एक क्षणही डोळ्यापुढून घालवत नाहीत... आणि आमचे हे, लेक्चर्स झाली तरी संशोधन करत बसतील. वेड्यासारखं... वेड्यासारखं नाही तर काय? डोकं खुपसून बसतात नुसतं. त्यांचे विद्यार्थी व सहकारीही तसलेच. माझं नशीब, हे आठ दिवस त्यांनी काढले... आणि म्हणे तेही त्यांच्या गावाला. हेही थोडं नाही... आता साडे सहा वाजून गेलेत... काय म्हणावं या माणसाला... आठ वाजता आपल्याला गावाला जायचं आहे हे त्या बयेच्या कुशीत ठार विसरले असतील. असला कसला नवरा माझ्या पदरी पडला गं बाई!..''

सुमन तावातावाने स्वतःशीच बोलत असताना बेलचा खणखणीत आवाज आला... तशी मिनी धावतच दार उघडायला गेली.

''अल्ले मिनू बेटू... तयारी झाली?'' डॉ. देविदासांनी एकंदर घरातील तापलेल्या परिस्थितीचं अवलोकन करीत मिनीचा आधार घेतला. तसा तो नेहमीच घेत असत. मिनी ही त्यांची जीव की प्राणच होती.

''पप्पा येवढा उशीलऽऽ...''

''हो बेटा, खूप महत्त्वाची कामं आली होती.''

तेवढ्यात आतून सुमनचा तापलेला आवाज आला, ''मिनी त्यांना म्हणावं, ती महत्त्वाची कामंच करीत बसा आयुष्यभर. आपलं नशीब, कधी-कधी त्यांना आपल्याला बायको व एक मुलगी आहे याची आठवण होते. त्यांना म्हणावं, आवरा. आठ वाजायला आले आहेत. कमीत-कमी तिथे गेल्यानंतर तरी माझी या सवतीपासून सुटका होईल.''

डॉ. देविदास सौम्यपणे हसले व मिनीचा पापा घेऊन ते प्रवासाच्या तयारीला लागले.

डॉ. देविदासांचा रात्रभर प्रवासात डोळ्याला डोळा लागला नव्हता. डोळ्यापुढे त्यांचं गाव जसंच्या तसं उभं राहिलं होतं. गावातील ओढा, त्यात वाहणारं

खळखळतं पाणी, निसर्गाने बहरलेले डोंगर, दऱ्या-खोऱ्या, शेतं, गडी, घरगडी, गावातील गावकरी... या सर्वांमध्ये आपण धुंद होऊन जाऊ. हे आठ दिवस आपण कसे व कुठे घालवू या स्वप्नातच त्यांना कधी झोप लागली हेच कळलं नव्हतं.

डॉ. देविदास हे त्यांच्या छोट्याशा गावाचं एक भूषण होतं. गावात बहुधा सर्व शेतकरी कुटुंबे होती व त्यात आदिवासी जमातीचा जास्त समावेश होता. या प्रत्येक जमातीच्या कुटुंबातील थोरा-मोठ्यांना डॉ. देविदासांचा सार्थ अभिमान होता. त्याच गावात आयुष्याची निम्मी वर्षे शिक्षणदान केलेल्या त्यांच्या आई-वडिलांनाही गावकऱ्यांचं प्रेम लाभलं होतं. त्यामुळे देविदासांच्या आई-वडिलांनी शिक्षकी पेशातून निवृत्त झाल्यानंतर तेथेच स्थायिक होण्याचा निर्णय घेतला होता.

डॉ. देविदास आल्याचं कळल्यानंतर त्या छोट्याशा खेड्यातील गावकरी त्यांना जातीने व आस्थेने भेटून जात होते. मिनी आपल्या आजोबांच्या खांद्यावर बसून गावात फेरफटका मारून आली होती. ती आपल्या आजोबांची लाडकी असल्याने गावातील त्यांच्या वयाचे वृद्धही तिचे खूपच लाड करीत असत. डॉ. देविदास आपण समाजाचं काही देणं लागतो, या जाणिवेतून नेहमीच प्रादेशिक भाषेत शास्त्रावर व्याख्यानं देत असत. या वेळीही गावकऱ्यांच्या आग्रहाखातर त्यांनी त्यांच्याच भाषेत या अंतराळ व ब्रह्मांडाविषयी सुंदरपणे शास्त्रीय व्याख्यान दिलं होतं. त्यात त्यांनी स्वत: त्यांच्या मनात असलेले काही दिशात्मक प्रश्नही उपस्थित केले होते. गावकरी या माहितीने भारावून जात असत. गावकऱ्यांच्या चेहऱ्यावरचं सामाधान पाहून डॉ. देविदासांना खूप आनंद होत असे. या व्यतिरिक्त ते सर्व सहकुटुंब शेतात, डोंगर-दऱ्यांमध्ये मुक्तपणे हिंडत असत व तेथील ओढ्यात तासन्‌तास पोहण्यात घालवत असत... असे हे डॉ. देविदास स्वत:च्याच गावात स्वत:ला हरवून बसत असत.

उन्हाळ्याचे दिवस असल्याने खेड्यात रात्री जेवणानंतर घराच्या छतावर तेथील ग्रामस्थ लोक झोपत असत. मिनी अगोदरच आपल्या आजोबांच्या कडेवर बसून छतावर आली होती. त्या पाठोपाठ डॉ. देविदास, त्यांची आई व सुमन आले होते. तेथील स्वच्छ व संथ वाहत असलेल्या वाऱ्याच्या झुळकेने सर्वांनाच आल्हाददायक वाटत होतं. खरंच हे असं वातावरण शहरात असणं दुरापास्त होतं. आकाशात स्वच्छ चांदणं पडलं होतं. चंद्राची अर्धी कोर शांत प्रकाश परावर्तित करीत होती. डॉ. देविदास हा शनि, हा गुरू, बुध, शुक्र, मग ध्रुव अशी माहिती देत होते. तेथील गावकऱ्यांना एकदा आकाशदर्शन दुर्बिणीच्या साहाय्याने घडवावं असंही त्यांना वाटून गेलं. तसा निश्चयही त्यांनी करून टाकला. मिनीही आजोबांच्या मांडीवर बसून पप्पा काय दाखवताय याकडे उत्सुकतेने पाहात होती. तेवढ्यात तिने विचारले, "पप्पा आपल्या सालखीच माणसं तिथे राहतात?"

मिनीच्या या आकस्मिक प्रश्नाने सर्व जण तिच्याकडे आश्चर्याने पाहू लागले. तिच्या कल्पनेची भरारी इथंपर्यंत जाईल असं कुणालाही वाटलं नव्हतं. डॉ. देविदासांनी तिला सविस्तर सांगितलं असतं तर ते तिच्या आवाक्याबाहेरचं होतं. कौतुकानं तिच्या आजीने 'माझी मिनी' म्हणत तिचा पापा घेतला होता. डॉ. देविदासांनी सांगितलं, "हो, बेटा... कदाचित असतीलही वा नसतीलही. अजून तरी आपल्या विज्ञानाला काही सापडलेलं नाही..."

या विषयावर डॉ. देविदासांनी पुढे बरीच माहिती दिली. पण मिनीला फक्त पप्पा काहीतरी सांगत आहेत एवढेच लक्षात येत होतं.

रात्र बरीच झाली होती. सर्व जण छतावर पहुडले होते. मिनी तिच्या आजोबांजवळ झोपून त्यांना चांदोबाचं गाणं म्हणण्यास सांगत होती. डॉ. देविदास त्यांचं बालपण आठवत होते. याच छतावर त्यांच्यासाठी आईने चांदोमामाचं गाणं म्हटलं होतं. आजोबा आपल्या लाडक्या नातीसाठी, चांदोबाकडे पाहून गाणं म्हणू लागले,

"चांदोमामा चांदोमामा भागलास काय
लिंबोणीच्या झाडामागे लपलास काय
लिंबोणीचे झाड करवंदी
मामाच्या घरी..."

तेवढ्यात मिनी ओरडली...
"आजोबा आजोबा... ते बघा काय येत आहे!"

मिनीच्या ओरडण्याने नुकताच डोळ्यावर आलेला निद्रेचा अंमल दूर होऊन, मिनी काय दाखवतेय याकडे सर्वांचं लक्ष गेले. डॉ. देविदास आश्चर्याने त्या वस्तूकडे पाहतच राहिले. गारगोटी एवढा दिसणारा तो पदार्थ लख्ख प्रकाशाने झगमगत होता... प्रचंड वेगाने जसाजसा जवळ येत होता, तशी त्याची प्रखरता वाढत होती. ती वस्तू आपल्या गावावरच आदळेल की काय, अशी शंका देविदासांना आली. पण ती क्षणातच गावाच्या वेशीपलीकडे पडताना दिसली... तिचा प्रकाश पडताच आसमंतात परावर्तित होताना दिसला.

आजोबा मिनीला त्या वस्तूबद्दल सांगू लागले, "मिनू बेटा, ही उल्का आहे... अशा पुष्कळ भरकटलेल्या उल्का पृथ्वीच्या गुरुत्वाकर्षणाने खेचल्या जाऊन वातावरणाच्या घर्षणाने त्या चकाकतात आणि शेवटी पृथ्वीवर येऊन पडतात. आपल्याकडे अशी उल्का पडली तर कुणीतरी मोठी व्यक्ती वारली म्हणून सांगतात. आता ही जी उल्का पडली ती प्रचंड लख्ख प्रकाशणारी होती. त्यामुळे त्याहून मोठा माणूस वारला असावा. आता खूप रात्र झाली. झोप." आजोबांनी तिला

सविस्तर न सांगता संक्षिप्त माहिती पुरविली.

"पण दादा ही उल्का नाहीये. हे काही वेगळंच आहे," डॉ. देविदासांनी शंका व्यक्त केली.

"अरे तू संशोधक आहेस म्हणून तुला तसं वाटतं... आता झोप. बघ सगळे कसे शांत झोपून गेलेत." वडिलांनीही निद्रादेवीची आराधना चालू केली.

डॉ. देविदास बराच वेळ विचार करत राहिले व कुठेतरी त्यांच्या संशोधनाशी याचा संबंध असावा का अशी मनात त्यांना शंका येऊन गेली... सकाळी आपण याचा शोध घ्यायचाच, या विचारात ते झोपी गेले.

पहाटेचा कोंबडा आरवला होता. वातावरणात काहीसा गारठा निर्माण झाला होता. बाहेर वाड्यातून कुणाचा तरी आवाज येता होता.

"गुरुजी, अहो गुरुजी..." डॉ. देविदासांच्या वडिलांना गावात सगळेच आदराने गुरुजी म्हणत असत. गुरुजी हाक ऐकताच सगळे जण उठले. दादा घाई-घाईने माजघरातून वाड्यात गेले होते. सोबत डॉ. देविदासही होते. एवढ्या पहाटे कोण आलंय म्हणून गुरुजी चिंतेत होते. वाड्याचं फाटक उघडताच, समोर धापा टाकीत असलेला शेताचा जागल्या दिसला. गुरुजी घाईघाईनं उत्तरले, "काय रे शिरपत? काय झालंय एवढ्या पहाटे?"

"गुरुजी, लई गजब झालया बघा... अहो रातच्याला एवढुसा गोळा आकाशातनं भरारी मारीत कुठून आला कुणास ठावं!... पण त्यानं सर्व पिकाचं वाटोळं केलं! नाही म्हटलं तरी अरध्या एकराच्या वरती पीक जळालंय. काय चमत्कारिक गोळा होता बघा..."

शिरपत घाबरलेला दिसत होता. त्याला अजून पुष्कळ सांगायचं होतं... पण त्याच्या तोंडून अर्धवट वाक्ये बाहेर पडत होती. डॉ. देविदासांच्या विचारांना आता चालना मिळत होती. रात्रीची घटना ही सामान्य नाही याची जाणीव त्यांना झाली... त्यांनी शिरपतला पुन्हा विचारण्याचा प्रयत्न केला,

"शिरपत तो गोळा पडताना आम्हीही पाहिलं. पण त्याला आठ-नऊ तास उलटून गेले... आणि तू आत्ता येतोस."

"बरोबर आहे... साहेब त्यो गोळा पडला त्यावेळेस म्या झोपडीत जेवत व्हतो... अन् एकदम लख्ख प्रकाश पडला म्हणून म्या बाहेर आलो. तर काय स्फोटुक व्हावा तशा ज्वाळा बाहेर पडल्या... आन त्यानंतर मला काय बी आठवत नाय सायेब. मला शुद्धी आली तसा मी गुरुजींकडे धावत आलो."

"शिरपत, घाबरू नकोस. मी आलोच... तू निघ," डॉ. देविदास विचार करून म्हणाले.

"देविदास आजपर्यंत असं कधी झालं नाही... मी या उभ्या आयुष्यात हजारो उल्कापात पाहिले, पण त्याने कुठेही असला अकांडतांडव माजलेला पाहिला नाही." दादा आपल्या अनुभवाने म्हणत होते.

"बरोबर दादा, पण माझ्या मताप्रमाणे हा उल्कापात नसून ती कदाचित परग्रहावरून आलेली एखादी वस्तू असावी... आणि ती शहानिशा करण्यासाठीच आता मला लवकर पावलं उचलावी लागतील."

"काय म्हणतोस! देवा, हे परग्रहावरील..." दादा आश्चर्यानं उद्गारले.

"होय दादा... आता आपण लवकर जाऊ या."

डॉ. देविदास आपल्या वडिलांसोबत शेताचं अवलोकन करीत होते. शेतातील अर्ध्या एकराचा अधिक भाग काळा ठिक्कर पडला होता. गारगोटी एवढ्या गोळ्याने एवढी मोठी हानी व्हावी याचं आश्चर्य डॉ. देविदासांना वाटल्यावाचून राहिलं नाही. हिरवंगार असलेलं शेत, एखाद्या काळ्या दगडाप्रमाणे दिसत होतं. त्या भागात फिरणं किंवा राहणंही धोक्याचं आहे हे डॉ. देवीदासांच्या लक्षात आलं होतं. कारण ह्या काळ्या झालेल्या जमिनीतून निश्चितच घातक अशी किरणे (Radiation) बाहेर पडत असतील यात आता शंका उरली नव्हती. तरीसुद्धा त्यांनी धोका पत्करून काही सापडतंय का म्हणून जमिनीचं जवळून अवलोकन केलं... आश्चर्य म्हणजे त्यांना काही विचित्र पदार्थ मिळाले. ते त्यांनी उचलून एका लाकडाच्या पेटीत ठेवले. त्याच्या पृथक्करणाची तत्काळ गरज असल्याचं त्यांना जाणवलं. शेतात काही दिवस तरी कुणीही राहू नये अशा सूचना त्यांनी आपल्या वडिलांना दिल्या. ते म्हणाले, "दादा! मला काही पदार्थ इथे सापडले आहेत. नमुने म्हणून मी ते घेतले. त्यांचं तत्काळ पृथक्करण होणं आवश्यक आहे. त्यासाठी मी आजच पुण्याला जाणार आहे."

"अरे, पण तुला येऊन दोनच..."

दादांचं अर्धवट वाक्य तसेच तोडीत डॉ. देविदास म्हणाले, "होय दादा... पण हे संशोधन होणं आवश्यक आहे... कारण जे पदार्थ मी पाहिले ते या पृथ्वीवरचे नाहीत याची मला खात्री पटली आहे... आणि त्यात अजून काय दडलेलं आहे याची आपल्याला काहीच कल्पना नाही... ते सर्व माहिती होणं अत्यंत गरजेचं आहे. उशीर झाला तर कदाचित वेगळंच काही घडण्याची शक्यता नाकारता येत नाही."

"असं असेल तर तू आजच नीघ. वाटल्यास मिनी आणि सुमन इथेच राहतील." दादा अजिजीने उत्तरले.

आपल्या सासू-सासऱ्यांसमोर सुमन काही बोलू शकली नाही तरी डॉ. देविदास तिच्या चेहऱ्यावरून काय ते समजले होते. यांचं नेहमीचं संशोधन इथेही कडमडलं

असाच तिचा आविर्भाव होता. पण त्यांनी दुर्लक्ष करून तयारी केली. आता त्यांना फक्त एकच काम होतं आणि ते म्हणजे, तो चकाकणारा गोळा कोठून आला व त्यात कोणती रहस्यं दडलेली आहेत यांचा उलगडा करणे. ते जर केलं तर आपण मानवाला निश्चितच कुठल्यातरी आक्रमणातून वाचवणार आहोत असे त्यांना वाटत होतं.

डॉ. देविदास पुण्याला येताच अविश्रांतपणे त्यांचे प्रयोग सुरू झाले होते. मदतीला त्यांचा विद्यार्थी सुशील होताच. सोबत आणलेल्या नमुन्यांची रचना समजून घेणं आवश्यक होतं. त्यासाठी त्यांनी क्ष-किरणांचा वेगवेगळ्या कोनातून मारा केला व आलेख घेतला. पण आश्चर्य म्हणजे त्यात त्यांना काहीच मिळालं नाही ते हतबल झाले. गॅमा आलेख चितारणीच्या साहाय्याने प्रकाशचित्रेही घेण्याचे प्रयत्न केले. ती प्रकाशचित्रे स्वच्छ पांढरी आली होती. याचा अर्थ हा पदार्थ निश्चितच मूलद्रव्यांपैकी नव्हता. त्यांनी पुन्हा सर्व वेगवेगळ्या तरंगलांबाचे विद्युतचुंबकीय किरणांचा मारा करून आलेख काढले. पण त्यांचाही फारसा उपयोग झाला नाही.

डॉ. देविदास व सुशील त्यांच्या केबिनमध्ये चर्चा करीत बसले होते. डॉ. देविदासांनी सुशीलला त्या घडलेल्या प्रसंगाची संपूर्ण कल्पना दिली. जर पृथ्वीच्या वातावरणात त्या गोळ्याची एवढी ऊर्जा उष्णतेच्या स्वरूपात रूपांतरित झाली असेल तर तो पदार्थ अजूनही काही स्वरूपाची किरणे बाहेर टाकण्याची शक्यता नाकारता येत नाही. डॉ. देविदासांनी पुन्हा यावर प्रयोग करून पाहण्याचे ठरवले.

न्यूक्लिअर भौतिक प्रयोगशाळेत डॉ. देविदासांनी त्या पदार्थाच्या आजूबाजूला रेडिएशन सर्व्हे मीटरच्या साहाय्याने किरणांची पातळी मोजण्याचा प्रयत्न केला. त्यातही यश न आल्याने ते निराश झाले होते. तेवढ्यात सुशीलने इलेक्ट्रॉन प्रवेगकाचा उपयोग करण्याची कल्पना मांडताच डॉ. देविदासांच्या डोक्यात लख्ख प्रकाश पडला. सुशीलच्या खांद्यावर थाप मारीत ते म्हणाले, "गुड, सुशील... अरे तू खूपच महत्त्वाची कल्पना मांडली आहेस... आपण ती उद्याच अमलात आणू. त्यात निश्चितच आपल्याला काहीतरी आशादायी परिणाम मिळतील."

इलेक्ट्रॉन प्रवेगक सुरू करण्यात आला. इलेक्ट्रॉन बीमचा झोत त्या गोळ्यासारख्या पदार्थावर टाकताच, त्यातून ऊर्जा बाहेर पडताना दिसली... इलेक्ट्रॉन बीम चितारणीच्या साहाय्याने प्रकाशचित्रे काढताच, त्यांना त्या पदार्थातील रहस्ये दिसायला लागली. डॉ. देविदास व सुशील आश्चर्यानं या सर्व चित्रांकडे पाहतच राहिले. पदार्थाची प्रतिकृती तर आलीच, पण त्यामधील न उलगडणाऱ्या काही गोष्टीही दिसू लागल्या. याचाच अर्थ हा पदार्थ प्रतिवस्तू (ॲन्टिमॅटर)चा बनलेला होता. पुन्हा

खात्री करून घेण्यासाठी डॉ. देविदासांनी न्यूक्लिअर मॅग्नेटिक रेसोनन्सच्या साहाय्याने तेथे असलेल्या मूलकणांची चुंबकीय चलता (Magnetic Moment) पाहिली व त्यात पुन्हा आश्चर्यकारक परिणाम त्यांना मिळाले. त्यातील अणू हा ॲन्टिप्रोटॉन (प्रतिधनभारित कण) आणि ॲन्टिन्यूट्रॉन (प्रतिउदासीन कण) व पॉझिट्रॉन (प्रतिऋणभारित कण) यांचा बनलेला होता. आपली पृथ्वीही मुख्यत: अणू व रेणूंची बनलेली असून, प्रोटॉन, न्यूट्रॉन आणि इलेक्ट्रॉन मिळून अणू बनलेला आहे. एकोणिसाव्या शतकाच्या प्रारंभी डीरॅक या शास्त्रज्ञाने ॲन्टिपार्टिकलची (प्रतिकणांची) कल्पना मांडली होती. तद्नंतर प्रयोगातून प्रा. अलेक्झांडर यांसारख्या प्रयोगवादी शास्त्रज्ञांनी या ॲन्टिपार्टिकल्सचं अस्तित्व सिद्ध केलं होतं. त्यानंतर १९व्या शतकाच्या मध्यात प्रतिवस्तूची (ॲन्टिमॅटर) कल्पना आली. या ब्रह्मांडात निश्चितच आपल्यासारखीच सूर्यमालिका असू शकेल की, ती पूर्ण प्रतिमूलकणांनी बनलेली असेल? त्यालाच आताच्या संशोधनाने पुष्टी मिळाली होती. इलेक्ट्रॉन-पॉझिट्रॉन किंवा प्रोटॉन-ॲन्टिप्रोटॉन एकत्र आले की, त्यातून प्रचंड ऊर्जा बाहेर पडते. तसेच मॅटर (वस्तू) आणि ॲन्टिमॅटर (प्रतिवस्तू) एकत्र आले तर स्वाभाविकच त्यातून विनाशकाय ऊर्जा बाहेर पडेल. त्यातलीच घटना डॉ. देविदासांना आठवली होती. गारगोटी एवढ्या प्रतिवस्तूचा पदार्थ इतकी प्रचंड ऊर्जा निर्माण करू शकतो तर एखादे अंतराळयानच जर ॲन्टिमॅटरचा (प्रतिवस्तू) बनलेले असेल आणि ते असेच पृथ्वीवर येऊन आदळले तर पृथ्वीचं काय होईल या कल्पनेनंच डॉ. देविदास हादरले. ही नैसर्गिक घटनाच असेल कशावरून? ती गारगोटी हेतुपुरस्सर पाठवलेली नसेल कशावरून?... असंख्य प्रश्न...

तेवढ्यात डॉ. देविदासांना प्रथम वाचत असलेल्या त्या एका संशोधकाचा संशोधन पेपर आठवला. त्यात त्याने भाकीत केलेला प्रतिवस्तूचा काळ व काळानुसार असलेली जीवसृष्टी... हे सर्व त्यांना क्षणार्धात आठवलं आणि त्याच वेळेस डॉ. देविदासांना इलेक्ट्रॉन बीम चितारणीच्या साहाय्याने घेतलेला, न उलगडणारा फोटोग्राफ व त्यामधील चित्र-विचित्र वलये आठवताच ते नखशिखांत घाबरले. त्यांनी समोरची गणिती सूत्रे तपासण्यात गर्क असलेल्या सुशीलला सर्व सांगितलं. सुशील आश्चर्याने डॉ. देविदासांकडे पाहत म्हणाला, "काय म्हणता सर?... जर असे काही असेल, तर हे मानवावरचे संकटच म्हणायचे."

"होय सुशील, म्हणूनच काही प्रयोग करून आपल्याला खात्री करून घ्यावी लागेल... आणि मला वाटतं ती प्रकाशचित्रे, जीवशास्त्रज्ञ प्रा. शंकरन यांच्याकडे पाठवून त्यात काय आहे याची खात्री करून घ्यावी लागेल. जर ही खात्री तंतोतंत ठरली तर सुशील आपल्यावर फार मोठी जबाबदारी येऊन पडणार आहे... ही प्रकाशचित्रे लगेच पाठवून आपण उद्या लवकरच भेटू."

प्रा. शंकरनचा अहवाल पाहून डॉ. देविदास पुन्हा एकदा आश्चर्यानं पाहतच राहिले. प्रकाशचित्रांमधील वलये ही अज्ञात जिवांची गुणसूत्रे (क्रोमोझोम्स) असून ती पृथ्वीवर कुठेही आढळणार नाहीत. ते जीव सध्या जरी निद्रावस्थेत असले तरी त्यांच्या मेंदूत प्रचंड माहितीचा साठा असावा अशी माझी खात्री आहे. इतकी प्रबळ गुणसूत्रे (क्रोमोझोम्स) पाहून मला स्वत:लाच धक्का बसला आहे. याला कारणही तसे आहे... कारण दिवसागणिक त्यांची प्रबळता वाढून ते अज्ञात जीव निद्रावस्थेतून बाहेर येतील. आज आपल्या जवळ पूर्ण माहिती जरी नसली तरी पुढे ते निश्चितच मानवजातीस हानिकारक ठरण्याची शक्यता नाकारता येत नाही. हीच एक चिंतेची बाब असून यावर उपाय करणे आवश्यक आहे... आणि हे गुणसूत्रं कुठून आलं याचीही खात्री त्वरित करून घेणं आवश्यक ठरेल.

डॉ. देविदासांनी प्रा. शंकरनचा रिपोर्ट वाचून त्यांनी उपस्थित केलेल्या प्रश्नाचं उत्तर मिळालं होतं. हे क्रोमेझोम्स म्हणजेच प्रतिवस्तूनं (ॲन्टिमॅटर) बनलेल्या ग्रहावरील जीवसृष्टीच आहे. त्या जीवसृष्टीच्या प्रगतीचा आलेख निश्चितच त्यांच्या मेंदूत असेल याची खात्री डॉ. देविदासांना झाली होती. पण त्यांची प्रबळता कशावर अवलंबून आहे याचा मात्र त्यांना शोध घ्यावा लागणार होता... आणि तोही शक्य तेवढ्या लवकर. डॉ. देविदासांनी गुणसूत्रांच्या (क्रोमोझोम्स) प्रबळतेवरील काही प्रयोग सुशीलवर सोपवून ते स्वत: जैवभौतिकीचे (बायोफिजिक्स) प्रसिद्ध शास्त्रज्ञ डॉ. पंडित यांच्याबरोबर त्या गारगोटीच्या आकाराच्या पदार्थामधील क्रोमोझोम्सच्या मेंदूतील माहिती चितारण्याच्या मार्गाला लागले.

गारगोटीच्या पदार्थाला दोन इलेक्ट्रोड लावून डॉ. पंडितांनी वेगवेगळ्या विद्युत वाहकाला जोडून त्या जिवाच्या मेंदूतील माहितीचा आलेख मिळवला... आणि त्याचं पृथक्करण केल्यानंतर मात्र डॉ. पंडित व डॉ. देविदास सुन्न झाले. आलेखाने दर्शविल्याप्रमाणे, अँगस्ट्रॉम (एक अँगस्ट्रॉम = $१०^{-८}$ सेंमी) एवढ्या आकारांच्या क्रोमोझोम्स मेंदूत हजार मानवाच्या मेंदूइतकी माहिती होती. तेवढेच बळही होतं. कारण त्यांच्यावर प्रचंड ऊर्जेचा काहीच परिणाम झालेला दिसत नव्हता. यावरून मानवाच्या कितीतरी पुढे ते जीव आहेत हीच खात्री डॉ. देविदासांना पटली होती. सध्या ते निद्रावस्थेत असल्याने, मानवाला अजूनही संधी होती. जर का ते निद्रावस्थेतून बाहेर पडले तर लगेच मानवाचा ताबा घेतल्याशिवाय राहणार नाहीत, अशी शंका प्रा. शंकरन यांनी पूर्वीच व्यक्त केलेली होती... आणि सर्व प्रयोगाअंती यात मानवाला आता फक्त एकच पर्याय उरला होता... तो म्हणजे त्या जिवांना निद्रावस्थेतच ठेवणे. ते कसे शक्य आहे याचाच डॉ. देविदास विचार करू लागले... तेवढ्यात सुशीलनं आत प्रवेश केला. डॉ. देविदास व डॉ. पंडित दोघेही त्याच्याकडे आशाळभूत नजरेनं पाहू लागले. जास्त वेळ न घेता सरळ मुद्द्यालाच

हात घालीत सुशील म्हणाला, ''सर!... मला तुमच्याशी बोलायचंय.''

''अरे बोल ना, तुला ठाऊकच आहे आपल्याला आता खूप वेळ कमी आहे.''

''मला माहितेय सर!... पण आता त्याची काळजी करण्याची काहीही गरज नाहीये.'' सुशील आत्मविश्वासानं म्हणाला.

''म्हणजे म्हणायचे काय तुला.''

''सर गारगोटीमधील जीव निद्रावस्थेतच राहतील... ते कधीही उठणार नाहीत याची मला खात्री आहे.''

''काय म्हणतोय काय सुशील?'' डॉ. देविदासांनी हर्षभराने सुशीलला मिठीच मारली होती. डॉ. पंडित या हर्षोत्फुल्लित झालेल्या गुरू-शिष्य जोडीकडे मिस्कीलपणे पाहात होते.

''होय सर... मला खात्री आहे... क्रोमोझोम्स कधीच उठणार नाहीत.''

''ते कसे?...'' डॉ. देविदास जाणून घेण्याच्या प्रबळ इच्छेनं म्हणाले.

''सर!... आपण अगोदर इलेक्ट्रॉन बीमच्या साहाय्याने काढलेली प्रकाशचित्रं व नंतरची काही कालांतराने घेतलेली प्रकाशचित्रं सूक्ष्मदर्शकाखाली निरीक्षण करून पाहिली, तेव्हा त्यांच्यात मला बदल झालेला आढळून आला. याची खात्री पुन्हा पुन्हा मी करून घेतली होती. याचाच अर्थ जसजसे दिवस जात होते तसतसे ते प्रबळ होऊन त्यांची चपळता वाढतेय व निद्रावस्था संपतेय हे लक्षात यायला वेळ लागला नाही. याचं कारण म्हणजे, त्यांच्या चेतनापेशींवर विद्युत चुंबकीय लहरींचा होणारा परिणाम आणि त्या पेशी फक्त ठरावीक तरंग लांबींनाच संवेदनाक्षम आहेत हे विद्युत चुंबकीय किरणांचा संपूर्ण आलेख अभ्यासल्यानंतर कळले. प्रामुख्याने जांबूपार (अल्ट्राव्हायोलेट) किरणे हेच त्यांना निद्रावस्थेतून बाहेर काढण्यास कारणीभूत आहेत हे मी सिद्ध केलं. आपण या ठरावीक तरंग लांबीची विद्युत चुंबकीय किरणे त्या चेतना पेशींपर्यंत जर का पोहोचू दिली नाहीत तर ते निद्रावस्थेच्या कधीच बाहेर येणार नाहीत. त्यासाठी त्यांना जाड जस्ताच्या पेटीत ठेवून जमिनीत खोलवर पुरून टाकणं भाग आहे.''

''शाब्बास सुशील... खरंच अरे किती मोठं काम केलं आहेस! अरे मानवावरचं संकटच तू टाळलं आहे...'' डॉ. देविदासांच्या डोळ्यांच्या कडा नकळत ओलावल्या होत्या. सुशील आपल्या सरांकडे पाहतच राहिला.

दहा दिवसांनी पूर्णपणे बंद केलेल्या गारगोटीचे पुन्हा एकदा प्रकाशचित्र काढताच, त्यामधील जिवाच्या गुणसूत्रांमध्ये काहीही बदल झालेला दिसला नाही. मानव पुन्हा एकदा परकीय आक्रमणातून सुटला होता.

दुसऱ्या दिवशी डॉ. देविदासांनी लावलेल्या शोधाबद्दल व यशस्वीपणे परकीय आक्रमणाला परतवल्याबद्दल त्यांची वर्तमानपत्रांमध्ये ठळक अक्षरात स्तुती केली

होती. मानवहितासाठी डॉ. देविदासांनी केलेल्या संशोधनावर अग्रलेख लिहिले गेले होते.

गावाकडे सर्व गावकरी गुरुजींकडे टीव्हीसमोर बसले होते. आज त्यांचा देविदास पुन्हा टीव्हीवर दिसणार होता. बातम्या सुरू झाल्या. पहिलीच बातमी, डॉ. देविदासांनी परग्रहावरील आक्रमण कसे परतून लावले याची सविस्तर माहिती निवेदिकेने दिली... नंतर डॉ. देविदास स्वत:च टीव्ही पडद्यावर दिसू लागले. गावकऱ्यांचे चेहरे आनंदाने फुलून गेले होते. डॉ. देविदास सांगत होते...

"आठ दिवसांपूर्वी मी माझ्या गावाला गेलो आणि तेथे एके रात्री माझ्या मुलीने आकाशातून येणाऱ्या तप्त लाल गोळ्याच्या गारगोटीकडं लक्ष वेधताच; माझ्या मनात त्याच दिवशी या पदार्थाविषयी शंका निर्माण झाली होती. योगायोगाने माझं संशोधन त्याच विषयावर चालू असल्याने, मला काही रहस्यं लवकर उलगडता आली. हे संकट माझ्या गावावरचं नसून साऱ्या मानव जातीवरचंच आहे याची खात्री झाली. खरं म्हणजे शेवटचा तोडगा हा माझा विद्यार्थी सुशील याने काढला. त्याचं श्रेय त्यालाच गेलं पाहिजे. यात त्याची खूप मदत झाली. या संशोधनात सर्वांचेच नकळत हातभार लागलेले आहेत. त्यात प्रामुख्याने माझी मुलगी, वडील... यापुढेही मी संशोधन करत राहीन आणि तेही मानवहितासाठी."

निवेदिका पुढे बातम्या देऊ लागली.

आपल्या पतीवर असलेली सर्वांची श्रद्धा पाहून सुमन गलबलून गेली. नकळत तिच्या डोळ्यांतून आनंदाश्रू वाहू लागले.

◆

प्रगल्भ

कॉम्प्यूटर इंजिनिअरिंगचा अभ्यास प्रथम श्रेणीत पूर्ण करून जतिनने खळबळ माजवून दिली होती. त्याला कारणही तसंच होतं. जन्मजात शारीरिक अपंगत्व आणि अंधूक दृष्टी घेऊन आलेल्या जतिनचं डोकं सामान्य मानवापेक्षा बरंच मोठं होतं. त्यामुळे त्याच्या शरीराला जास्तच स्थूलपणा आला होता. लहानपणी तो नुसताच पडून, मंदपणे कुठेतरी पाहत असे. पहिलंच अपत्य असं जन्मलेलं पाहून नाईक कुटुंबाने दुःख करीत नशिबाला दोष देत न बसता सत्य स्वीकारलं होतं. त्या दृष्टीने त्यांनी पावलंही उचलली होती. प्रशासकीय खात्यात सामान्य पदावर असलेल्या जतिनच्या वडिलांनी त्याला उपचारार्थ बऱ्याच डॉक्टरांकडे नेलं होतं. पण त्याचा फारसा उपयोग जतिनच्या जीवनावर झाला नव्हता. शिवाय डॉक्टरांनी यात कसलीही सुधारणा होऊ शकणार नाही असेही सूचित केलं होतं. जनमानसात रूढ असलेल्या अंध उपायांवर त्यांचा मुळीच विश्वास नव्हता, पण आपल्या पत्नीचा व इतर मित्रद्वयींच्या आग्रहाने त्यांनी काही अघोरी उपायही करून पाहिले. त्याचा उपयोग होत नाही पाहून तो मार्गच त्यांनी सोडून दिला. शेवटी परिस्थिती जिकडे नेईल तिकडे जाण्याचा कल त्यांनी ठेवला. यातच दोन वर्षं निघून गेली, तरीसुद्धा लोळागोळा होऊन पडलेल्या जतिनच्या शरीरात अथवा बौद्धिक पातळीत काहीही बदल झालेला नव्हता.

एके दिवशी नाईक कुटुंब आपल्या मित्राकडे आलं होतं. सोबत जतिन होता. तेवढाच त्याला विरंगुळा म्हणून त्यांनी त्याला मित्राकडे नेलं होतं. नाईक कुटुंब पोहोचले तेव्हा जतिन झोपलेला होता. वाढत्या वयामुळे त्याचं शरीरही नुसतंच वाढत होतं. एरव्ही कुणालाही जतिनचा त्रास नव्हता. म्हणून तो झोपला काय किंवा नाही झोपला काय त्याचा फारसा कुणावर परिणाम होत नव्हता. जतिनचा विषय नेहमीच नाईक परिवारात सहानुभूतीचा असे. आजही त्याचाच विषय चर्चिला जात होता. मित्र दांपत्य कळकळीने बोलत होतं. हळूहळू त्याविषयी गप्पा ओसरून नाईक कुटुंब व मित्र दांपत्य त्यांच्या भूतकाळात रमले होते. त्यावर त्यांच्या

चांगल्याच गप्पा रंगल्या होत्या.

तेवढ्यात त्या खोलीत विचित्र आवाज आला. दचकून सगळ्यांनी त्या दिशेला पाहिले. आश्चर्यानं सर्वांच्या नजरा जतिनवर स्थिरावल्या होत्या. त्याच्यात अनपेक्षित बदल झाला होता. वीजप्रवाहाप्रमाणे त्याचे शरीर थरथरत होते. चेहऱ्यावर स्मितरेषा स्पष्टपणे दिसत होत्या. त्याचे डोळे तांबरून आतील खोलीच्या दारातून आत कुठेतरी स्थिरावले होते. त्याच्या कंठातून आता स्पष्टसे विचित्र आवाज यायला सुरुवात झाली होती. आवाजागणिक त्याच्या चेहऱ्यावर आनंदाच्या छटा वाढत होत्या. त्याच्यातील हा अनपेक्षित बदल पाहून जतिनचे आई-वडील भारावून गेले.

त्या सर्वांनी जतिन पाहत असलेल्या दरवाजातून आतील खोलीत पाहिलं. तेथे मित्रदांपत्यांचा आठ वर्षांचा मुलगा कॉम्प्यूटरवर गेम खेळत होता. मध्येच विचित्रसा आवाज ऐकून तोही घाबरून गेला होता व आपोआपच त्याच्या हातून कॉम्प्यूटरवरचे चित्र स्थिर झाले होते. सगळे खोलीत आल्यानंतर मित्र दांपत्याचा मुलगा त्यांच्याकडे भेदरलेल्या नजरेने पाहत होता. घरात कुठलातरी प्राणी शिरलाय का असंच त्याच्या चेहऱ्यावरून जाणवत होतं. कॉम्प्यूटर चालू असताना त्यावरील चित्र स्थिर का झालं यामुळेही तो गोंधळून गेला होता. समोर स्थिर झालेलं छायाचित्र पाहून, मात्र सगळे जण पुन्हा आश्चर्यानं पाहतच राहिले. स्क्रीनवर हुबेहूब जतिनचीच प्रतिकृती आली होती. मोठं डोकं, मोठे डोळे, बारीक शरीर आणि ते छायाचित्रही हसताना दिसत होतं. सर्वांनी जतिनकडे पाहिलं, तोही हसत होता.

ते छायाचित्र व जतिन एकमेकांकडे पाहत होते. हळूच जतिन उठण्याचा प्रयत्न करीत होता. जतिनच्या आईने धावत येऊन त्याला उचलून बाजूला नेला. पण तो जोरानं ओरडून त्या खोलीकडे निर्देश करू लागला. सगळ्यांनी त्याला तेथे नेलं आणि मित्र-दांपत्यांचा मुलगा बसला होता त्या जागी बसवलं. तो चक्क बसलेला पाहून सर्व जण आश्चर्यानं पाहत राहिले. जतिन नुसताच बसलेला नव्हता तर तो कॉम्प्यूटरच्या की-बोर्डवर बोटं फिरवून समोरील छायाचित्र नाचवू लागला. सारे जण त्याच्या या कृतीकडे भारावून पाहू लागले.

त्या रात्री नाईक कुटुंबाला जतिनला घरी घेऊन जाण्यासाठी खूप प्रयत्न करावे लागले. कॉम्प्यूटरपासून दूर होताच त्याने अकांडतांडव केला होता. हीच बाब जतिनच्या चाणाक्ष आई-वडिलांनी हेरली. कॉम्प्यूटरमुळे जतिनमध्ये झालेला बदल पाहून त्यांनी स्वत: कॉम्प्यूटर घेण्याचा निर्णय घेतला होता. मध्यमवर्गीय असलेल्या नाईक कुटुंबाने शेवटी जतिनसाठी कॉम्प्यूटर घेतला होता.

कॉम्प्यूटरमुळे जतिनमध्ये लक्षात येण्याजोगा बदल झाला होता. कॉम्प्यूटरविषयी शून्य ज्ञान असलेल्या जतिनच्या आई-वडिलांना जतिन काय करतोय याची काहीच कल्पना येत नव्हती, पण त्यामुळे त्याच्या बुद्धीचा विकास होतोय याची मात्र त्यांना

जाण होती. जतिन थोडे संभाषणही करू लागला होता. त्यामुळे तो यशाची एक एक पायरी सर करीत पुढे गेला होता आणि आज तो कॉम्प्यूटर इंजिनिअरिंगमध्ये प्रथम आला होता. त्याचे सुप्त गुण आत्ताशी कुठे बाहेर पडायला लागले होते हा एक नैसर्गिक अपघातच होता.

जतिनच्या यशाने त्याचे आई-वडील हर्षभरित झाले. त्यांचे मित्र, आप्तेष्ट या निमित्तानं अभिनंदन करीत होते. पण ते स्वत: जतिनचीच मेहनत, परिश्रम व इच्छाशक्ती असल्याचं सांगत होते. त्यावर कुणीच विश्वास ठेवत नव्हतं. त्याच्यातील ही सुप्त शक्ती कुठलातरी नैसर्गिक साक्षात्कार आहे असंही त्याच्या आई-वडिलांना वाटत होतं.

पुढे एम.टेक. होऊन जतिन संशोधनात गढून गेला. जसं वय वाढत गेलं तसा तो सगळ्या दृष्टीने प्रगल्भ होत गेला. रात्रंदिवस तो संशोधनात राहत असे. त्यामुळे त्याच्या आई-वडिलांना चिंता वाटू लागली होती. त्याच्याशी त्याच्या गुरुजनांना संवादही साधता येत नव्हता. त्यामुळे तो काय करतोय याची कुणालाच कल्पना नसे. सहसा महत्त्वाच्या वेळीच तो कॉम्प्यूटरद्वारा संवाद साधत असे. पण या काही दिवसांत तेवढे बोलणंही बंद झालं होतं.

ज्यांच्या हाताखाली तो संशोधन करीत होता असे डॉ. परांजपे, यांनाच फक्त तो कशावर संशोधन करतोय हे ठाऊक होतं. पण त्यात त्याची किती प्रगती झाली याची मात्र त्यांना काहीच कल्पना येत नव्हती. त्यामुळे जतिनचं रात्रंदिवस कॉम्प्यूटर समोर बसून राहणं व आपल्या स्वत:च्याच धुंदीत वावरणं याची त्याच्या आई-वडिलांप्रमाणेच डॉ. परांजपेंनाही चिंता वाटत होती. पण तो एक कुशाग्र बुद्धीचा मुलगा आहे याची जाण मात्र त्यांना होती.

जतिनचा संशोधनाचा विषय होता मायक्रोचिप्स. पण याखेरीज तो स्वत: कॉम्प्यूटरच्या मेमरीजवर अभ्यास करीत होता. त्यामागचं कारण म्हणजे, त्याला आजपर्यंत वाटत आलेल्या मानवाच्या गूढ मेंदूबद्दलची ओढ, कॉम्प्यूटरच्या हार्डवेअर व सॉफ्टवेअर या दोन्ही शाखांमध्ये त्याचं प्रभुत्व होतं. मायक्रोचिप्समध्ये असलेल्या मेमरी लोकेशन्सवर मूलकणांचा मारा करून त्यातील होणाऱ्या बदलांवर त्याने स्वत: तयार केलेलं सॉफ्टवेअर वापरून, प्रयोग करून पाहू लागला. हे करीत असताना मात्र त्याचा वास्तव विश्वाशी काहीही संबंध राहत नव्हता. त्या पडताळलेल्या संपूर्ण अनुमानाचा आराखडा तो डॉ. परांजपेंसमोर ठेवत असे. डॉ. परांजपेंना आश्चर्य वाटलं होतं. या क्षेत्रातील त्याची भरारी पाहून तो पुढे काय करू शकतो याचा प्रत्यय त्यांना आला होता.

या संशोधनांतर्गत जतिनला जर्मनीत दोन वर्षं संशोधनासाठी फेलोशिप मंजूर झाली होती. यासाठी त्याच्या संस्थेतील पदाधिकारी व मार्गदर्शक यांचं बहुमोल

साहाय्य त्याला मिळालं होतं. संस्थेनेच त्याच्याविषयी माहिती कळविली होती. तेथील निवडसमितीने त्याच्या इतर बाबींकडे दुर्लक्ष करून, त्याने आजपर्यंत मिळविलेल्या यशावर व इच्छाशक्तीवर सोडवलेले अवघड प्रश्न या पात्रतेवर त्याची निवड केली होती. या निवडीने सगळ्यांनीच त्याचं अभिनंदन केलं होतं.

मुंबईच्या सहार विमानतळावर जतिनला पोहोचवायला बरेच आप्तेष्ट व सहपाठी आले होते. दोन वर्षांसाठी परदेशात निघालेल्या आपल्या मुलाकडे पाहून जतिनचे आई-वडील सद्गतित झाले होते. त्याच्या आईच्या डोळ्यांत अश्रू जमा झाले. जतिनने आपल्या आईला आलिंगन देऊन थोपटलं होतं. मी सुखरूप परत येईन असंच त्याला स्पर्शातून सांगायचं होतं. डॉ. परांजपेंनी त्याची सगळी व्यवस्था केली होती. ज्यांच्या हाताखाली जतिन काम करणार होता त्या प्रा. हॅरिसनना डॉ. परांजपेंनी जतिनविषयी सर्व कल्पना दिली होती. त्याच्याकडे मी स्वत: जातीने लक्ष देईन असे आश्वासनही प्रा. हॅरिसननी दिलं होतं.

प्रा. हॅरिसन विमानतळावर स्वत: हजर होते. भारतीय हवाईदलाचं विमान उतरल्याची सूचना मिळताच त्यांनी आत प्रवेश केला व समोरच्या एक्झिट डोअरकडे तोंड करून पाहुण्याची प्रतीक्षा करू लागले.

हळूहळू प्रवासी बाहेर पडायला लागले होते. बराच वेळ झाला, पण त्यांना हवा असलेला पाहुणा येत नव्हता. आताशी क्वचितच त्या दारातून प्रवासी बाहेर पडताना दिसत होते. त्यामुळे प्रा. हॅरिसन चिंतित झाले. त्यांचा पाहुणा याच विमानात प्रवास करतोय याची चौकशी त्यांनी अगोदरच केली होती. मग त्याला उशीर का होतोय याचाच ते विचार करू लागले. तेवढ्यात त्यांच्या चेहऱ्यावर आनंद झळकून गेला. समोरच्या दारातून मोठं डोकं, डोळ्यावर जाड चश्मा, ढगळ कपडे घातलेला तरुण येताना दिसला. त्यासरशी प्रा. हॅरिसननी त्याला ओळखलं व समोर जात त्यांनी हस्तांदोलन करीत विचारलं, "हाऊ वॉज दि जर्नी माय बॉय?"

जतिनने नमस्कार करीत मान हलविली व प्रा. हॅरिसन सोबत त्यांच्या कारमध्ये बसला. कार शहराच्या झगमगत्या हमरस्त्यांवरून भरधाव धावू लागली.

प्रा. हॅरिसन जर्मन विद्यापीठात भौतिकशास्त्राचे प्रमुख होते. त्यांच्या हाताखाली बरीच मुलं संशोधन करीत होती. मायक्रोरोबोट्स संबंधित मूर्त स्वरूप द्यायला त्यांचा ग्रुप रात्रंदिवस एक करीत होता. मायक्रोरोबोट तयार करून त्याचा उपयोग वेगवेगळ्या क्षेत्रांत कसा होईल याची मूळ संकल्पना प्रा. हॅरिसन यांनी आपल्या विद्यार्थ्यांसमोर मांडली होती. फारच अवघड क्रिया हा संच करीत होता. विशेषत:

प्रा. हॅरिसनच्या मार्गदर्शनाखाली अमेरिका, रशिया, फ्रान्स, इटली इ. वेगवेगळ्या देशातील बुद्धिमान तरुण संशोधक प्रा. हॅरिसन याची संकल्पना प्रत्यक्षात आणण्यास लढत होते. त्यातच पुन्हा एका बुद्धिमान विद्यार्थ्याची भर पडली होती. भारतातून हा एक तरुण प्रा. हॅरिसननी निवडला होता. त्याचा भूतकाळ त्यांना ठाऊक होता. त्याच्या बुद्धिमत्तेची चमक पाहून, या क्षेत्रात हा मुलगा काहीतरी घडवून आणेल असा विश्वास त्यांना वाटत होता.

प्रथमच जतिनने प्रयोगशाळेत प्रवेश केला. प्रा. हॅरिसननी त्याचं स्वागत केलं. सगळ्या सहपाठींशी त्याची ओळख करून दिली. जतिनविषयी प्रत्येकालाच माहिती दिली गेली होती. त्यामुळे सर्व त्याच्याशी आदराने व सहानुभूतिपूर्ण हस्तांदोलन करीत होते. जतिन संपूर्ण प्रयोगशाळेत फिरून संवाद साधत होता. त्याच्यावर सोपवलेली जाबाबदारी त्याने उत्साहाने स्वीकारली आहे असे कॉम्प्यूटरने इतरांना कळवलं. फारच अवघड अशी क्रिया प्रा. हॅरिसननी त्याच्यावर सोपविली होती.

मायक्रोरोबोटच्या शरीररचनेचा भाग इतर विद्यार्थी करीत होते, पण त्या अवयवांवर नियंत्रण ठेवण्याचं काम मेंदूला करावं लागणार होतं. सूक्ष्म मेंदू तयार करणं ही खूपच गुंतागुंतीची अवघड क्रिया होती. त्यासाठी लागणाऱ्या मायक्रोचिप्स मेमरीज व मेंदूवर नियंत्रण ठेवण्यासाठी लागणारे सॉफ्टवेअर या बाबी जतिनवर सोपवून प्रोफेसर निश्चिंत झाले होते.

जतिन रात्रंदिवस पुस्तकाच्या गराड्यात केबिनमध्ये बसून राहत असे. त्यासाठी लागणारे भरपूर संदर्भग्रंथ त्याने गोळा केले होते. तासन्‌तास कॉम्प्यूटरसमोर बसून तो काम करतोय याची कुणालाही कल्पना येत नव्हती. दरम्यान काही अडचणींसाठी तो प्रोफेसर आणि आपल्या सहपाठींशी कॉम्प्यूटरद्वारे चर्चा करीत असे.

एके दिवशी प्रा. हॅरिसन त्यांच्या केबिनमध्ये मायक्रोरोबोटची प्रगती पाहण्यात गुंतले होते. जतिनने प्रवेश करताच त्यांनी त्यास आदराने बसायला सांगितलं. जतिनने वेळ न दवडता त्यांच्या पुढ्यात संपूर्ण मायक्रोरोबोटच्या मेंदूचा आराखडा ठेवला. तो पाहून प्रा. हॅरिसन आश्चर्यानं जतिनकडे पाहतच राहिले. एवढ्या कमी वेळात समोर पडलेला गुंतागुंतीचा आणि किचकट असलेला आराखडा पाहून, क्षणभर ते स्वत:ला विसरून जतिनकडे पाहतच राहिले. जतिन मख्खपणे त्यांच्या प्रतिक्रियेची वाट पाहत होता. जतिनने आराखड्यातील प्रत्येक बाब कॉम्प्यूटरच्या साहाय्याने समजावली. मेंदूतील एकूण एक वाहिनी कशी कार्यरत होईल याची माहिती पुरविताच, प्रा. हॅरिसनना पुन्हा एकदा आश्चर्य वाटलं. हा मुलगा काही विलक्षण आहे याची जाणीव त्यांना होतीच. पण ते आता स्वत: अनुभवत होते. खरं म्हणजे जतिनचाच मेंदू त्यांना गुंतागुंतीचा वाटायला लागला होता.

प्रा. हॅरिसननी जतिनने तयार केलेला आराखडा प्रमुख इलेक्ट्रॉनिक इंजिनिअरकडे

सोपवला आणि त्या आराखड्यावर एक संपूर्ण टीम राबू लागली होती. मायक्रोरोबोटचा हा शेवटचा टप्पा होता. इतर सर्व शारीरिक अवस्था पूर्णत्वास आल्या होत्या.

पहिला मायक्रोरोबोट तयार झाला होता. त्याची चाचणी बाहेरच घेण्यात आली होती. कॉम्प्यूटरने त्याचा प्रत्येक शारीरिक अवयव कंट्रोल केला होता. डोळ्यालाही न दिसणारी रोबोटची हालचाल पाहून प्रत्येकाच्या चेहऱ्यावर आनंद झळकला होता. जतिनही किलकिले डोळे करून पाहत होता. यशस्वी चाचणी झालेली पाहून प्रा. हॅरिसन पुढच्या चाचणीकडे वळणार होते. कारण त्यांना या रोबोटची चाचणी प्रत्यक्ष मानवावरच करून पाहायची होती. त्याशिवाय साऱ्या जगाला यशाची माहिती देण्यास त्यांनी नकार दिला होता.

त्याच रात्री प्रा. हॅरिसनांच्या केबिनमधला फोन घणघणला, रिसीव्हर उचलून कानाल लावीत ते म्हणाले, ''हॅलो... यस, हॅरिसन स्पिकिंग...''

''हॅलो सर, डॉ. सिम्पसन, चीफ सर्जन ऑफ द मेरी हॉस्पिटल स्पिकिंग धिस एंड.''

प्रा. हॅरिसन सर्जनचा आवाज ऐकताच सावरून बसले व आवेगाने म्हणाले, ''बोला, डॉक्टर...''

''सर, आमच्याकडे एक सिरीअस हार्ट पेशंट आला आहे. त्याच्या चारही व्हेन्स ब्लॉक झालेल्या आहेत. सध्या तो बेशुद्धावस्थेतच आहे. त्याला या एक तासात शस्त्रक्रियेची तातडीची गरज आहे, पण इथे आता शक्य नाही. त्याला वाचवण्याची आम्हीही शिकस्त करतोय, पण तो वाचेल असे वाटत नाही. कारण कुठल्याही क्षणी त्याला हृदयविकाराचा झटका येऊ शकतो. जर आपण आपला प्रयोग या येत्या तासात केलात आणि प्रयोग यशस्वी झाला तर तो निश्चितच वाचेल!''

''डॉक्टर... पण त्याच्या नातेवाइकांना विचारलंत का?'' प्रा. हॅरिसननी अजिजीनं विचारलं.

''सर त्याची काळजी करू नका! मी त्यांना विश्वासात घेतलं आहे. पेशंटची अवस्था मी त्यांना सांगितली आहे.''

प्रा. हॅरिसन उत्साहानं उद्गारले, ''डॉक्टरऽऽ... गो अहेडऽ... आम्ही आलोच!''

''वेलकम सर...'' डॉक्टरांनी फोन डिस्कनेक्ट केला.

प्रा. हॅरिसन उत्साहाने उठले. त्यांचंही आज स्वत:वर नियंत्रण नव्हतं. कारण हा प्रोजेक्ट पूर्णत्वास जाणार होता. शेवटची चाचणी तेवढी खोळंबून होती. त्यांनी या प्रयोगाविषयी मेरी हॉस्पिटलच्या चीफ सर्जनला कळवलं होतं. पण शेवटी हा प्रयोग असल्याने डॉक्टर तयार होत नव्हते. कारण प्रयोग फसला तर पेशंट जीवे

मरणार होता. हेच डॉक्टरांना नको होतं. शेवटी बऱ्याच कालावधीनंतर त्यांना पेशंट मिळाला होता. ते कळताच प्रा. हॅरिसन आनंदानं पुढच्या तयारीला लागले. शिवाय त्यांना हे सर्व गुप्तच ठेवायचं होतं. तसं त्यांनी डॉक्टरांनाही सांगून ठेवलं होतं.

प्रा. हॅरिसन आपल्या शिष्यांसमवेत मेरी हॉस्पिटलकडे निघाले. अग्रभागी जतिन होता. त्याचीच आज खरी कसोटी होती. प्रत्येकाच्या चेहऱ्यावर आत्मविश्वास झळकत होता. जतिनचा चेहरा मख्ख होता, पण त्याच्या डोळ्यांत मात्र वेगळेच भाव दिसत होते. प्रा. हॅरिसननी त्याला आपल्या शेजारीच बसवलं होतं.

मेरी हॉस्पिटलच्या आवारात गाडी शिरताच सगळ्यांनी आपल्याकडे सोपवलेली कामं हाती घेतली. वेळ कमी असल्याने गाडी पार्क होताच एकामागून एक मुख्य प्रवेशद्वारात शिरत होते. डॉ. सिम्पसन प्रत्येकाचं स्वागत करत होते. त्या सगळ्यांना घेऊन त्यांनी वातानुकूलित असलेल्या आय.सी.यू.मध्ये प्रवेश केला. पेशंट तेथेच बेशुद्धावस्थेत पडला होता. डॉ. सिम्पसन यांच्या हाताखालील डॉक्टर्स, नर्सेस यांचा ताफाच आय.सी.यू.त दाखल झाला होता. आय.सी.यू.चं दार बंद झालं होतं. कुणालाही कल्पना नव्हती की, इथे जगातील महत्त्वाचा प्रयोग केला जात आहे म्हणून. जर त्यात यश आलं तर मानवाच्या जीवनातील एक नवीन पर्वच सुरू होणार होतं.

प्रा. हॅरिसन व डॉक्टरांनी चर्चा केली. प्रा. हॅरिसनांचा शिष्यगण पूर्ण तयारीनिशी बसला होता. कॉम्प्यूटरचा पडदा सर्वांसमोर होता. प्रा. हॅरिसन मध्यभागी बसले होते. इतर जण वेगवेगळ्या ठिकाणी समोर बसून डाटा फिडिंग करण्यात गुंतले होते.

जास्त वेळ न दवडता, प्रा. हॅरिसनांनी सांगितल्याप्रमाणे डॉक्टरांनी सिरिंजमधून तो मायक्रोरोबोट पेशंटच्या सरळ हृदयाला भिडणाऱ्या नसेतनं सोडला होता. थोड्याच वेळात त्याचं छायाचित्र कॉम्प्यूटरच्या पडद्यावर उमटलं. बाहेर कुणाच्याही दृष्टीस न पडणारा मायक्रोरोबोट नसेतून हृदयाकडे प्रवास करताना पाहून, सर्वच रोमांचित झाले. हळूहळू त्याचा प्रवास संपून तो हृदयापर्यंत येऊन दाखल झाला.

प्रोग्रॅमरने रोबोटला पुढील सूचना पाठविल्या व त्याने त्या अमलात आणल्या की नाही, म्हणून रोबोटकडे पाहू लागला. पण रोबोट ढिम्म उभा असलेला पाहून तो घाबरला. काही चुकलं का? म्हणून त्याने पुन्हा डाटा फीड केला. पण त्याचा काहीच परिणाम झाला नाही. प्रोग्रॅमरची अवस्था सगळ्यांच्या लक्षात आली. प्रा. हॅरिसनानी स्वत: सूचना देऊन पाहिल्या. तरीसुद्धा रोबोट आपला हलायलाच तयार नव्हता. सर्व बरोबर असताना रोबोट आज्ञा पाळत नाही पाहून सारेच हादरले. प्रयोग फसतोय की काय, म्हणून प्रा. हॅरिसन चिंताक्रांत झाले. रोबोट बाहेरही येत नसलेला पाहून त्यांचं अवसानच गळालं.

सगळेच पुन्हा काही चुकलं का पाहत होते. पण कॉम्प्यूटर सर्व काही ओके दर्शवीत होता. मग रोबोट कार्यक्षम का होत नाही?... डॉक्टरांनी पेशंटची वेळ

दिली होती. प्रा. हॅरिसनांनी जतिनकडे व्याकूळतेनं पाहिलं. जतिन एकटक स्क्रीनकडे पाहत होता. तो वेगळाच विचार करीत होता. तेवढ्यात सगळ्यांचं लक्ष पुन्हा स्क्रीनकडे वेधलं गेलं. सर्व जण थक्क होऊन रोबोटच्या हालचाली पाहतच राहिले.

प्रोग्रॅमर नुसताच बसला होता. त्याने कुठल्याही प्रकारची माहिती रोबोटला दिली नसताना तो हृदयाच्या इच्छित स्थळी जाऊ लागला. प्रोग्रॅमरने त्याला थांबवून पाहिलं. पण रोबोटने कुठलीही सूचना न पाळता आपल्या पुढील कार्यक्रमाला सुरुवात केली होती. याचा अर्थ रोबोट स्वत:च निर्णय घेत होता. तेथे उपस्थित असलेल्या सगळ्यांचेच हृदयाचे ठोके चुकले. जतिनच्या चेहऱ्यावर मात्र प्रथमच एक स्मितरेषा चमकून गेली. प्रा. हॅरिसन एकटक स्क्रीनकडे पाहतच राहिले.

डॉक्टर्स, नर्सेस, तंत्रज्ञ, संशोधक सगळे जण यंत्रवत रोबोटच्या हालचालींकडे पाहात होते. रोबोटने आपल्या जवळील एक हत्यार काढून अचूकपणे पेशंटच्या हृदयावर शस्त्रक्रिया करण्यास सुरुवात केली. ब्लॉक झालेल्या चारही व्हेन्समधील गोठलेलं रक्त त्याने स्वत:च विशिष्ट पद्धतीने कुठल्याही इजा न होता विरघळवून टाकलं आणि त्यावर अचूकपणे उपचारही केले. बाहेर काढलेली हत्यारं त्याने व्यवस्थित नियोजित जागी ठेवली व पुन्हा एकदा हृदयाचं निरीक्षण करून त्याने परतीचा मार्ग शोधून तो बाहेर पडला.

सर्व जण स्तिमित, थक्क होऊन न भूतो न भविष्य असं दृश्य पाहत होते. भानावर कुणीच नव्हतं. या सर्वांना शुद्धीत आणलं ते बेशुद्ध पडलेल्या पेशंटने. तो शुद्धीवर आला होता. सगळेच आश्चर्यानं त्याच्याकडे पाहत होते. तो खणखणीत बरा झाला होता. डॉक्टरांच्या आनंदाला पारावार उरला नव्हता. जतिन व प्रा. हॅरिसन दोघंही तिथे असून नसल्यासारखेच होते. जतिन रोबोटचा विचार करीत होता. बाहेर पडलेला रोबोट त्याला न दिसल्याने तो मात्र चांगलाच हादरला होता.

प्रा. हॅरिसन एकटक अजून शून्यातच पाहत होते. सर्वांचं लक्ष त्यांच्याकडे गेलं. त्यांची कुठलीही हालचाल व प्रतिक्रिया न पाहून त्यांचे विद्यार्थी घाबरले. एका विद्यार्थ्याने उठवताच, त्यांची मान खुर्चीवरून जतिन बसला होता त्या बाजूला कलली. जतिनने प्रसंगावधान पाहून त्यांना सावरलं व त्यांच्या चेहऱ्याकडे जतिन पाहतच राहिला. सर्व त्यांच्या आजूबाजूला जमा झाले. डॉक्टरांनी लगेच त्यांचा ताबा घेतला. प्रोफेसरांना चेकअप करतानाच त्यांच्या तोंडून उद्‌गार बाहेर पडले, "ओह, नोऽऽ... ही इज डेड..."

सर्व जण अविश्वासानं डॉक्टरांकडे पाहतच राहिले. डॉक्टर पुढे म्हणाले, "हृदयाचा ताण असह्य होऊन त्यांचं प्राणोत्क्रमण झालं. त्यांना फार मोठा धक्का बसला असावा आणि त्याच वेळेस तीव्र झटका येऊन हृदय बंद पडलं असावं. मानवाला नवीन पर्व देऊन जाणारा हा या शतकातील एक महान शास्त्रज्ञ आहे."

असे म्हणून डॉक्टरांनी प्रा. हॅरिसनांचे डोळे मिटले.

त्याचवेळेस जतिनने प्रा. हॅरिसनांच्या निर्जीव देहाकडे पाहून एक निर्णय घेतला होता.

जतिनवरच आता सर्वांची भिस्त होती. पुढे काय करायचं हे त्यानेच ठरवायचं होतं. जे घडलं ते कुणाच्याच आवाक्यात नव्हतं. आवाक्यात होतं ते फक्त जतिनच्याच. कारण त्यानंच हा प्रयोग नकळत घडवून आणला होता.

जतिन एकटाच आपल्या अभ्यासिकेत बसला होता. टेबल लॅम्प व्यतिरिक्त खोलीत सर्वदूर अंधार होता. तो विचार करून स्वत:चंच मनोगत टिपू लागला, "सूक्ष्म मेंदूचा अभ्यास करता करता आपण मेंदूतील रहस्यच उलगडत गेलो आणि जैविक व तांत्रिक मेंदूची सांगड घालणं किती सोपं आहे, याचंच आपण आश्चर्य करीत राहिलो. स्वत: निर्णय घेणारी शक्तीच आपण निर्माण केली आणि नकळत ती रोबोच्या सूक्ष्म मेंदूत घातली. वेळ होती ती फक्त प्रयोग करून पाहण्याची. रोबोने स्वत: निर्णय घेऊन ऑपरेशन करणं हा खरं म्हणजे माझा विजय होता. पण का कोण जाणे प्रा. हॅरिसनांच्या मृत्यूने तो माझा पराजय ठरला. त्याला अजून एक कारण होतं. मला वाटत होतं, रोबो माझ्याच आज्ञेचं पालन करतोय, पण तो माझा भ्रम होता, हे मला तेव्हा समजलं जेव्हा तो ऑपरेशन करून नाहीसा झाला. तेव्हाच मी हादरलो होतो. तो आता माझ्याही आज्ञेत नाही. तो स्वतंत्र आहे. खरंच प्रा. हॅरिसन हुशार होते. त्यांना हे मानवजातीवर आलेलं संकटच वाटलं असणार. उद्या कदाचित हेच मानवजातीला वेठीस धरणार नाहीत कशावरून? म्हणूनच त्यांचा असा अकाली अंत..."

विचार करीत असतानाच त्याला समोर सूक्ष्मशी हालचाल जाणवली. तो पाहतच राहिला. त्याचं सर्वांग घामाने डबडबलेलं होतं. समोर सूक्ष्म रोबो ताठमानेने येऊन उभा ठाकला होता. जतिनला क्षणभर काय करावं तेच सुचलं नाही. कारण रोबो आता त्याच्या आज्ञेचं पालन मुळीच करणार नव्हता. ही शेवटची संधी होती. ही संधी सोडली तर अख्ख्या मानवजातीलाच आपण संकटात लोटणार आहोत अशी भावना जतिनच्या मनात निर्माण झाली होती.

जतिनचे हावभाव बदलत गेले. त्याचा चेहरा रागीट झाला. समोरच उभ्या असलेल्या रोबोला त्याने पकडलं आणि पायाखाली वेड्यासारखा तुडवीत राहिला. त्याला रोबोचं अस्तित्वच नाहीसं करायचं होतं. जतिन थकला होता. त्याने धाडकन स्वत:चं शरीर खुर्चीत झोकून दिलं आणि टेबलावर डोकं ठेवून हुंदके देत रडू लागला. अश्रू नेमके कुठले होते, त्याचं त्यालाच कळत नव्हतं. पण आयुष्यात प्रथमच तो एवढ्या मनमोकळेपणानं रडत होता.

◆

झेप

चोहोबाजूंनी खेळती हवा असलेल्या त्या पडक्या शाळेत फाटके कपडे घातलेल्या अर्धनग्न मुलांसमोर शिर्के मास्तर रामायणातील एक प्रसंग कथन करत होते. पोरं पेंगत एकत होती. गुरुजी आपल्या मधुरवाणीनं सांगत होते...

...अंजनी बाहेर गेली तेव्हा बालक हनुमानाला कडाडून भूक लागली होती. 'आई, आई' करून तो टाहो फोडीत होता. आई अजून येत नाहीये पाहून तो जास्तच रडू लागला. भुकेनं त्याचा जीव कासावीस होत होता. तेवढ्यात आकाशात तळपत असणाऱ्या सूर्याकडे त्याचं लक्ष गेलं. लाल गोळ्यासारख्या दिसणाऱ्या सूर्याला पाहून त्याला काहीतरी खायला सापडल्याचा आनंद झाला व क्षणाचाही विलंब न करता त्याने त्या लाल फळाकडे झेप घेतली. आपल्याकडे कुठलीतरी मानवाकृती येतीये हे पाहून सूर्य घाबरला. इंद्रलोकातही धावपळ सुरू झाली. सूर्य इंद्राचा धावा करू लागला. इंद्र प्रसन्न झाला आणि सूर्याला गिळू पाहणाऱ्या हनुमानाला शस्त्राने घायाळ केलं. हनुमान मूर्च्छित होऊन पृथ्वीवर पडला...

"गुरुजीऽऽऽ..."

जेमतेम कपडे घातलेलं एक पोरगं 'गुरुजी' अशी हाक मारून स्तब्धपणे उभं होतं. गुरुजींनी त्याच्याकडे आपल्या जाड भिंग असलेल्या चश्म्यातून पाहिलं आणि एवढ्या चांगल्या रंगात आलेल्या गोष्टीत व्यत्यय आणल्यानं त्यांनी रागातच विचारलं, "काय रे?"

"अं, खरंच हनुमान सूर्याजवळ गेला होता?"

"मग काय खोटं सांगितलं मी तुला," गुरुजी पुन्हा रागातच म्हणाले.

"मग गुरुजी, हनुमान गेला, तर मी का नाही जाऊ शकत?"

"कुठे?" गुरुजी आश्चर्यानं उत्तरले.

"सूर्याजवळ..." पोरगं शांतपणे म्हणालं.

शरीराने काटकुळं, अंगात मळकट, फाटलेले कपडे, केस विसकटलेले, अनवाणी पाय, काळपट चेहरा, पण डोळ्यांत खूप काही दडल्याची एक वेगळीच

चमक. असं हे पाच वर्षांचं पोरगं आजच दाखल झालं होतं आणि गुरुजींना प्रश्न विचारून उत्तराची वाट पाहत बसलेल्या विद्यार्थ्यांमध्ये एकटंच मख्खपणे उभं होतं. वर्गातील सर्व पोरं त्याचा एकूण अवतार व विचारलेला प्रश्न पाहून फिदिफिदि हसायला लागली होती. काही त्याला वेडंवाकडं तोंड करून चिडवीत होती. पण तो आपला गुरुजी काय म्हणतील याची स्तब्धपणे वाट पाहत होता.

"अरे मूर्ख पोरा, हनुमान देव होता म्हणून गेला. तू त्याच्याशी बरोबरी करतोस काय रे? अजून तोंड धुण्याची अक्कल नाही तुला आणि चालला सूर्याजवळ. बैस खाली."

गुरुजी संतापलेले पाहून पोरगं मुकाट्याने खाली बसलं, पण आपल्या प्रश्नाचं उत्तर हे नाही एवढे मात्र त्याला कळत होतं. गुरुजी पुन्हा शिकवायला लागले होते. तो निर्विकारपणे त्यांच्याकडे बघत होता. त्याचं लक्षच आता गुरुजींच्या बोलण्याकडे नव्हतं.

गुरुजींना वेड्यासारखा प्रश्न विचारणाऱ्या मुलाचं नाव होतं प्रकाश गिरमे. मितभाषी असलेला हा विद्यार्थी वर्गात आहे किंवा नाही याकडे कुणाचं लक्ष नसायचं. सर्वसामान्य विद्यार्थ्यांसारखंच त्याच्याकडेही दुर्लक्ष होत होतं. वर्गात कधीच हुशारीची चुणूक त्याने दाखवली नव्हती म्हणून गुरुजींच्या कोशात असणाऱ्या हुशार मुलांमध्ये त्याचं नाव नव्हतं, आज त्याने उपस्थित केलेल्या प्रश्नांची दखल कुणीही घेतली नव्हती वा त्याचं निरसन करण्याचीही गरज कुणाला भासली नव्हती. याउलट हा अवास्तव प्रश्न विचारून त्याने स्वत:चं हसू मात्र करून घेतलं होतं.

आज हाच प्रकाश अनपेक्षितरीत्या यशाचं शिखर गाठीत आला होता. पाच-पन्नास घरं असलेल्या खेड्यातून आलेला हा विद्यार्थी स्वकष्टाने भौतिकशास्त्राचा डॉक्टरेट झाला होता. या यशामागे त्याचे गरीब आई-वडील व त्याचं छोटंसं गाव या सर्वांचा फार मोठा वाटा होता. त्याने खगोल-भौतिकशास्त्रात संशोधन केलं होतं व त्यात त्याला रुचीही होती. पुढे याच क्षेत्रात राहून त्याची संशोधन करण्याची इच्छा होती. म्हणून त्याने भारतातील एका नावाजलेल्या संशोधन संस्थेत प्रवेश केला होता. पण तेथील संशोधनाची पद्धत व त्यामागे असलेली उदासीनता आणि शास्त्रज्ञांमधील आळस व लहरीपण पाहता त्याचं मन संशोधनात रमत नव्हतं. एकमेकांमध्ये असलेली जीवघेणी चढाओढ पाहून तर त्याचं मन खिन्न झालं होतं. संशोधनाने झपाटलेला हा तरुण संस्थेतून बाहेर पडून आपल्या गावाशेजारील महाविद्यालयात प्राध्यापक म्हणून रूजू झाला होता.

छोट्या व रम्य असलेल्या त्या महाविद्यालयात प्रा. प्रकाश गिरमे चांगलेच रमले होते. त्यांच्या ज्ञानाचा उपयोग प्रत्येक विद्यार्थ्याला होत होता. त्यांचे सहकारी

त्यांच्याविषयी भरभरून बोलत होते. मुळात संशोधनाचा पिंड असलेल्या प्रा. गिरमेंनी तेथील छोट्या प्रयोगशाळेत नवे प्रयोग करायला सुरुवात केली होती. पण उपकरणांअभावी व जागेअभावी त्यांना त्या प्रयोगाचा विस्तार करता येत नव्हता. म्हणून त्यांनी महाविद्यालयाचे प्राचार्य डॉ. कुलकर्णी यांच्या समोर संशोधन प्रस्ताव मांडला होता. प्रा. गिरमेंचा संशोधनाविषयीचा संकल्प पाहून प्रा. कुलकर्णींनी त्यांना प्रयोगशाळेसाठी जागा व त्यासाठी लागणारी उपकरणे उपलब्ध करून देण्याचं आश्वासन दिलं होतं.

महाविद्यालयाच्या कडेला असलेल्या जिमखान्यातील एक खोली प्रयोगशाळेसाठी दिली होती. त्यालाच लागून खाली तळघराची व्यवस्था होती. प्रा. गिरमेंनी स्वत: हजर राहून दुरुस्ती करून घेतली होती. स्टोअर रूम म्हणून वापरल्या जाणाऱ्या खोलीचं प्रयोगशाळेत रूपांतर झालं होतं.

प्रयोगशाळेत शिरताच प्रा. गिरमेंची, काचांची तावदानं वापरून केलेली केबिन दिसत होती. त्याच्या डाव्या बाजूला प्रयोगशाळेचं मुख्य द्वार दिसत होतं, त्यातून आत शिरताच मध्ये प्रसन्न वातानुकूलित वातावरण; सगळीकडे वेगवेगळी उपकरणे ठेवलेली दिसत होती. प्रयोगशाळेत उजवीकडे पायऱ्या उतरून तळघरात जाता येत होतं. तळघराच्या प्रवेशद्वाराला जस्ताचं आवरण लावलेलं होतं, कारण प्रा. गिरमे तळघरात विश्वकिरणांवर महत्त्वाचे प्रयोग करीत असत.

प्रा. गिरमे रात्रंदिवस त्या प्रयोगशाळेत राबत होते, तेथे सर्वांनाच प्रवेश होता. त्यांचे विद्यार्थी, सहकारी प्रयोगशाळेत येऊन त्यांच्याशी वेगवेगळ्या विषयांवर, प्रयोगांवर चर्चा करीत असत. प्रा. गिरमेंच्या नावाने महाविद्यालयात एक संशोधन संस्थाच सुरू झाली होती. प्राचार्य कुलकर्णी स्वत: रसायनशास्त्राचे प्राध्यापक असल्याने तेही रुची घेऊ लागले होते. प्रा. गिरमेंवर त्यांची विशेष मर्जी होती. त्यांच्या बुद्धिमत्तेची कल्पना त्यांना प्रथम भेटीतच आली होती. तेसुद्धा प्रयोगशाळेत येऊन प्रा. गिरमेंशी ते करीत असलेल्या संशोधनाबद्दल चर्चा करीत होते. प्राचार्य या नात्याने प्रयोगशाळेसाठी लागणाऱ्या वस्तू उपलब्ध करून देण्याचा प्रयत्न करीत होते.

प्रा. गिरमे करीत असलेल्या संशोधनाबद्दल बऱ्याच जणांना उत्सुकता होती. ते कुठल्या विषयावर संशोधन करीत आहेत याची मात्र त्यांच्या काही सहकाऱ्यांनाच माहिती होती, त्यात प्राचार्य कुलकर्णींशी ते नेहमीच चर्चा करीत असल्याने, त्यांना प्रा. गिरमे करीत असलेल्या संशोधनाची प्रगती उत्तरोत्तर कळत होती. पण प्रा. गिरमेंनी सांगितल्यानुसार या चार-पाच दिवसांत त्यांच्या संशोधनाचे रिझल्ट्स मिळणार होते. म्हणून प्रा. कुलकर्णी त्या दिवसाची आतुरतेनं वाट पाहत होते.

आज प्रा. गिरमेंना जाऊन भेटावं असं प्राचार्य कुलकर्णींना वाटलं. म्हणून

प्रयोगशाळेत त्यांनी प्रवेश केला. केबिनमध्ये प्रा. गिरमेंना न पाहून त्यांना आश्चर्य वाटलं नव्हतं, कारण प्रा. गिरमे अलीकडे रात्रंदिवस प्रयोगशाळेत मग्न राहत असत. या चार-पाच दिवसांत रिझल्ट्स मिळतील असं प्रा. गिरमेंनी सांगितल्याचं त्यांना आठवत होतं. म्हणून त्यांनी चौकशी केली नव्हती. प्रा. गिरमे न आल्याने सहजच ते प्रयोगशाळेत शिरले. वातानुकूलित असलेल्या त्या खोलीत बरीच उपकरणे सुरू होती. त्यांनी तळघराचं दार उघडं आहे की बंद, याची खात्री करून घेतली. त्यांना दार आतून बंद असल्याचं आढळून आलं. याचा अर्थ प्रा. गिरमे आतच होते. तळघराच्या प्रवेशद्वाराबाहेरील वातावरणात बदल होतोय अशी जाणीव होताच ते तत्काळ वरती आले व प्रयोगशाळेबाहेर येऊन तिथे असलेल्या त्यांच्या शिपायाला विचारलं. त्यानुसार प्रा. गिरमे रात्रीपासून तळघरातून बाहेर पडले नव्हते. आता मात्र प्राचार्य कुलकर्णींच्या चेहऱ्यावर काळजी दिसू लागली.

त्यांनी पुन्हा प्रयोगशाळेत जाऊन पाहिलं व त्यांना धक्काच बसला. वातानुकूलित असलेल्या प्रयोगशाळेचं तापमान हळूहळू अंशा-अंशानं वाढू लागलं होतं. तळघरात काही प्रायोगिक अपाघात घडून त्यात प्रा. गिरमेंना इजा झाली की काय अशी भीती त्यांना वाटली. ते विलक्षण घाबरले. क्षणभर डोळ्यांसमोर काय चाललंय हे त्यांना काहीच कळत नव्हतं. तेवढ्यात तळघराचं दार उघडण्याचा किर्रऽऽ असा आवाज आला. प्राचार्य कुलकर्णी नकळत तिकडे झेपावले व विस्फारलेल्या डोळ्यांनी, संथ गतीने तळघराच्या पायऱ्या चढत असलेल्या प्रा. गिरमेंकडे पाहातच राहिले.

प्रा. गिरमे मात्र शांत आणि धीरगंभीरपणे प्राचार्य कुलकर्णींसमोर येऊन उभे राहिले. त्यांच्या चेहऱ्यावर कमालीचा आत्मविश्वास दिसत होता... आणि नवीन काहीतरी मिळाल्याच्या छटा चेहऱ्यावर स्पष्ट दिसत होत्या. प्राचार्य कुलकर्णींनी आपल्या मनातील भीती सरळ व्यक्त करीत विचारलं, ''प्रकाश, तू रात्रीपासून तळघरात होतास?'' प्राचार्य कुलकर्णी प्रा. गिरमेंना पहिल्याच नावानं संबोधित असत.

''होय सर!... मी तळघरातच होतो.''

''काय?... अशा वातावरणात...'' अविश्वासानं प्राचार्य कुलकर्णी प्रा. गिरमेंकडे पाहत पुढे म्हणाले, ''प्रकाश, मी मघाशी प्रयोगशाळेत आलो तेव्हा या वातानुकूलित प्रयोगशाळेतील तापमान हळूहळू बदलतंय याची जाणीव झाली. प्रथम दुर्लक्ष केलं. पण थोड्यावेळानं प्रयोगशाळेतील तापमानाची खूपच वाढ होऊ लागल्याने मी अतिशय घाबरलो. जर वातानुकूलित असलेल्या खोलीचं तापमान एवढं वाढू शकतं तर तळघरातील तापमान किती असू शकेल याचा मला अंदाज आला. ती परिस्थिती नेमकी कुठल्या प्रकारची होती हे मात्र मला निश्चित सांगता येणार नाही, पण त्यानं मी विलक्षण घाबरलो होतो.''

प्रा. गिरमे थोडा वेळ स्तब्ध राहिले व स्मित करून म्हणाले, "सर! म्हणूनच मी लवकर आलो, नाहीतर अजून दोन तास तरी मी त्यात गुरफटलेलो असतो."

"कशात?..." प्राचार्य कुलकर्णी उद्गारले.

"तेच मी आता तुम्हाला सविस्तर सांगणार आहे. तूर्त मी एवढेच सांगतोय की, मी माझ्या संशोधनात यशस्वी झालेलो आहे."

"कुठल्या?..." उत्तेजित स्वरात प्राचार्य कुलकर्णी म्हणाले होते, नकळत आनंदानं त्यांचा चेहरा प्रफुल्लित झाला होता.

"या, आपण केबिनमध्ये बसू या," प्रा. गिरमे म्हणाले. दोघंही केबिनमध्ये शिरले होते.

प्रा. गिरमे स्वत: अभ्यासिकेत प्राचार्य कुलकर्णींसोबत बसले होते. समोरच टेबलावर बरीच संदर्भ पुस्तकं पडलेली होती.

गिरमेंनी प्राचार्य कुलकर्णींकडे दृष्टिक्षेप टाकीत सांगायला सुरुवात केली, "सर, लहानपणी मी बऱ्याच भूतकथा, दंतकथा, रहस्यकथा ऐकलेल्या होत्या. त्यात माझ्या बुद्धीला काही आव्हान होतं असं मला तरी वाटत नाही. पण जेव्हा आमचे शिर्के मास्तर रामायणातील हनुमानाची गोष्ट सांगत होते, तेव्हा मात्र माझ्या बुद्धीला चालना मिळाल्यासारखं वाटलं. म्हणून मी शिर्के मास्तरांना बरेच प्रश्न विचारले. नेहमीसारखंच त्या सगळ्यांनी मला मूर्खात काढलं हा भाग वेगळा, पण त्यातूनच मला मिळाली होती एक शोधक व चिकित्सक दृष्टी. त्याचीच आजची ही फलश्रुती. सर, या अवकाशात प्रथम मानवाला दिसणारी ठळक गोष्ट काय असेल तर ती सूर्य आणि तो एक मानवी जीवनाचा मूलभूत भाग आहे. त्यामुळे या सूर्याच्या अंतरंगातील रहस्ये जाणून घेण्याची मानवाची प्रवृत्ती अनादीकालापासून ती अद्यापही चालत आहे. सूर्यात बरीच रहस्ये दडलेली आहेत हे मी स्वत: गणिताद्वारे सिद्ध केलं आहे. पण हेच सूर्याचं तापमान पाहता प्रायोगिक स्तरावर सिद्ध करणं अवघड जातंय आणि आज मी तेच केलं. सर, मी माझ्या संशोधनात पूर्ण यशस्वी झालो. मानव सूर्याच्या कक्षेत जाऊन त्याचं निरीक्षण करू शकेल एवढा आत्मविश्वास माझ्याजवळ आहे. या निरीक्षणाने सूर्यातील बरीच दडलेली रहस्ये मानवासमोर येतील असं मला वाटतं आणि हे मी सर्व तुमच्यामुळेच साध्य करू शकलो सर..." प्रा. गिरमेंचा आवाज सद्गदित झाला होता.

धुंद होऊन ऐकत असलेल्या प्राचार्य कुलकर्णींना क्षणभर आनंदानं काय बोलावं सुचत नव्हतं. ते म्हणाले, "शाब्बास, प्रकाश... अरे, जागतिक कीर्तीचं संशोधन तू इथे केलंस याचा मला अभिमान वाटतो. या कॉलेजातील, या परिसरातील, भारतातील प्रत्येकाने अभिमान बाळगावा असंच तू संशोधन केलेलं आहेस. आय ॲम प्राउड ऑफ यू, प्रकाश..."

"सर, आजपर्यंत मी जे करीत आलो ते फक्त तुमच्या प्रेरणेने आणि हीच प्रेरणा घेऊन मी पुढेही संशोधन करीत राहीन," प्रा. गिरमे म्हणाले.

"मी फक्त विज्ञानप्रेमी आहे प्रकाश, तुझ्यासारख्या धडपडणाऱ्या तरुणांना मदत करून त्यांच्या बुद्धीचा विकास करणं आणि यथायोग्य बनविणं यात कसली आली प्रेरणा? मेहनत करणारे तुम्हीच..." प्राचार्य कुलकर्णी म्हणाले.

"तसं नव्हे सर, माझ्या संशोधनावर विश्वास हीच ती प्रेरणा." प्रा. कुलकर्णी प्रा. गिरमेंकडे थोडा वेळ कौतुकानं पाहत राहिले. नंतर हळू आवाजात त्यांनी प्रा. गिरमेंना विचारलं, "प्रकाश, एक विचारू?"

"विचारा, सर..."

"तू मघाशी एवढ्या तापमानात तळघरातच होतास की...?"

प्रा. गिरमे मध्येच हसत म्हणाले, "होय सर, मी तळघरातच होतो... आता मी तुम्हाला जे घडलं ते सर्वच सांगतो."

प्रा. गिरमे सांगू लागले, "या सूर्याच्या अंतरंगात तापमान लाखो डिग्री सेल्सियस असून, त्यातून पडणारे विश्वकिरण हे शक्तिशाली असतात. सूर्याच्या अंतरंगातून न्यूट्रिनो नावाचे अणुघटक बाहेर फेकले जातात. तसे ते इतरही अनेक स्त्रोतांतून बाहेर पडतात. पण सध्यातरी सूर्याच्या अंतरंगातून येणारे न्यूट्रिनोच आपल्याला माहीत आहेत व त्यांची शक्ती कमी असते हे एव्हाना शास्त्रज्ञांनी सिद्ध केलेलं आहे. मी स्वत: ह्याच अणुघटकाच्या आधारावर गणित मांडून त्यावर प्रयोग करून पाहिले. त्यासाठी पदार्थविज्ञानाचा उपयोग केला. पदार्थविज्ञान हे निसर्गात दडलेली रहस्ये उलगडण्याचे परिणामी साधन आहे. यात सूर्याच्या तापमानाला व त्यातून पडणारे शक्तिशाली अणुघटक या सर्वांचा परिणाम न होणारी मूलद्रव्ये, मूलकण शोधून त्यापासून मानवी कवच बनविता येईल व कवचातील वातावरण पृथ्वीवर आहे असेच राहील. कवचासाठी वापरलेले अणुघटकच अवकाशयानासाठी वापरण्यात येतील. या अवकाशयानाचा व कवचाचा उपयोग करून मानव सूर्याच्या कक्षेत जाऊ शकेल व सूर्याच्या अंतरंगातील रहस्याचा उलगडा मानवाला सुलभतेनं करता येईल. तर या महत्त्वाच्या प्रयोगासाठी मला एक अंडरग्राउंड प्रयोगशाळा हवीच होती. त्यासाठी मी या तळघराचा उपयोग केला. आपण जेव्हा आलात तेव्हा मी माझ्या प्रयोगाच्या शेवटच्या टप्प्यात होतो. जे काही तुम्ही अनुभवलं तो त्याचाच एक परिणाम होता. त्यात मी यशस्वीही झालो. या प्रयोगात उपकरणाअभावी व्यापक दृष्टीनं विचार करता आला नाही. पण तो पुढे निश्चितपणे करता येईल असं मला वाटतं."

प्राचार्य कुलकर्णी प्रा. गिरमेंकडे पाहतच राहिले होते. हा माणूस विलक्षण बुद्धिमत्तेचा आहे हे त्यांना माहीत होतं. प्राचार्य कुलकर्णी म्हणाले, "प्रकाश, तू हे

संशोधन या छोट्याशा महाविद्यालयात केलं. त्यामुळे महाविद्यालयाचं नाव निश्चितच उंचावेल. तुझं हे संशोधन जागतिक पातळीवर जावं ही इच्छा. त्यासाठी हे महाविद्यालय तुझ्या सदैव पाठीशी राहील.''

फ्रान्सच्या पॅरिस शहरात जागतिक विज्ञान परिषद भरणार होती, त्यासाठी प्रा. गिरमेंनी आपण केलेल्या संशोधनावर शोधनिबंध पाठवला होता. तो स्वीकारलाही गेला होता. त्यांना या परिषदेत शोधनिबंध सादर करण्याचं आमंत्रण दिलं गेलं होतं. त्यासाठी परिषदेने त्यांना काही अर्थसाहाय्यही देऊ केलं होतं. पण तेवढे पुरेसं नसल्याने त्यांच्यापुढे आर्थिक प्रश्न उभा राहिला होता. हा संशोधन पेपर परिषदेत सादर करण्याची त्यांची मनापासून इच्छा होती. म्हणून त्यांनी भारतातील वेगवेगळ्या संशोधन संस्थांकडे अर्थसाहाय्याची मागणी केली. त्यासाठी संस्थेच्या उच्चपदस्थ अधिकारी, शास्त्रज्ञांसमोर त्यांनी केलेल्या संशोधनावर सेमिनार्स दिले, चर्चा केली होती. या तथाकथित समजल्या जाणाऱ्या भारतातील ज्येष्ठ शास्त्रज्ञांमध्ये गोंधळ निर्माण झाला होता. प्रा. गिरमेंनी केलेल्या संशोधनाला भारतातील सर्वच शास्त्रज्ञ विरोध करीत होते. किंबहुना हे असले संशोधन जागतिक परिषदेत सादर करू नये असा मोलाचा सल्ला प्रा. गिरमेंना देत होते. कुण्या एका शास्त्रज्ञाने हा पेपर परिषदेत स्वीकारला कसा गेला याचं आश्चर्य व्यक्त केलं होतं.

सर्व बाजूंनी अशी अपयशांची वलये त्यांच्याभोवती फिरत होती. पण स्वत: निराश न होता त्यांनी आपले प्रयत्न चालूच ठेवले होते. शेवटचा प्रयत्न म्हणून त्यांनी महाविद्यालयाचे प्राचार्य कुलकर्णींकडे प्रस्ताव मांडला होता. प्राचार्य कुलकर्णींनी अत्यानंदाने त्यांचा प्रस्ताव स्वीकारून, वेळ न दवडता तो प्रस्ताव महाविद्यालयाच्या मॅनेजमेंटसमोर सादर केला. प्राचार्य कुलकर्णींना प्रा. गिरमेंनी केलेल्या संशोधनाची पूर्वकल्पना असल्याने मॅनेजमेंटसमोर त्यांनी संशोधनाची महत्त्वाची बाजू स्पष्ट केली होती. यावर विचारविनिमय होऊन मॅनेजमेंट, प्राध्यापक, विद्यार्थी यांच्यासमोर प्रा. गिरमेंनी व्याख्यान द्यावं असं ठरलं होतं. त्यानुसार त्यांनी व्याख्यान दिलं होतं. संशोधनाचा आवाका पाहून सर्वच प्रभावित झाले होते. महाविद्यालयाच्या कार्यकारिणीने आजपर्यंत प्रा. गिरमेंना संशोधनाबद्दल लागणाऱ्या सर्व सोयी उपलब्ध करून दिल्या होत्या. पण यापुढे त्यांना संशोधनाविषयी लागणाऱ्या सवलती केवळ उपलब्ध करून न देता, ते संशोधन जागतिक पातळीवर सादर करायचा निर्णय कार्यकरिणीनं प्राचार्य कुलकर्णींना कळविला होता. या निर्णयानंतर प्राचार्यांनी प्रा. गिरमेंचं अभिनंदन केलं होतं.

आज प्रा. गिरमे विज्ञान परिषदेसाठी फ्रान्सला प्रयाण करणार होते. त्यानिमित्ताने

त्यांचा प्राचार्य कुलकर्णींच्या हस्ते सत्कार करण्यात आला. प्राध्यापक , विद्यार्थी या सर्वांनी त्यांना शुभेच्छा दिल्या. सद्‌गदित होऊन या सर्वांच्या शुभेच्छा त्यांनी स्वीकारल्या होत्या.

भव्यदिव्य असलेल्या पॅरिस शहरी जागतिक विज्ञान परिषद भरली होती. निसर्गरम्य परिसर लाभलेल्या त्या परिषदेच्या इमारतीत जागतिक कीर्तीचे शास्त्रज्ञ उपस्थित होते. तो प्रशस्त सेमिनार हॉल भरगच्च भरला होता. परिषदेत सर्व प्रकारच्या विषयांवर संशोधन पेपर वाचले जात होते. विचारविनिमय होऊन सेमिनार्स दिले जात होते. चर्चा होत होती.

सेमिनार हॉलमधल्या शांत वातावरणात प्रा. गिरमेंनी आपलं संशोधन सफाईदार इंग्रजीतून निवेदनाने मांडलं. 'मानवाची सूर्याकडे झेप' या संशोधनाचं नाव घेताच परिषदेत खळबळ उडाली होती. कुजबुज निर्माण झाली होती. जगातील ज्येष्ठ शास्त्रज्ञ प्रा. गिरमे करीत असलेलं निवेदन काळजीपूर्वक ऐकत होते. परिषदेत पुन्हा शांतता पसरली होती.

निवेदन संपताच प्रा. गिरमेंवर प्रश्नांचा भडिमार सुरू झाला. प्रत्येक प्रश्नाचं उत्तर प्रा. गिरमे आत्मविश्वासाने देत होते. बहुतेक शास्त्रज्ञ या संशोधनास विरोध करीत होते. नको ते प्रश्न विचारून प्रा. गिरमेंना भंडावून सोडत होते. प्रा. गिरमे त्यांनाही उदाहरणासह पटवून देण्याचा प्रयत्न करीत होते. त्यात मध्येच एक शास्त्रज्ञ तावातावाने उभे राहून बोलायला लागले. ते भारतीय होते हे विशेष; त्यांचं नाव के. कृष्णमूर्ती. ते म्हणाले, ''हे संशोधन म्हणजे एक शुद्ध वेडेपणा असून लहान मुलानं अ,ब,क,ड लिहावे त्याप्रमाणे ते लिहिले गेले आहे. सौरशक्ती किती दांडगी आहे, हे माझ्या तरुण मित्र शास्त्रज्ञाला ठाऊक नसावं, म्हणूनच त्यांनी 'सूर्याजवळ मानव जाऊ शकतो' हा गावंढळपणा केला आहे. अविचाराने केलेलं हे संशोधन एका भारतीयाचे आहे म्हणून माझी मान शरमेनं झुकली आहे...'' शास्त्रज्ञ गृहस्थ तावातावानंच बोलून खाली बसले होते.

प्रतिप्रश्न करून टीका करणाऱ्या त्या शास्त्रज्ञाकडे सर्व जण पाहत होते. त्यांना काही दुजोरा देत होते. प्रा. गिरमेंच्या संशोधनाला आणि त्यांना वेडं ठरविण्यात आलं होतं. सगळीकडे कुजबुज सुरू होती. त्यावर हास्यविनोद सुरू होते. भारतात तर नाहीच, पण येथेही त्याचा विचार होत नव्हता. गिरमेंना वाईट वाटत होतं. पण तेथेच प्रा. गिरमेंच्या संशोधनावर विचार करणारे शास्त्रज्ञही होते. त्यांचं म्हणणं या संशोधनावर अजून एक चर्चासत्र होऊन त्याचा सर्वांगीण विचार व्हायला पाहिजे. असा प्रस्ताव शास्त्रज्ञाच्या एका गटाने मांडल्याने त्यावर संबंधितांनी चर्चासत्र ठेवण्याचा निर्णय घेतला होता.

एका छोट्याशा हॉलमध्ये चर्चासत्र आयोजित केलं गेलं. तेथे रशिया, अमेरिका,

जपान, फ्रान्स, इटली इ. देशांचे शास्त्रज्ञ हजर होते. ज्येष्ठ भारतीय शास्त्रज्ञ के. कृष्णमूर्ती मात्र हजर नव्हते. प्रा. गिरमेंनी आता विस्ताराने संशोधनाची बाजू मांडायला सुरुवात केली. त्यातील एक-एक रहस्य ते उलगडून सांगू लागले. समोर बसलेले शास्त्रज्ञ शांतपणे ऐकत होते. प्रा. गिरमेंनी आपली बाजू मांडताच, तेथे उपस्थित असलेल्या शास्त्रज्ञांमध्ये चर्चा होऊन समाधानाने ते सर्व बाहेर पडले होते.

परिषदेचा आजचा शेवटचा दिवस होता. म्हणून सेमिनार हॉल गच्च भरला होता. त्या शांत वातावरणात कुणाचातरी आवाज घुमला. समोर एक गोरटेली व्यक्ती उभी होती. ते जगातील प्रसिद्ध शास्त्रज्ञ प्रो. रॉबर्ट कार्टनी होते. ते बोलू लागले, ''मित्रहो, या परिषदेत उत्कृष्ट शोधनिबंध वाचले गेले, त्यावर चर्चाही झाल्यात, पण भारतीय तरुण शास्त्रज्ञ प्रा. गिरमे यांनी केलेलं संशोधन हे खरोखरच या जगात आव्हान देणारं असून तेवढेच अभिमानास्पद आहे. त्याचा पूर्ण अभ्यास न करता त्या संशोधनाला वेडेपणात काढणं म्हणजे अतत्त्वनिष्ठतेचं होईल...''

प्रा. गिरमेंचा ऊर आनंदाने भरून आला होता. श्रोत्यांमध्ये बसलेल्या के. कृष्णमूर्तीचा चेहरा मात्र पडला होता. समोर प्रा. गिरमेंनी केलेल्या संशोधनावर टिपणी सुरू होती. सर्व शास्त्रज्ञ ते काळजीपूर्वक ऐकत होते.

''...तर माझ्या मते हे संशोधन अभ्यासक दृष्टीने झालेलं असून परिपूर्ण आहे आणि या संशोधनाला जागतिक स्वरूप देऊन या कामी भारतीय तरुण शास्त्रज्ञ प्रा. प्रकाश गिरमे यांचा उपयोग करून घेतला जाईल... यानंतर प्रथम त्यांनी मांडलेल्या आराखड्यानुसार उपकरणे व अवकाशयान बनविलं जाईल आणि त्यातून एका सजीव प्राण्याला सूर्याच्या कक्षेत पाठवलं जाईल...''

मध्येच के. कृष्णमूर्ती उठत कुत्सितपणे म्हणाले, ''एखाद्या प्राण्याला पाठविण्याऐवजी माझे तरुण मित्र स्वत: त्यात बसून जाऊ शकतात की...''

प्रा. गिरमे शांतपणे उठत ठामपणे म्हणाले, ''होय, तो सजीव प्राणी मीच असणार आहे. स्वत: सूर्याकडे मीच झेप घेणार आहे!''

या निर्णयावर सर्व शास्त्रज्ञ आश्चर्यानं पाहत राहिले. आपापसात कुजबुजत होते. गिरमेंच्या ठायी असलेल्या आत्मविश्वासाने प्रो. कार्टनी भारावून गेले होते. प्रा. कार्टनींनी त्यांना प्रेमाने आलिंगन दिलं होतं.

प्रा. गिरमेंच्या संशोधनास जागतिक मान्यता मिळाली होती. त्यावर चर्चा चालू होती. सेमिनार्स घेतले जात होते. प्रा. गिरमेंच्या अध्यक्षतेखाली उच्चस्तरीय शास्त्रज्ञांची समिती नेमली गेली. त्यादृष्टीने त्यांचा अभ्यास सुरू झाला होता. प्रा. गिरमेंनी मांडलेली गणिते व तयारी केलेली मॉडेल्स पडताळून पाहाण्यात येत होती. अहोरात्र शास्त्रज्ञ झटत होते. संपूर्ण आराखडा तयार करण्याअगोदर बऱ्याच

गोष्टींचा तपशील लक्षात घ्यावा लागणार होता. सूर्याकडे जायचं म्हटलं म्हणजे मुख्य प्रश्न होता इंधनाचा. पृथ्वीवर उपलब्ध असलेली सगळी ऊर्जा वापरून अवकाशयान सूर्याकडे पाठवलं तरी त्याला कित्येक वर्षे सूर्याकडे पोहोचायला लागणार होती. त्यासाठी प्रा. गिरमेंनी तयार केलेल्या मॉडेल्सचा विचार करण्यात आला. त्यामध्ये सौरसंचयिकेची कार्यक्षमता ६० ते ७० टक्के असू शकेल असे त्यांचे मत होते व या संचयिकेचा वापर अवकाशयानावर अशा पद्धतीने केला जाईल की, अखंड प्रवासात त्याचा पृष्ठभाग सूर्याकडे असेल. त्यापासून निर्माण होणारी ऊर्जा पृथ्वीवर निर्माण होणाऱ्या ऊर्जेपेक्षा कितीतरी पटीनं असेल. सौरऊर्जेवर चालणाऱ्या अवकाशयानाचा वेग पृथ्वीच्या कक्षेबाहेर पडताच प्रकाशाच्या वेगाच्या कमी असेल आणि जसे ते सूर्याकडे जाईल तसे यानाच्या वेगात वाढ होईल. सूर्याजवळ जाताच यानाला प्रकाशाचा वेग प्राप्त झालेला असेल, पण सूर्याच्या गुरुत्वाकर्षणामुळे अवकाशयान हळूहळू सूर्याच्या कक्षेत प्रवेश करू लागेल.

प्रा. गिरमेंनी मांडलेल्या या सिद्धान्ताचा उपयोग करून शास्त्रज्ञांच्या समितीने संपूर्ण अहवाल तयार केला. अवकाशयानाची प्रतिकृती तयार केली व त्याचा वेग, काळ, तापमान, वजन इ. ठरवून त्यावर पुन्हा सर्व शास्त्रज्ञांनी तज्ज्ञांशी चर्चा केली आणि अवकाशयानात जाणाऱ्या प्रा. गिरमे यांच्यासाठी प्रशिक्षणाची व्यवस्था करण्यात आली व शिक्कामोर्तब करून अवकाशयानाच्या बांधणीला सुरुवात केली.

अवकाशयानाचं बांधकाम पूर्ण झालं होतं. त्याचा आकार एखाद्या पक्ष्याप्रमाणे दिसत होता. यानाची लांबी ३० मीटर आणि व्यास १० मीटर असून त्याचे तीन प्रमुख विभाग होते. पृथ्वीवर परत येणारा विभाग व कक्षात्मक विभाग या दरम्यान काचेची खिडकी होती, ती बंद केल्यास हे दोनही विभाग एकमेकांपासून पूर्णपणे अलिप्त होत असत; यामुळे कक्षात्मक विभागाचा त्यामधील दाब काढून घेऊन सुरक्षित खोलीच्या स्वरूपात वापर करण्यात येईल असा ठेवला होता. त्यामध्ये अंतराळवीराला विश्रांती, प्रसंगी झोपता येईल एवढी जागा होती. अन्नाचा साठा आणि छोटेसे स्वयंपाकघरदेखील होते, जेणेकरून त्या ठिकाणी अन्न तयार केले जाईल अशी व्यवस्था ठेवण्यात आली होती. पृथ्वीवर परत येणाऱ्या विभागामध्ये अंतराळवीरांसाठी खास बैठकव्यवस्था होती. यासाठी अंतराळवीरांच्या शरीराच्या बरोबर बाह्याकारानुसार तयार करण्यात आलेल्या गाद्या बसविल्या होत्या. यानाच्या तिसऱ्या विभागामध्ये प्रमुख इंजीनयंत्रणा होती. विविध प्रकारची लहान इंजिने, इंधनाने भरलेल्या टाक्या, यानाचे उड्डाण स्वयंचलित बनवणारी यंत्रणा नि कक्षात्मक स्थानकाबरोबरील यंत्रणा या विभागात होती. विद्युतशक्ती साधने आणि यानाच्या राहत्या विभागात आवश्यक तापमान राखणाऱ्या यंत्रणेचा भागदेखील याच विभागात

होता. या विभागाच्या बाहेरील भागावर सौर घटकाच्या मालिका, दूरसंपर्क यंत्रणा तारा आणि उष्णता नियमन यंत्रणेचा विकरीक इ. बसविण्यात आले होते.

यानातील सर्व यंत्रणा कार्यक्षम असावी यासाठी विद्युत्शक्तीची आवश्यकता असते, ती विद्युत्शक्ती सौरसंचयिकेपासून व रासायनिक क्रियेपासून मिळविण्यात आली होती. सौरसंचयिका सूर्याच्या किरणातील ऊर्जेचे रूपांतर विद्युत्शक्तीत करतात. यानाचा विद्युत्मंडळातील विजेचा दाब ठरावीक पातळीपेक्षा कमी झाल्यास स्वयंचलित यंत्रणा सौरसंचयिकेला संचेकाशी जोडला जाई आणि आवश्यक विद्युतपुरवठा केला जाई. या अवकाशयानात विद्युतपुरवठा करण्यासाठी इंधनाचाही वापर केलेला होता. जस्ताचे पाणी दिलेल्या या चकचकीत तत्त्वामध्ये ज्वलनाशिवाय इंधनाच्या रासायनिक ऊर्जेचे रूपांतर विद्युत्शक्तीमध्ये केले जाते. येथे इंधन म्हणजे हायड्रोजनचे प्राणवायूद्वारे होणारे ऑक्सिकरण या प्रक्रियेत विद्युत्प्रवाह व पाणी तयार होते. पाणी साठवून त्याचा अवकाशयानात पिण्यासाठी उपयोग केला जातो, पाणी खराब होऊ नये म्हणून किंवा चव नष्ट होऊ नये म्हणून त्यात आयोनिक चांदी मिसळली जाते, जेणेकरून अंतराळवीर वर्षानुवर्षं त्या पाण्याचा उपयोग पिण्यासाठी करू शकेल.

अंतराळयान सूर्याच्या दिशेने जाते आहे याचा अर्थ सूर्याच्या तेजस्वी किरणांपासून यानाचं संरक्षण अशा पदार्थाचा थर वापरून करण्यात आला होता की, ज्यामुळे यानावर पडणाऱ्या सूर्यकिरणांची ऊर्जा अवकाशात परावर्तित केली जाईल. यानाच्या कार्यकक्षेमध्ये सर्वसाधारण तापमान ठेवण्यात आले होते की, ज्याची मानवाला सवय आहे, याव्यतिरिक्त अतिउष्णतेपसून रक्षण करण्यासाठी अंतराळयानाच्या हवाबंद कक्षांच्या भिंतीमधून धातूच्या नळ्यांचे जाळे पसरविण्यात आले होते. त्यामधून खास उष्णतावाहक द्रव सोडण्यात आला होता. अंतराळयानाच्या बाह्यांगावर विकरीक शीतपेटी अशी बसविण्यात आली होती की, तिचा पृष्ठभाग आवरणात्मक निर्वात रोधकाने बंद करण्यात आला होता. कक्षांच्या भिंतीमधून उष्णतावाहक द्रव विकरीकामध्ये जमा होतो आणि विकरीकामधील अनावश्यक उष्णता अवकाशात फेकली जाते, त्यानंतर थंड झालेला द्रव पुन्हा क्रिया सुरू करण्यासाठी वाहू लागतो. यानुसार अंतराळवीर आपल्या इच्छेनुसार तापमान कमी-जास्त करू शकेल अशी व्यवस्था करण्यात आली होती.

अंतराळयानात अंतराळवीराला श्वसनासाठी प्राणवायूची आवश्यकता होती, माणसाला दिवसातून जवळ-जवळ ७०० ग्रॅम प्राणवायूची आवश्यकता असते. त्यासाठी पाण्यावर प्रक्रिया करून प्राणवायू वेगळा काढून, अंतराळयानात समप्रमाणात ठेवण्याचा प्रयत्न केला गेला होता. या प्राणवायूचा वापर करून अंतराळवीर कार्बन -डाय-ऑक्साइड, कार्बन-मोनॉक्साइड, पाण्याची वाफ इ. पदार्थ बाहेर टाकतो व

या विषारी वायूमुळे अंतराळवीराला विषबाधा होण्याची शक्यता होती. यासाठी संयुग रूपात असलेला पदार्थ-लिथियम परपॅरॉक्साइड वापरला गेला होता. यामुळे एकाच वेळेस प्राणवायू देण्याची व कार्बन डायऑक्साइड शोषून घेण्याची रासायनिक क्रिया घडत होती. यासाठी यानाच्या कक्षात खास वायूविश्लेषण यंत्रणा बसविण्यात आली होती, त्यामुळे प्राणवायू, कार्बन-डाय-ऑक्साइड इत्यादीचे प्रमाण दिसून अवकाशयानातील वातावरण मानवाला पूरक राहील असे ठेवता येईल अशी रचना करण्यात आली होती.

एखाद्या भव्य गरुड पक्ष्याप्रमाणे दिसणाऱ्या अवकाशयानाची बांधणी पूर्ण झाली होती. पुन्हा एकदा अंतराळयानाची पाहणी केली जात होती. यानातील सर्व यंत्रणा अचूकपणे कार्य करीत आहे किंवा नाही याची काटेकोरपणे तपासणी केली जात होती.

शेजारच्याच विभागात अग्निबाणाची प्रचंड इमारत रुळावर उभी असलेली दिसत होती. अग्निबाणाच्या सर्व भागांची आणि यंत्रणांची चाचणी घेतली जात होती. सर्व तज्ज्ञ, शास्त्रज्ञांचे पूर्ण समाधान झाल्यानंतर अंतराळयान अग्निबाणाला जोडले गेले होते. अग्निबाण वाहून नेणारी गाडी आणि तो उभा करणारी वाहक गाडी हळूहळू उड्डाण तळाच्या दिशेने जाऊ लागली होती.

सीमेंट कॉंक्रीट आणि लोखंडी सळयांनी बनविण्यात आलेल्या एका प्रचंड मंचाजवळ वाहक गाडी येऊन थांबली होती. अग्निबाणाला उभे करणारी यंत्रणा सुरू करण्यात आली होती. उड्डाणाच्या क्षेपण यंत्रणेवर अग्निबाण हळुवारपणे उभा केला गेला होता. अग्निबाणामध्ये इंधन टाकण्याअगोदर त्याची पुन्हा चाचणी व तपासणी करण्यात आली होती. अशा तऱ्हेने अंतराळयान उड्डाणयंत्रणेसह तयार होते.

आज दि. ७ जानेवारी, २०५१ – वेळ रात्री ९-३० वा. प्रा. गिरमे अमेरिकेच्या उड्डाणतळावरून सूर्याकडे झेप घेणार होते. उड्डाणासाठी काही तासच शिल्लक राहिले होते. प्रा. गिरमेंचे आगमन होताच त्यांच्यासाठी छोटासा निरोप समारंभ आयोजित करण्यात आला होता. या समारंभास प्रा. कार्टनी व प्राचार्य कुलकर्णी हजर होते. हा कार्यक्रम जगात सर्व देशांमध्ये प्रक्षेपित करण्यात येत होता. उड्डाणाची वेळ जवळ-जवळ येत होती. प्रा. गिरमे कुलकर्णींना म्हणत होते...

"सर, आज मी फार आनंदात आहे. लहानपणी विचारलेल्या क्षुल्लक प्रश्नाचं उत्तर आज पूर्ण व्हायच्या बेतात आहे. तुम्हा सगळ्यांना सोडून जाताना खूप यातना होताहेत, सर... पण मी तुम्हाला सर्वांना भेटण्यासाठी परत येईन... मी निश्चित परत येईन." प्रा. गिरमेंचा कंठ दाटून आला होता. प्राचार्य कुलकर्णींनी त्यांना आवेगाने छातीशी धरलं.

उड्डाणाची वेळ झाल्याची सूचना आली होती. प्रा. कार्टनींनीही प्रा. गिरमेंना आलिंगन दिलं होतं व ते सगळ्यांचा पुन्हा एकदा निरोप घेऊन अंतराळयानाकडे निघाले होते. प्रा. गिरमे अंतराळयानामधील आपल्या जागी स्थानापन्न होताच त्यांनी स्वत: अवकाशयानाची तपासणी केली होती. उड्डाणासाठी आता काही मिनिटेच शिल्लक होती. प्रा. गिरमे असलेला कक्ष हवाबंद करण्यात आला. आता प्रा. गिरमेंशी जमिनीवरून रेडिओद्वाराच संपर्क साधला जात होता. बाकी यंत्रणा नियंत्रित करून, इंजीन यंत्रणेमधील वायू दाब, यानाच्या कक्षातील हवेची रचना, तापमान अशा रीतीने क्रमाने यानातील यंत्रणा प्रा. गिरमेंनी तपासल्या होत्या.

जमिनीवरील नियंत्रण केंद्राकडून अंतराळपोशाख चढवण्याचा आदेश येताच प्रा. गिरमेंनी खास अंतराळ पोशाख चढविला, हातमोजे घातले आणि दाबानुकूलित शिरस्त्राणांची पुढील काच बंद केली. नंतर झडप उघडली व संपिडीत दाब पाहू लागले, सर्वकाही ठीकठाक आहे याची खात्री करून घेतली. उड्डाणासाठी प्रा. गिरमे तयार होते.

काही सेकंदांनी उड्डाण होणार होते. अग्निबाणाला पकडून ठेवणारा मनोरा दूर केला गेला.

...९, ८,...२, १... प्रचंड स्फोट झाला. अग्निबाणाने अवकाशाच्या दिशेने झेप घेतली. प्रा. गिरमेंना शिरस्त्राणाला जोडलेल्या शीर्षकर्ण्यातून पृथ्वीवरून आवाज ऐकू आला; पन्नास सेकंद झाले असून उड्डाण व्यवस्थित झालेले आहे, अग्निबाणाचे काम सुरळीत चालू आहे. प्रा. गिरमेंनी पुन्हा सर्व यंत्रणा तपासून खात्री करून घेतली. अग्निबाण अवकाशाच्या दिशेने भरारी घेत होते, अंतराळ उड्डाणाबरोबरच संपर्क सुरू होता. अंतराळ उड्डाणावरील रेडिओ केंद्रे अंतराळयानामध्ये असलेल्या उपकरणांच्या साहाय्याने रेडिओतरंग पकडत होते. दूरदर्शक पडद्यावर अग्निबाण एका प्रकाशमय ठिपक्यासारखा दिसत होता. सर्व तंत्रज्ञ, शास्त्रज्ञ आपापली कामं चोख बजावत होते.

उड्डाण होऊन तीन दिवस लोटले होते, अंतराळ उड्डाणतळावरील कंट्रोल विभागात दूरदर्शक पडद्यासमोर सर्व तंत्रज्ञ बसले होते. पडद्यावरील प्रकाशमय ठिपका हळूहळू सरकू लागला होता. अवकाशयानाला पूर्ण गती प्राप्त होऊन त्याचा प्रवास सुरू होता. अचानक पडद्यावर प्रकाशमय ठिपक्याची भयानक हालचाल होऊन तो दृष्टिआड झाला होता. अनपेक्षितपणे अवकाशयान दर्शविणारा ठिपका पडद्यावरून नाहीसा झालेला पाहताच, समोर असलेल्या तंत्रज्ञांची, शास्त्रज्ञांची धावपळ सुरू झाली होती. त्यांनी पुन्हा सर्व यंत्रणा सज्ज करून अंतराळयानाशी संपर्क साधण्याचा प्रयत्न केला. पण संपर्क साधला जात नव्हता. अतिलघुतरंग संदेशवाहक सुरू करून यानाशी संपर्क साधण्याचा अटोकाट प्रयत्न करीत होते.

प्रथम पलीकडून क्षीण आवाज ऐकू आला होता. नंतर तोही बंद झाला. शास्त्रज्ञ हताश झाले. प्रयत्नांची पराकाष्ठा करूनसुद्धा अवकाशयानाशी संपर्क साधता आला नव्हता. अवकाशयानाचा पृथ्वीशी पूर्णपणे संपर्क तुटला होता. तो का? हा प्रश्न शास्त्रज्ञांना पडला होता.

दि. २५ फेब्रुवारी, २१२५ साली एक अवकाशयान पृथ्वीकडे येताना स्पेस कंट्रोल पॅनलवर असलेले सतीश राव यांना दिसले. दूरदर्शक पडद्यावर प्रकाशमय होत जाणारा तो ठिपका पाहून राव पुरते गोंधळून गेले. या पद्धतीचे यान पृथ्वीवर कुठेही उपलब्ध नव्हतं. मग पृथ्वीकडे येणारं हे यान असावं तरी कुणाचं या विचारात राव गढून गेले. त्यांनी वेगवेगळ्या राष्ट्रांच्या स्पेस सेंटरशी संपर्क साधला. तेथेही या अवकाशयानाची नोंद झाली होती, त्यांनाही तोच प्रश्न पडला होता.

अमेरिकेच्या स्पेस कंट्रोल पॅनलनेही त्यांची नोंद केली होती. तेथेही अवकाशयान नेमकं कुठून येत आहे याचा अंदाज घेता येत नव्हता. पण एक जमेची बाजू म्हणजे तेथील कॉम्प्यूटरनं हिरवा कंदील दाखवला होता. म्हणून तेथे असलेले ज्युलिअस बर्गर यांनी हे यान परग्रहीय नसून पृथ्वीवासीयांचंच आहे, असा निर्वाळा दिला होता.

त्यांनी भराभरा कॉम्प्यूटरला डाटा फीड करून माहिती विचारली. कॉम्प्यूटरने सेकंदांत उत्तर पाठविलं. त्यात त्याने गेल्या पन्नास वर्षांत या पद्धतीचं अवकाशयान पाठविण्यात आलं नव्हतं आणि त्याची नोंदही कुठे नव्हती असं म्हटलं. कॉम्प्यूटरने अवकाशयान पृथ्वीवासीयांचेच असून त्यात मानव वास्तव्य करून आहे असा निर्वाळा देताच तेथे उपस्थित असलेले शास्त्रज्ञ चकित झाले होते.

ज्युलिअस बर्गर व इतर शास्त्रज्ञ या पृथ्वीकडे झेपावणाऱ्या अवकाशयानाचा कसून शोध घेत होते. पण त्यांच्या हाती अपयशच येत होतं; अखेर त्यांनी यानात असलेल्या रहिवाशाशीच संपर्क साधण्याचा प्रयत्न सुरू केला.

...बीपऽऽ...बीपऽऽ...बीपऽऽ.. आवाज यानातील कार्यकक्षेत ऐकू येऊ लागला. अंतराळपोशाख घातलेल्या अवकाशयानातील मानवाने हालचाल केली. शिरस्त्राणाच्या काचेमधून त्याचा आनंदित चेहरा दिसत होता. त्याच्या शिरस्त्राणाला जोडलेल्या शीर्षकर्ण्यातून आवाज ऐकू येऊ लागला –

"हे यानातील रहिवाशी, तू आहेस तरी कोण आणि कुठला?"

यानातील रहिवासी पृथ्वीवासीयाचा आवाज ऐकून प्रफुल्लित होत म्हणाला –

"मी पृथ्वीवरील रहिवासी असून, माझं नाव प्रकाश गिरमे आहे. दि. ७ जानेवारी, २०५१ रोजी मी पृथ्वीवरून सूर्याकडे झेप घेतली होती. पण आपण आहात तरी कोण?" प्रा. गिरमेंनी स्मित करून उत्तरदाखल निवेदन केलं होतं.

"आम्ही पृथ्वीवरूनच बोलत आहोत. तुमच्या यानाची कुठल्याही पद्धतीची

नोंद नसल्याने आम्ही चौकशी केली.''

''पण, यानाची सविस्तर नोंद २०५१ सालात असायलाच पाहिजे होती...''

''ती आमच्याजवळ नाही. कारण २२व्या शतकात मानवाने पदार्थविज्ञान व नॅनो इलेक्ट्रॉनिक क्षेत्रात विशेष प्रगती केल्याने २२व्या शतकाच्या प्रारंभापासूनची माहिती आम्ही नॅनो कॉम्प्यूटरमध्ये गोळा करून ठेवली आहे.''

''काय म्हणालात?... २२ वे शतक... म्हणजे आताचं नेमकं वर्ष कुठलं?'' प्रा. गिरमेंनी अविश्वासाने विचारलं.

''२१२५''

''काय म्हणताय काय? म्हणजे मी तब्बल ७४ वर्षांनी आज पृथ्वीवर येतोय!''

''होय... आपलं स्वागत आहे.''

...आणि कम्युनिकेशन बंद झाले. प्रा. गिरमे स्तब्ध बसून राहिले होते.

अवकाशात आपल्याला भासणारा एक वर्षाचा काळ, पृथ्वीवर तो काळ ७४ वर्षांचा असेल असे त्यांना वाटलं नव्हतं. म्हणजे तब्बल ७४ वर्षांनी ते आज पृथ्वीवर जात होते. म्हणून त्यांना आनंदही होत होता. एवढा मोठा कालावधी कसा गेला हे त्यांना कळत नव्हतं. त्यांच्या डोळ्यांसमोर प्राचार्य कुलकर्णी, प्रा. कार्टनी व इतर त्यांच्या सहकाऱ्यांचे चेहरे तरळून गेले. आज पृथ्वीवरचा मानव अतीप्रगत असल्याने आपण सूर्याचे जवळून निरीक्षण करून त्यापलीकडील विश्वही अनुभवलंय हे त्यांना पटेल का...? की आपण ७४ वर्षं अवकाशात कुठंतरी भरकटत होतो म्हणून वेड्यात काढतील, या विचारांनी त्यांच्या जिवाची घालमेल होत होती... शेवटी त्यांनी आपलं मन घट्ट करून पृथ्वीवरच्या प्रगत मानवांना सामोरं जाण्याचा निश्चय केला होता.

◆

प्रतिघटना

वर्ष २६७५, पृथ्वीवरील मानवाची प्रगती शिगेला पोहोचलेली. या पृथ्वीतलावर मानवानेच निर्माण करून ठेवलेला प्रचंड व्याप, तिलाही न पेलवणारा असा होता. पृथ्वीवरच नव्हे तर, सभोवताली अवकाशातही विविध आधुनिक उपग्रहांची गर्दी... स्वत:लाच मोकळा श्वास न घेता येण्यासारखी घुसमटवून टाकणारी भीड... आधुनिक युगाचा वारसा चालवीत, प्रगती करणारा मानव उपकरणांवर अवलंबून राहून, अधिक विलासी बनलेला. त्यामुळे प्रजोत्पादनता तेवढ्याच प्रमाणात वाढली. दिवसागणिक मानवांची भर होतच गेली. वैद्यकीय शास्त्रातील प्रगतीमुळे, प्रजनन संख्येच्या प्रमाणात मरणाची शक्यता हजार पटीने कमी झाली. त्यामुळे भूतलावर माणसांची संख्या वाढतच गेली... त्यात चीनसारख्या बहुलोकसंख्या असलेल्या राष्ट्राला मागे टाकून भारत पुढे गेला होता. त्यामागोमाग अमेरिका, रशिया व इतर छोटी राष्ट्रेही पुढे आली होती... यामुळे पृथ्वीवर ठिकठिकाणी मानव वसाहती निर्माण होऊन दाटी झाली.

मुंबई, पुणे ही शहरे वेगवेगळी राहिली नसून एकत्र झाली. हीच परिस्थिती थोड्याफार फरकाने इतर राष्ट्रांतील महानगरांची झाली. त्यात टोकियो, न्यू यॉर्क, रोम, पॅरिस, लंडन व त्याच्याच आजूबाजूची छोटी असंख्य शहरे एकत्र झाली. त्यामुळे जिकडेतिकडे मानवच मानव... त्याने निर्माण केलेल्या सुखसुविधा. सगळेच दाटीवाटीने राहणारे. एखाद्या अथांग, विशाल समुद्राप्रमाणे भासणारे. प्रगत विज्ञानाच्या परिसीमा गाठल्याने, नैसर्गिक आपत्ती येऊनही मानव त्यातून सहीसलामत सुटला होता. भूकंपामुळे मानवहानी होणार नाही असा तोडगा शोधल्याने ती एक नैसर्गिक आपत्ती मानवाने शिताफीने टाळलेली. वादळे, प्रलये या प्रकारची नैसर्गिक आपत्ती आता मानवाला किरकोळ वाटू लागलेली... नैसर्गिक असमतोल... निसर्गावर मात हीच मानवाची जिद्द व इच्छा... पृथ्वीवरील प्रजनन संख्या वाढून, नैसर्गिक असमतोल वाढतोय ही बाब मानवाच्या चाणाक्ष मेंदूतून सुटली नाही त्याची दखल मानवाने आता निश्चितपणे घेतलेली आहे... किंबहुना या शतकातील शास्त्रज्ञांना

भेडसावणारा हा मुख्य प्रश्न आहे... बरेच शास्त्रज्ञ या कारणाने चिंतित असून यावर लवकरात लवकर तोडगा काढणे अपरिहार्य असल्याचे त्यांचे मत आहे. नाहीतरी निसर्ग पुन्हा मानवावर मात करून, समतोल राखण्याचा प्रयत्न करेल. या हेतूनेच बहुसंख्य शास्त्रज्ञ आपापल्या संशोधनात गढलेले आहेत. काय उपाय-योजना कराव्यात याचा विचार, आराखडे करत आहेत. यासाठी सर्वच राष्ट्रांनी एकोप्याने अनुदान देऊन, उपाय-योजना करावी म्हणून प्रोत्साहन दिले होते. त्यातूनच काही होतकरू शास्त्रज्ञांनी त्यांच्या कल्पना, योजना आखून प्रकल्प सादर केले होते.

आतापर्यंतच्या ज्या कल्पना सादर झालेल्या होत्या त्यावर सर्वच राष्ट्रांनी विचार-विनिमय करून, त्यातले बरेच प्रकल्प निकालात काढले होते. याच शतकाच्या मध्यंतरात बहुतेक राष्ट्रांनी आपल्या अंतराळ सफरी यशस्वी केल्या होत्या... शिवाय सूर्यमालिकेतील सर्वच ग्रहांचा त्यांनी पाठपुरावाही केलेला होता... पण कुठेही मानवसदृश्य वातावरण त्यांना आढळले नव्हते... सूर्यमालिकेच्या पलीकडेही. अमेरिकेसारख्या प्रगत राष्ट्रातील शास्त्रज्ञांनी रेडिओ-लहरींमार्फत संदेश पाठवले होते... पण त्यातून निराशाच त्यांच्या पदरी पडली होती. मंगळावर मानव वसाहत उभारू शकेल या नासाच्या शास्त्रज्ञांचा दावा मात्र आशादायक होता. पण त्यातही बऱ्याच त्रुटी असून, मानवसदृश्य वातावरण निर्मितीस बराच काळ लोटणार होता... तेवढा वेळ मात्र आज मानवाजवळ नव्हता. कारण दहा वर्षांनंतर पृथ्वीवरील लोकसंख्या पाच-दहा पटीने निश्चितच वाढणार होती. त्यामुळेच शक्य तेवढ्या लवकर उपाय योजना आखावी लागणार होती... पर्याय म्हणून नासाच्या शास्त्रज्ञांनी एक अभिनव कल्पना मांडली होती. ती म्हणजे एका कॅप्सूल आकाराच्या उपग्रहाची निर्मिती करून, तो पृथ्वीभोवती सोडायचा. त्या कॅप्सूलमध्ये पृथ्वीवरील वातावरण निर्माण करून शेती योग्य जमीन फलित करायची. त्यामुळे तेथे राहणारा मानव आपल्या उपजीविकेसाठी स्वतःच उत्पन्न घेऊ शकेल... मानवाला लागणाऱ्या सर्वच सुविधांची उपलब्धता तेथे ठेवायची... पण कालांतराने त्यातही त्रुटी आढळून आल्या होत्या. त्यातलीच महत्त्वाची त्रुटी म्हणजे अशा किती मानवांचं स्थलांतर या उपग्रहाच्या साहाय्याने आपण करू शकणार होतो? समुद्रातून थेंबाथेंबाने पाणी कमी केल्याने, समुद्राच्या पातळीत असा कितीसा फरक पडणार होता? ...तसेच काही मानवांच्या स्थलांतराने पृथ्वीवरील समस्येवर काहीच परिणाम होणार नव्हता. लोकसंख्येच्या दृष्टीनेही काहीच फरक पडणार नव्हता. कृत्रिम ग्रहाला निश्चितच मर्यादा होत्या... आणि त्या दृष्टीने शास्त्रज्ञांच्याही ते लक्षात आले होते...

ही एक मोठीच समस्या आज मानवापुढे उभी राहिली होती. पृथ्वीवरील प्रत्येक राष्ट्राचे शास्त्रज्ञ या समस्येवर प्रभावी तोडगा काढण्यासाठी झटत होते... पण

सुचलेल्या व सुचवलेल्या प्रत्येक तोडग्याला मर्यादाच येत होत्या... हीच तर नैसर्गिक मर्यादा नसेल?... शेवटी मानवाने निसर्गावर कितीही मात करण्याचा प्रयत्न केला तरी निसर्ग हा समतोल राखणाराच होता का?... या सर्व प्रश्नांना उत्तरे होतीच. पण मानवही तेवढ्या सहजासहजी हटणारा नव्हता. तो प्रयत्नांची पराकाष्ठा निश्चितच करणार होता.

दरम्यान त्या दिवशी अमेरिकेतील नासाच्या अध्यक्षांना असंख्य पत्रांच्या गराड्यात ते पत्रही आलं होतं. त्यांच्या सेक्रेटरीने निवडलेल्या काही महत्त्वाच्या पत्रांमध्ये त्याचा समावेश अभावानेच झाला होता. नासाचे अध्यक्ष डॉ. ब्रिस्ले यांनी, सेक्रेटरीने निवडलेल्या पत्रांचा मागोवा घेताना त्यांच्या हाती तेही पत्र आले होते... त्यांनी ते सहजपणे वाचण्यास घेताच... त्यातील मजकुराकडे ते आकर्षिले गेले होते. त्या पत्रातील मजकूर असा होता,

मा. अध्यक्ष

नासा

स. न.

मी कोण आणि काय करतोय या फंदात न पडता सरळच विषयाला हात घालतोय, त्याबद्दल क्षमस्व. आज मानवाला भेडसावणाऱ्या प्रश्नांचं मी उत्तर आहे... माझ्याकडे एक अभिनव कल्पना असून ती आपणासमोर मांडावी अशी इच्छा आहे. मी सध्या भारतात असून भारतातच आपण महाराष्ट्रातील महाबळेश्वर येथे दि. १६ नोव्हेंबर, २६७५ रोजी हॉटेल सपना येथे जमावे. तेथेच मी आपल्या व आपल्या प्रमुख शास्त्रज्ञांसमोर माझी कल्पना मांडेन.

आपला विश्वासू

अ ब क

डॉ. ब्रिस्लेंना या अनाहूत पत्राबद्दल आश्चर्य व तेवढीच उत्सुकता वाटली. त्यांनी पुन्हा पुन्हा ते पत्र वाचले... शेवटी विचाराअंती ते निश्चयाने उठले.

डॉ. ब्रिस्लेंनी 'नासा'तील प्रमुख शास्त्रज्ञांच्या समोर त्या पत्राचा गोशवारा वाचताच, सगळ्याच शास्त्रज्ञांना या अनाहूत पत्राचे नवल वाटले होते. जगातील सर्वच प्रमुख शास्त्रज्ञ त्यांना माहीत होते. शिवाय या मुख्य समस्येवर काम करणारे तर सर्वच त्यांना ज्ञात होते... मग ही व्यक्ती कोण होती?... पण शेवटी त्या व्यक्तीला संधी द्यावी अशी सर्वांचीच इच्छा होती. त्यावर एकमतही झाले होते...

याव्यतिरिक्त त्याच्या इच्छित स्थळी व वेळीच ही मीटिंग घ्यावी यावर कुणाचेही दुमत झाले नाही.

त्या अनभिज्ञ अ-ब-कने दिलेल्या माहितीनुसार डॉ. ब्रिस्लेंनी 'नासा'च्या काही शास्त्रज्ञांव्यतिरिक्त इतर राष्ट्रांच्या प्रमुख शास्त्रज्ञांचाही समावेश करून घेण्याचा निर्णय घेतला होता. त्यात नासाचेच डॉ. किथ व डॉ. वाइडमन, फ्रान्सचे डॉ. डेव्हीन, जर्मनीचे डॉ. फीचर, इंग्लंडचे डॉ. व्हाइट, चीनचे डॉ. ली वँग, इटलीचे डॉ. पोरपाटा, पाकिस्तानचे डॉ. उल्-हक यांचा समावेश होता. त्याआधी डॉ. ब्रिस्लेंनी भारतातील टीआयएफआर (Tata Institute of Fundamental Research)मधील प्रमुख शास्त्रज्ञ डॉ. सुरेश तनवर व दिल्ली विद्यापीठातील खगोलभौतिकीचे प्रमुख प्रा. सिंग यांच्यावर पुण्याजवळ असलेल्या महाबळेश्वर येथील व्यवस्थेची जबाबदारी टाकली होती. विविध देशांतील ही शास्त्रज्ञ मंडळी याच विषयावर संशोधन करीत असल्याने महाबळेश्वरच्या मीटिंगला सर्वांनीच होकार कळविला होता. डॉ. ब्रिस्लेंनी ही मीटिंग सार्वजनिकच आहे म्हणून सांगितले होते. या मीटिंगमध्ये आतापर्यंतच्या संशोधनाचा आढावा घेण्यात येईल म्हणूनही सूचित करण्यात आले होते. अ-ब-क या अनभिज्ञ तथाकथित शास्त्रज्ञाचे नाव, त्याचे पत्र व विषय यांपासून मीटिंगमधील सदस्यांना अलिप्तच ठेवण्यात आले होते. फक्त भारतातील शास्त्रज्ञांनाच त्याची कल्पना देण्यात आली होती.

डॉ. ब्रिस्लेंनी त्या व्यक्तीच्या अनाहूत पत्राचा संदर्भ देताच, डॉ. तनवरांनी त्याला कडाडून विरोध दर्शविला. तो कदाचित एखादा भोंदूही असू शकेल म्हणून पुष्टी जोडली होती. अशी भोंदूगिरी भारतात नेहमीच होत असते असे सांगून डॉ. तनवरांनी भारताला उघडं पाडलं होतं. पण डॉ. ब्रिस्लेंनी कुणालाही न जुमानता त्याचा ठामपणे पाठपुरावा करीत डॉ. तनवरांवर जबाबदारी टाकली होती. ती घेण्यावाचून डॉ. तनवरांना पर्याय उरला नव्हता.

डॉ. तनवर व प्रा. सिंग यांनी शक्य तेवढी गुप्तता पाळत महाबळेश्वरची व्यवस्था केली होती. स्वत: जातीने हजर राहून, लक्ष घालून सेमिनार रूम व इतर सुविधा उपलब्ध करून घेतल्या होत्या. मनाविरुद्ध का होईना त्यांनी डॉ. ब्रिस्लेंचा मान राखला होता.

महाबळेश्वरच्या आल्हाददायक वातावरणात सर्वच देशातील आमंत्रित प्रमुख शास्त्रज्ञ उपस्थित राहिले. महाबळेश्वरच्या निसर्गरम्य वातावरणाने सारेच भारावून गेले होते. सपना हॉटेलमधील त्या कॉन्फरन्स कम सेमिनार रूममध्ये ते सर्व जमले होते. चहा-बिस्किटांचा आस्वाद घेत सर्वच चर्चेत गुंतले होते. डॉ. ब्रिस्ले घड्याळाकडे पाहत उठून उभे राहिले व समोरच्या सदस्यांकडे पाहत म्हणाले,

"मित्रहो... आपण इथं तत्काळ असे का जमलो आहोत... हेच मला आपल्याला सांगाचंय. काही दिवसांपूर्वीच मला एक अनाहूत पत्र आलं होतं. ते पत्र मी प्रत्येकाच्या फोल्डरमध्ये झेरॉक्स करून ठेवलेलं आहे. आपण ते नंतर कधीही वाचू शकता. त्या पत्राच्या आधारेच मी आपणा सर्वांना निमंत्रणं पाठवलीत. पत्र लेखकाने आपलं नाव न देता अ-ब-क हे अक्षर नाव दिले आहे. खरे नाव उघडकीस न आणणे हा कदाचित त्याचा प्रश्न असू शकेल. तर त्या पत्राचं सार असं की, त्याने सद्य:स्थितीतील आपल्याला भेडसावणाऱ्या मानवी स्थलांतराचा प्रश्न उपस्थित करून, त्यावर प्रभावी उत्तर शोधले आहे व तेवढीच अभिनव कल्पना त्याच्याजवळ आहे असा दावा केला आहे. मी आपणा सर्वांना खरे कारण न सांगता बोलावल्याबद्दल क्षमस्व. तर आपण त्याने दिलेल्या वेळेनुसारच उपस्थित झालेलो आहोत. आता या क्षणाला आपण त्याचीच वाट पाहत आहोत."

...तेवढ्यात सेमिनार रूमचा दरवाजा कर्रर्ऽऽ आवाज करीत उघडला गेला. आवाजासरशी सर्वांचेच त्याकडे लक्ष वेधले गेले. दारात सत्तरीतला एक म्हातारा उभा होता. पांढरीशुभ्र दाढी, पांढरे केस, उभट चेहरा, थोडेसे जाड नाक... पण तरतरीत डोळे असलेला, झब्बा घातलेला तो म्हातारा स्मित हास्य करीत, जगातील प्रमुख शास्त्रज्ञांना सामोरा गेला. ओळख करून घेण्याची गरजच त्याला भासली नाही. कारण उपस्थितांची चांगलीच माहिती त्याला असल्याचं, डॉ. ब्रिस्ले व इतरांची ओळख करून देताना जाणवलं. त्याच्या तोंडून प्रत्येकाचं नाव ऐकून सर्वांनाच आश्चर्य वाटलं. अस्खलित इंग्रजीत म्हातारा सर्वांना उद्देशून म्हणाला –

"अ-ब-क या नावाचे पत्र लिहिणारा तो मीच. माझं नाव काय? मी कुठला, कुठे राहतो यात वेळ न दवडता सरळ मुद्दाच आपल्यासमोर मांडतो... मला वाटतं, पृथ्वीवरील वाढीव लोकसंख्येने आपण सर्वच त्रस्त आहात. एक दिवस असा येईल की, मानवाला श्वास घ्यायलाच जागा राहणार नाही. त्यामुळे वर्षानुवर्षे आपण त्यादृष्टीने संशोधन करीत असून, मानवसदृश्य वातावरण असणारा ग्रह शोधण्यात आपण गर्क आहात. पण दुर्दैवाने यात आपली अजून प्रगती झालेली नसून, ती पुढेही यशस्वी होईल की नाही शंकाच आहे. पण दिवस जातील तशी लोकसंख्याही वाढत राहील. शेवटी निसर्गावर मात करण्याची आपली इच्छा अतृप्तच राहील. याच संशोधनाचा धागा धरून मी स्वत: बरेच संशोधन केले आहे... मुलखावेगळे... भारतातील शास्त्रज्ञांना कदाचित आश्चर्य वाटेलही... कारण त्यांनी मला कधी पाहिले नाही... तथाकथित मोठ्या शास्त्रज्ञांमध्ये मी कधी मिरवलोही नाही... किंवा त्यांनीही माझी कधी दखल घेतली नाही... पण हे परमसत्य आहे की, मी माझ्या संशोधनात यशस्वी झालो आहे. आणि तेवढीच अभिनव कल्पना घेऊन मी आपणासमोर उभा आहे. त्यावर किती विश्वास ठेवायचा किंवा किती पाठपुरावा

करायचा हे तुम्ही ठरवायचं आहे. यासाठी मात्र मी आपणास यापुढेही सदैव सहकार्य करीत राहीन अशी मी ग्वाही देतो...''

सेमिनार रूममध्ये काही क्षण शांत गेले... म्हातारा दोन घोट पाणी पिऊन सभोवार पाहत पुढे म्हणाला –

''मित्रहो... माझा संशोधनाचा सारांश सांगायचा म्हणजे त्यासाठी काही गोष्टीही स्पष्ट कराव्या लागतील... आपणास ठाऊकच आहे की, जेव्हा आपण एखादं नाणं हवेत उडवतो तेव्हा जमिनीवर पडताना ते एकतर समोरील बाजू (Head) किंवा मागील बाजू (Tail) दर्शवतो... दोन्ही बाजू एकाच वेळेस कधीही दिसत नाहीत. पण नाण्यांचे पुंज तरंग नेहमीच समोरील किंवा मागील बाजू दर्शविण्याची समान शक्यता देतो. मग तरंग सत्यस्थितीचं प्रतिनिधित्व कसं करू शकतं?... त्याला एकच उत्तर आहे ते म्हणजे प्रत्येक शक्यतेला (Possibility) जेथे वास्तविक प्रसंग घडतो तेथे समांतर विश्वाचं (Parallel Universe) अस्तित्व असतं. यावरूनच समांतर विश्वाची कल्पना मांडली गेली. म्हणूनच एका विश्वात नाण्याची समोरील बाजू पडली असेल तर त्याच नाण्याची मागील बाजू दुसऱ्या विश्वात असायला हवी. अशीच आपल्या विश्वाचीही समांतर विश्वे अस्तित्वात आहेत. याच समांतर विश्वाचा अभ्यास करून मी माझी अभिनव कल्पना मांडली आहे. ती म्हणजे या समांतर विश्वातच मानवांचे स्थलांतर करायचे...''

हे ऐकताच सर्वांच्याच चेहऱ्यावर प्रश्न उमटले. अवलोकन करीत म्हाताऱ्याने प्रत्येकाच्या प्रश्नांचा रोख ओळखला. तरीही डॉ. फीचर अतिउत्साहाने उत्तरलेच.

''हे कसं शक्य आहे... मानवाचं स्थलांतर समांतर विश्वात केलं तर... त्यांच्याशी आपला संपर्कच राहणार नाही... आणि आताच्या विज्ञानाला तरी ते शक्य नाही... आपलं विश्व आणि समांतर विश्व यात निश्चितच फरक असणार आहे. हे सर्व कल्पना म्हणून ठीक आहे.''

म्हातारा गंभीरपणे सर्वांकडे पाहत उत्तरला,

''आपण असा प्रश्न विचाराल याची अगोदरच कल्पना होती. आपणा सर्वांच्या मनात हाच गोंधळ चाललाय याची मी पूर्वीच दखल घेतलीय... तेच तर खरं माझ्या संशोधनाचं गमक आहे... कृष्णविवरे अस्तित्वात आहेत हे आपणास ठाऊकच आहे... किंबहुना बरीच कृष्णविवरे शोधलीही आहेत. कृष्णविवरे म्हणजेच तेथे प्रचंड गुरुत्वाकर्षण असून प्रकाशही त्यातून बाहेर पडू शकत नाही. म्हणून कृष्णविवरात पडलेल्या वस्तूचं पुढे काय होतं याची कल्पना आपल्याला नाही. आजपर्यंत सैद्धान्तिक विचारच या संदर्भात मांडले गेलेले आहेत. पण जेथे प्रकाशही बाहेर पडू शकत नाही, अशा कृष्णविवरांमध्ये जाऊन परत बाहेर येतील असे कण मी शोधून काढले आहेत. त्यांचा वेग प्रकाशाच्या कोट्यवधी पटीने जास्त

आहे... त्यांना तकियॉन्स (Tachyons) म्हणजेच अतिचपळ कण असे म्हणतात. या कणांचा शोध मी माझ्या छोटेखानी प्रयोगशाळेतच घेतला होता. त्यांची निर्मिती विश्वकिरणांच्या (Cosmic Rays) परस्परक्रिया (Interaction) मधूनच होते, हे मी सिद्ध केले... आणि याच तकियॉन्सचा उपयोग करून समांतर विश्वात असणाऱ्या आपल्या मानवांशी संपर्क साधता येऊ शकेल. तकियॉन्स हे माहिती नेऊन आणण्याची कामे चांगली करतील. त्यासाठी मी एक उपकरणही तयार केलं आहे. त्यात तकियॉन्सच्या साहाय्याने आपण माहिती पाठवू व श्रवण करू शकू.''

सगळेच पुन्हा त्या म्हाताऱ्याकडे अविश्वासाने पाहू लागले... काही शास्त्रज्ञ तर, हे अशक्यप्राय आहे म्हणू लागले. डॉ. तनवारांनी अशी भोंदूगिरी व चमत्कार भारतात नेहमीच होत असल्याचे सांगितले. डॉ. उल्-हक यांनी पाकिस्तानात यापेक्षा वेगळे मत नसल्याचं नमूद केलं. मात्र डॉ. व्हाइट व डॉ. ली वँग यांनी म्हाताऱ्यावर विश्वास दर्शविला होता. मोजक्या सदस्यांमध्येही यावरून गोंधळ माजला... उलटसुलट चर्चा होऊ लागली. म्हातारा मात्र आपला शांत उभा होता. डॉ. ब्रिस्ले मिटिंगचं नियंत्रण आपल्या हातात घेत म्हणाले, ''मित्रहो, शांत व्हा... आपल्या या वरिष्ठ भारतीय मित्राने अतिशय तोकड्या सुविधांच्या साहाय्याने व तेवढ्याच स्वकष्टाने केलेल्या संशोधनाचा पाठपुरावा करण्यास काय हरकत आहे? मी हा निर्णय अतिशय विचार करून घेतला आहे... मला वाटतं नासातील शास्त्रज्ञ यात निश्चितच पुढाकार घेऊन सहभागी होतील अशी मला अशा आहे.''

म्हाताऱ्याच्या चेहऱ्यावर एक स्मितरेषा झळकून गेली. नासातील एक वरिष्ठ शास्त्रज्ञ डॉ. किथ म्हाताऱ्याकडे पाहत उत्तरले, ''आम्ही याचा निश्चितपणे पाठपुरावा करू... पण समांतर विश्वात जायचं कसं? हा मोठा प्रश्न आहे.''

म्हातारा शांतपणे सर्वांकडे पाहत म्हणाला, ''मला वाटतं हा सोपा प्रश्न आहे. यासाठी कृष्णविवरांचा योग्य रीतीनं वापर करून घेता येईल. जर मानवसदृश्य यानाने प्रवास करून, कृष्णविवराच्या गाभ्यात न शिरता आतील प्रासंगिक क्षितिज ओलांडताच प्रचंड उलथापालथ होऊन स्थळ व काल पुन्हा उलट होऊन विश्व सर्वसाधारण होईल. तथापि आपण आपल्याच विश्वात परत येऊ हे जरुरी नाही. खरेतर आपण आपल्याच एखाद्या समांतर विश्वात प्रवास करत असलेलो राहू... आणि हे नवीन विश्व कदाचित आपल्या पूर्वीच्या काळातील (Evolution) असू शकेल... तर या पद्धतीनं स्थलांतरित झालेला मानव कुठल्यातरी अनिश्चित विश्वात असेल... जो कोणीही त्या विश्वात जाईल तेथे माझ्या या उपकरणाच्या साहाय्याने त्याच्याशी निश्चित संपर्क साधू शकाल. प्रथम आपण प्रयोग म्हणून मानवसदृश्य यान पाठवा... आणि संपर्क साधताच अशा इतर समांतर विश्वात मानवांचं स्थलांतर करा...''

म्हाताऱ्याच्या निवेदनानंतर इटलीचे डॉ. पोरपाटांनी शंका व्यक्त केली, "एक्स्क्यूज मी. पण प्रयोगासाठी कुणीतरी मानव पाठवणं आवश्यक आहे!"

म्हातारा तत्काळ उत्तरला, "मी आपणास माझ्या निवेदनातच सांगितलं की, मी कुठल्याही पद्धतीचं सहकार्य देण्यास तयार आहे. मला स्वत:ला जायला आवडेल... मानवासाठी."

पुन्हा सगळेच आश्चर्याने या म्हाताऱ्याकडे पाहत राहिले. त्यामुळे बाकीच्यांची तोंडे आपोआपच बंद झाली. एकच शांतता त्या सेमिनार रूममध्ये पसरली. शांतता भेदणारा स्वर डॉ. ब्रिस्लेचा होता. ते म्हणाले, "या भारतीयाचं निश्चितच कौतुक करायला हवं. प्रतिकूल परिस्थितीतही त्याने बहुमूल्य संशोधन केलं आहे. त्याचा पाठपुरावा करणं हे आपलं कर्तव्यच आहे. याचा उपयोग निश्चितपणे या प्रकल्पासाठी केला जाईल. येत्या काही महिन्यांतच हा प्रयोग सिद्धीस नेला जाईल. पण मला वाटतं जोपर्यंत प्रयोग यशस्वी होत नाही तोपर्यंत त्याची गुप्तता पाळणंच योग्य आहे." डॉ. ब्रिस्लेंनी आभार मानून यात पुन्हा सर्वांच्याच मदतीची अपेक्षा केली.

सर्व सदस्यांकडे पाहत म्हाताऱ्याच्या चेहऱ्यावर नकळत एक छद्मीपणाची रेषा उमटून गेली.

याच काळात एक विलक्षण घटना घडली. वाई व पाचगणी दरम्यान असणाऱ्या घाटात एका कारला अपघात झाला... पण घटनास्थळी मात्र कारमधील व्यक्तीचा मृतदेह न आढळल्याने आजूबाजूचे लोक आश्चर्याने स्तिमित झाले... हा काय प्रकार घडला, ज्या ट्रकवर कार आदळली त्या ट्रकच्या ड्रायव्हरलाही कळले नाही... अचानक ब्रेक फेल व्हावे तशी ती कार हेलकावत ट्रकवर आदळली होती. पण या कार अपघातात कुणाचाच मृतदेह न सापडल्याने सारेच चक्रावून गेले होते. चौकशीअंती ती कार एक निवृत्त प्राध्यापक रणछोड गाभेंची असलेली आढळली. प्रा. गाभे हे सत्तरीच्या आसपास असलेले गृहस्थ. भौतिकशास्त्राचे निवृत्त प्राध्यापक. निवृत्तीनंतर पाचगणी येथेच त्यांनी आयुष्य काढले. तेथेच त्यांनी आपल्या हौशी भौतिकशास्त्राचा अभ्यास चालू ठेवलेला होता. निवृत्तीनंतर पुण्याहून पाचगणी येथे स्थायिक होण्याचा निर्णय त्यांचाच. ते अविवाहित होते. त्यांना कुणीही नातलग नसावेत, असे त्यांचा आजूबाजूला राहणारे रहिवाशी म्हणतात. ते मितभाषी असल्याने त्यांच्या घरात काय करतात याची कुणालाच कल्पना नव्हती. त्यांचे व्यक्तिमत्त्व तसे प्रसिद्धही नव्हते. पण विज्ञानाचे प्राध्यापक असल्याने ते प्रचंड वाचन करीत असावेत, असा कयास काहींनी बोलून दाखवला. कधीकधी तर ते आठ-आठ दिवस घराबाहेर पडल्याचे कुणाला दिसले नाही. ते एक गूढ व्यक्तिमत्त्व म्हणूनच तेथे प्रसिद्ध झाले होते.

अपघाताच्या निमित्ताने त्यांची ही अशी त्रोटक माहिती बाहेर आली होती. ज्यावेळेस अपघात झाला त्या आधी ते स्वत: कार ड्राइव्ह करीत घरून निघाल्याचे काही साक्षीदारांनी पोलिसांना सांगितले, पण ट्रक ड्रायव्हरला समोरून येणाऱ्या कारमध्ये कुणी आहे किंवा नाही याचे भानच नसल्याने त्याची पुरती भंबेरी उडाल्याचे दिसले होते. तो निश्चित असे काहीच सांगू शकत नव्हता. त्यामुळे ही एक गूढ व तेवढीच रहस्यमय केस म्हणून पोलिसांनी नोंदवून घेतली.

ही अशी विलक्षण घटना घडल्याने पाचगणीत कुठलीतरी भुताटकी येऊन, मृतदेह बेपत्ता होतात म्हणून चर्चा चालली होती. या प्रकरणाने काहीसा तणावही या निसर्गरम्य गावात वाढला होता. एकापरीने भीतिदायक वातावरणच तिथे निर्माण झाले होते.

अथक परिश्रमाने नासातील शास्त्रज्ञांनी छोट्याशा, पण तेवढ्याच प्रभावी यानाची निर्मिती करून, एका नव्या प्रयोगाची सुरुवात केली होती. त्या म्हाताऱ्याच्या निमित्ताने मानवाचा प्रतिविश्वात, समांतर विश्वांत प्रवेश झाला होता. एका महाकाय कृष्णविवरात, त्या म्हाताऱ्याला घेऊन जाणाऱ्या यानाने प्रवेश करताच, त्या विलक्षण प्रयोगाची सांगता झाली होती. पण तेथे उपस्थित असणारे शास्त्रज्ञ डॉ. ब्रिस्ले यांची ही अर्धीच बाजी होती. तंत्रज्ञांनी चोख काम बजावून यानाचा प्रवास घडवून आणला होता. पण प्रकल्पाची खरी बाजू पुढेच होती. समांतर विश्वात प्रवेश केल्यानंतर संपर्क साधणे ही प्रकल्पाची मोठी बाजू होती. याची सारीच भिस्त त्या म्हाताऱ्यावर व त्याने बनवलेल्या उपकरणावर होती. ते उपकरण महाबळेश्वर येथेच ठेवले असल्याने, सर्व सदस्य तेथेच जमणार होते. आणि त्याच ठिकाणी त्या म्हाताऱ्याने त्याच्या तकियॉन्स मार्फत डॉ. ब्रिस्लेंशी संपर्क साधणे अपेक्षित होते. जर समांतर विश्वातून आपल्या विश्वात संपर्क साधला गेला तर मानवासाठी वेगवेगळ्या विश्वांची दालने उघडणार होती. तो खरोखर एक रोमांचकारी अनुभव असेल.

कमिटीतील सर्वच प्रतिनिधी पुन्हा इच्छित कालावधीत हजर झाले. पुन्हा एक अर्जंट मीटिंग डॉ. ब्रिस्लेंनी बोलावली होती. कदाचित त्यांच्या प्रकल्पाचा परिणाम मिळण्याची आशा त्यांना आज असल्याने ही मीटिंग बोलवण्यात आली होती. महाबळेश्वरमध्ये पुन्हा तेच सपना हॉटेल, तीच सेमिनार रूम, तेच प्रतिनिधी, तीच गुप्तता. सर्व काही जसेच्या तसेच होते... डॉ. ब्रिस्ले उठून उभे राहिले... त्यांनी आपला घसा साफ करताच... पूर्वीप्रमाणेच दाराचा कर्रर्ऽ आवाज होऊन, सर्वांनीच त्या दिशेने पाहिले... दारात उभ्या असलेल्या व्यक्तीकडे सारे जण पाहतच राहिले...

...सर्व जण थक्क होऊन पाहत होते... समोर दहाच दिवसांपूर्वी समांतर विश्वात पाठविण्यात आलेल्या म्हाताऱ्याची प्रतिकृती उभी होती. त्याच्याकडे पाहून सारेच प्रतिनिधी चक्रावून गेले होते... काय बोलावं कुणालाच कळत नव्हतं. डॉ. ब्रिस्लेही सुन्न झाले... वातावरणात शांतता पसरली. शेवटी त्या म्हाताऱ्याच्या अस्खलित इंग्रजी वाणीने सर्वच भानावर आले. म्हातारा सांगू लागला, "मी रणछोड गाभे... पाचगणीला राहतो... भौतिकशास्त्राचा निवृत्त प्राध्यापक, जास्त निवेदन न देता मी सरळ विषयालाच हात घालतो. आज मानवाला भेडसावणाऱ्या प्रश्नाचं मी उत्तर आहे. माझ्याकडे एक अभिनव कल्पना आहे. तीच आपणासमोर मांडावी अशी इच्छा आहे..."

डॉ. ब्रिस्लेंना, त्यांना प्रथम मिळालेल्या अनाहूत पत्राचा गोशवारा आठवताच ते अविश्वासाने उत्तरले, "म्हणजे आपणच मला ते पत्र पाठवले होते का?..."

"येस... ऑफकोर्स... मीच अ-ब-कच्या नावाने पाठवले होते. त्याची आपण दखल घेतल्याने मी आपला आभारी आहे. माझीच कल्पना व संशोधन मी आपणापुढे मांडणार आहे."

भारताचे शास्त्रज्ञ डॉ. तनवर गांगरून म्हणाले, "अहो! पण तुमची कल्पना आपण केव्हाच अमलात आणलीय... तीन महिन्यापूर्वी तुम्हीच इथे येऊन आम्हाला सांगितलीय... त्याचाच पाठपुरावा करून नासाने तुम्हाला अंतराळ प्रवासास पाठवले..."

"व्हॉट, नॉन्सेंस... कसं शक्य आहे... मला पाठवलं?..." रणछोड गाभेंच्या चेहऱ्यावर उद्विग्नता होती.

तेवढ्यात सेमिनार रूममधील त्या उपकरणातून आवाज येताच सर्व प्रतिनिधी उत्सुकतेने बघू लागले. रणछोड गाभेंही उपकरणाच्या दिशेने पाहत ओरडले, "हे मी तयार केलेले उपकरण इथे कसे?..."

पुन्हा सर्व आश्चर्याने नकळत नेमके काय चालले आहे ते शोधण्याच्या प्रयत्नात असतानाच उपकरणातून ठळकपणे आवाज ऐकू आला, "सभ्य पुरुषहो... मी रणछोड गाभे, अर्थातच खोटा गाभे. खरा रणछोड गाभे आपल्यासमोर उभा आहे... आज मी आपल्याशी संपर्क साधू शकलो ते याच्या मुळेच. याचीच ही फलश्रुती... खरा मानव तोच... खऱ्या रणछोड गाभेचा अपघात होताच, तोही समांतर विश्वात भटकून आला... कमी वेळासाठी... म्हणूनच त्याच्या स्मृतीत ते नाहीये... या कमी वेळातच मला माझं कार्य व त्याच्या संशोधनाचं फलित हवं होतं. मीही तुमच्या सारखाच एक समांतर विश्वातला... समांतर विश्वाशी संपर्क साधण्याचा प्रयत्नात असलेला. पण आम्ही तुमच्यापेक्षा मागासलेले... आमची मजल तुमच्यापेक्षा कमीच होती... शेवटी आपल्या विश्वात प्रवेश करून मी हा महत्त्वाचा प्रयोग यशस्वी करून घेतला... जो प्रश्न तुम्हाला भेडसावीत आहे, तोच प्रश्न आमच्या

विश्वातही असल्यानं ती एक गंभीर समस्या आमच्यापुढे होती. आता, सहजपणे आम्ही आपल्या विश्वात प्रवेश करून स्थलांतरित होऊ... इतरही विश्वे काबीज करू... तर मिस्टर टू रणछोड गाभे आणि कंपनी गुड बाय...''

डॉ. ब्रिस्ले व इतर सर्वच रणछोड गाभेंकडे केविलवाणे पाहत होते... हे सर्व काय झाले... असाच त्याचा अर्थ होता.

''थांबा! मिस्टर तोतया रणछोड गाभे... फुशारक्या मारू नकोस... सर्वच तुझ्या हातात आल्याचं समजू नकोस... अरे आम्हीच तुझे आभार मानले पाहिजे... आमचा प्रयोग यशस्वी झाला आहे... कुठल्याही मानवाचा बळी न देता... आम्हा मानवांवर विजय मिळविणे तेवढे सोपे नाही... तुझ्यामुळे आम्हालाच खरेतर साऱ्या विश्वाची दालने उघडली गेली... तुला वाटतं हे सर्व तुमच्यासाठी झालं, या भ्रमात राहू नकोस... इथून सर्व नष्ट करण्याची ताकद आमच्यात आहे... पण आम्ही तसे करणार नाही... तुला वाटतं माझी स्मृती गेल्याने मला काहीच कळलं नाही... पण अपघाताच्या ठिकाणीच तुझा कुटिल डाव माझ्या लक्षात आल्यानं, क्षणातच मी तकियॉन्सच्या साहाय्यानं उपकरणात बदल केला... जेणेकरून त्याचा फायदा तुम्हाला न होता आम्हाला होईल... तुझ्या विश्वात तू सुखरूप गेला हेच आभार मान... तुला वाटतं तू मला वापरलं... पण वेड्या मीच तुला वापरून, माझ्या संशोधनाचं फलित करून घेतलं. आम्हा मानवासाठी तू निकामी आहेस... तुझ्याजवळ जे आहे असं तुला वाटतं तसं काहीही नाही... हवं तर खात्री करून घे... कारण काही वेळातच तुझा संपर्क तुटणार आहे... आपोआप...''

पलीकडून रागीट स्वर उमटला, ''नालायक... तू मला फसवलंस... तुम्ही मानव...''

तेवढ्यात संपर्क तुटला... रणछोड गाभे व पर्यायाने डॉ. ब्रिस्लेंचा प्रयोग यशस्वी झाला होता. सारेच तणावमुक्त झाले. शेवटी अरिष्ट येणार की काय म्हणून सारेच हादरले होते. पण रणछोड गाभेंनी ते परतवून लावले. मानवाने त्यांना भेडसावणाऱ्या प्रश्नाचं उत्तर शोधलं होतं... त्या उत्तराने मानवासाठी विश्वाची असंख्य दालने उघडली गेली होती. आता त्या दृष्टीने पावलेही पडणार होती.

... 'तुम्ही मानव' हे त्या तोतया गाभेंचं अर्धवट वाक्य खऱ्या रणछोड गाभेंनी पूर्ण केलं. अर्थात त्याला सर्वांनीच दुजोर दिला. ते म्हणजे...

आम्ही मानव श्रेष्ठच आहोत...

◆

पृथ्वीचा दूत

'ॲन एक्स्ट्रॉ – टेरेस्ट्रिअल इंटेलिजंट' या विषयावर विज्ञान व्याख्यानमालेतील पहिलं पुष्प गुंफताना भारतातील प्रसिद्ध शास्त्रज्ञ प्रा. डॉ. वसंत कोरगावकर सांगत होते, "या विश्वात कोट्यवधी आकाशगंगा आहेत. त्यातील आपली एक आकाशगंगा आणि आपल्या या आकाशगंगेत अब्जावधी तारे आहेत. त्यापैकी सूर्य हा एक आहे, तोही आकाशगंगेच्या एका टोकाला. आकाशगंगेच्या मानाने आपली सूर्यमालिका खूप छोटी आहे. सूर्यमालिकेच्या एका टोकापासून दुसऱ्या टोकापर्यंत जायला प्रकाशाला एक लाख प्रकाशवर्षं लागतील. या सूर्यमालिकेतील ग्रहांपैकी एक आहे आपली पृथ्वी. त्यावर आहे मानवसृष्टी. या विश्वाचा एकूण पसारा पाहता पृथ्वीचं अस्तित्व एखाद्या मूलकणासारखं आहे. पृथ्वीवरची मानवसृष्टी हा एक अपवाद आहे, असं मला वाटत नाही. या अफाट अंतराळात आपण मानव एकटेच आहोत असं का म्हणून समजावं? आपल्यासारखे मानव अथवा तत्सम जीवसृष्टी नुसतीच अस्तित्वात नसून ती आपल्याहून कित्येक पटीने प्रगत असू शकेल."

आपलं हे मत विविध गणिते व सूत्रांद्वारे मांडताना ते पुढे म्हणाले, "जर या प्रगत जीवसृष्टीच्या अस्तित्वाचा शोध आज आपण घ्यायचा ठरवल्यास व आजचा यानांचा वेग पाहता, इंधनाचा प्रश्न बिकट आहे. जरी पृथ्वीवरील उपलब्ध असलेल्या सर्व इंधनांचा साठा आपण वापरला आणि एका कुटुंबाने जाण्याचं ठरविलं, तरी त्याला किमान सूर्याच्या पलीकडे जाण्यास शंभर वर्षांहून अधिक काळ जाईल. म्हणजे पृथ्वीवर त्या व्यक्तीची तिसरी पिढी परतलेली असेल. आजच्या शास्त्रज्ञांनी या दृष्टिकोनातून विचार करायला हवा."

असं आव्हान करून ते सांगू लागले, "या आकाशगंगेत सूर्याच्या पलीकडे जीवसृष्टी असण्याची दाट शक्यता आहे. याचं कारण म्हणजे तिकडे पृथ्वीसारखाच ग्रह असावा असा निष्कर्ष काढला गेला आहे. अशा प्रकारची जी कुठलीही जीवसृष्टी असेल त्यांनीही आपल्यासारखा जीवसृष्टीचा शोध घेण्यासाठी तत्परतेने त्यांचे दूत इतरत्र पाठवले असण्याची शक्यता नाकारता येणार नाही. जर त्या जीवसृष्टीने

आपला शोध लावला, तर ती निश्चितच आपल्यापेक्षा खूप प्रगत असेल यात शंका नाही. शास्त्रज्ञांनी आजची आपली पृथ्वीची अवस्था पाहता, अशा जीवसृष्टीचा शोध घेण्यास प्राधान्य द्यावे म्हणजे आपल्या भावी पिढीसाठी त्याचा निश्चित उपयोग होईल. नाही तर एक वेळ अशी येईल की, पृथ्वीवरून मानवजातच नव्हे तर समूळ जीवसृष्टीच नाहीशी होईल.'' असे सांगून तरुण पिढीच्या शास्त्रज्ञांना पुन्हा एकदा यात जोमाने संशोधन करण्याचं आव्हान करून, त्यांनी आपलं व्याख्यान संपवलं होतं.

या व्याख्यानाला भारतातीलच नव्हे, तर परदेशातीलही काही नामवंत खगोलशास्त्रज्ञ उपस्थित होते. 'नासा' या अमेरिकेतील अंतराळ संस्थेतील शास्त्रज्ञही होते. त्यात ज्येष्ठ शास्त्रज्ञ प्रा. बर्कर हे होते. प्रा. बर्कर व प्रा. डॉ. कोरगावकर हे समवयस्क व सहपाठी होते. शास्त्रज्ञांमधील कुजबुज या व्याख्यानातील विषयाचे गांभीर्य दर्शवीत होती. यातच पुणे विद्यापीठाच्या पदार्थविज्ञान विभागातील सिद्धान्तवादी व आता प्रयोगवादाकडे वळलेले डॉ. सुशील धोंडेही हजर होते. साधारण पस्तिशीच्या घरात असलेले डॉ. धोंडे हे प्रखर सिद्धान्तवादी होते. पण कालांतराने समाजाला नुसताच सिद्धान्तवाद पाजळण्यापेक्षा, समाजाला उपयुक्त ठरेल अशा संशोधनात त्यांनी रस घ्यायला सुरुवात केली होती व त्यात त्यांची प्रगतीही होत होती. त्यांची सचोटी व प्रखर बुद्धी पाहून त्यांच्या विभागात ते सर्वांनाच आदरणीय होते. या तरुण वयात क्वचितच असे यश इतरांच्या वाट्याला येते याची जाणीवही त्यांना होती. त्यांची प्रयोगशाळा विभागाच्या गच्चीवर एका बाजूला होती व समोर एक मोठी दूरदर्शी बसवलेली होती. तिच्या साहाय्याने ते रात्री तासन्‌तास अवकाशाचं अवलोकन करण्यात घालवत असत. भारतातील काही मोजक्याच खगोलशास्त्रज्ञांपैकी ते एक होते. प्रा. डॉ. वसंत कोरगावकर यांच्याविषयी डॉ. धोंडेंना आदर होता. ते भारतातील खगोलविज्ञान संघटनेचे अध्यक्ष असल्याने त्यांना भारतातील व जगातील या विषयात असलेल्या प्रगतीची जाण होती. डॉ. धोंडे या तरुणाविषयी डॉ. कोरगावकर यांच्या खूप अपेक्षा होत्या. विज्ञान व्याख्यान मालिकेचे डॉ. धोंडे यांना खास निमंत्रण पाठविण्यात आलं होतं. त्याचं कारण म्हणजे, या काही वर्षांत त्यांनी मांडलेले या विषयातील सिद्धान्त. भविष्यात जीवसृष्टी शोधण्यास या सिद्धान्तांचा खूप उपयोग होईल अशी आशा प्रा. डॉ. कोरगावकरांना वाटत होती. म्हणून डॉ. धोंडेची उपस्थिती या मालिकेत महत्त्वाची होती.

व्याख्यानाच्या शेवटी प्रा. डॉ. कोरगावकरांनी 'आजच्या पृथ्वीच्या अवस्थेचा' उल्लेख करून जी जाण उपस्थित शास्त्रज्ञांमध्ये करून दिली, त्यामुळे काही शास्त्रज्ञ खरोखर अस्वस्थ झाले होते. त्यातच डॉ. धोंडेही होते. या गोष्टींचा आपण कधी विचार केला नाही, म्हणून तेही अंतर्मुख झाले होते. खरोखरच आजच्या पृथ्वीची

अवस्था खूपच बिकट होती. वाढती लोकसंख्या, नैसर्गिक असमतोल इत्यादींमुळे मानवजातच नाही तर जीवसृष्टी कधीही नष्ट होऊ शकणार होती. नुसतेच सिद्धान्त मांडून याचा उपयोग होणार नव्हता. आपण प्रयोगवादाकडे वळलो याचं आत्मिक समाधानही त्यांना होतं. त्यामुळे आपण प्रायोगिक दृष्टिकोनातून काहीतरी करू शकू याची त्यांना आशा होती.

विज्ञान मालिकेच्या शेवटच्या दिवशी, या विषयावर पुन्हा एकदा चर्चासत्र आयोजित करण्यात आले. त्यात प्रा. कोरगावकर, प्रा. बर्कर, डॉ. धोंडे व इतर देशांतील, पण बहुतांशी नासातील शास्त्रज्ञ होते. सर्वांनी आपली मते मांडली. डॉ. धोंडेंनीही पृथ्वीचा नैसर्गिक असमतोल, इंधन यांसारख्या बाबींचा उल्लेख करून, प्रा. कोरगावकरांनी सांगितल्याप्रमाणे आपण सर्वांनीच प्रायोगिक पद्धतीने विचार करायला हवा. त्यासाठी सर्वांनीच एकत्र येऊन पर्याय शोधायला हवेत असे सांगितले. त्यांनी आपल्या काही सिद्धान्तांचा कसा प्रायोगिक उपयोग करून घेता येईल, याची माहिती दिली. त्याने सर्वच प्रभावित झालेले दिसत होते. प्रा. बर्कर यांनी त्याविषयी संपूर्ण सहकार्य देण्यात 'नासा' कटिबद्ध असेल, असे आश्वासनही डॉ. धोंडेंना दिलं.

रात्रीचे बारा वाजून गेले. डॉ. धोंडे आपल्या पदार्थविज्ञान विभागाच्या गच्चीवर असलेल्या प्रयोगशाळेतील अभ्यासिकेत काही आकडेमोड करण्यात गुंतले होते. त्यांच्या हाताखाली संशोधन करीत असलेला विद्यार्थी मनजितसिंग अवकाशाचं अवलोकन करण्यात गुंतला होता. तेवढ्यात त्याला अंतराळात कुठलीतरी अस्पष्टशी वस्तू निदर्शनास आली. ती नेमकी काय आहे, हे न कळल्यामुळे तो गोंधळून गेला. डॉ. धोंडेंना त्या अनामिक वस्तूबद्दल सांगताच, ते तडकपणे उठून, दुर्बिणीचा ताबा घेत पाहू लागले. आजपर्यंतच्या अवलोकनात न पाहिलेली वस्तू पाहताच, त्यांच्या अंगावर रोमांच उभे राहिले. ही वस्तू जगातील कुठल्याही दूरदर्शीच्या दृष्टिपथात न पडता आपल्याला दिसावी याचंही त्यांना आश्चर्य वाटत होतं. त्यांनी मांडलेल्या सिद्धान्तांचा आता उपयोग होणार होता. त्या वस्तूचं वस्तुमान, क्षेत्रफळ, वेग सर्व काही त्यांना लवकरात लवकर हवं होतं. त्या दिवशी, त्या वस्तूचं निरीक्षण करता-करता पहाटेचे पाच वाजून गेले. ते स्वत: व त्यांचा विद्यार्थी दोघंही ती वस्तू पाहून भारावून गेले होते. त्या अवस्थेतच ते घरी पोहोचले व दुसऱ्या दिवशीच्या रात्रीची वाट पाहत निद्रेच्या स्वाधीन झाले.

प्राथमिक निरीक्षणानंतर हा धूमकेतू आहे याची कल्पना डॉ. धोंडेंना आली होती. पण दुसऱ्या दिवशीच्या निरीक्षणात हा धूमकेतूच आहे, अशी खात्री त्यांना झाली. त्याच रात्री निरीक्षण करीत असताना गणिताद्वारे सुपर कॉम्प्यूटरच्या साहाय्याने

त्यांनी धूमकेतूचा वेग, क्षेत्रफळ, वस्तुमान काढले. कॉम्प्यूटरच्या स्क्रीनवर आलेले आकडे पाहून डॉ. धोंडे स्तब्धपणे पाहतच राहिले. थोडा वेळ काय करावं, त्यांचं त्यांनाच सुचलं नाही. त्याला कारणही तसंच होतं. ते म्हणजे धूमकेतूचे प्रचंड वस्तुमान! साधारणपणे पृथ्वीच्या वस्तुमानाएवढेच कॉम्प्यूटरने वस्तुमान दर्शविलं होतं. धूमकेतूचा वेग साधारणपणे प्रकाशाच्या वेगाच्या जवळपास दर्शविला होता. प्रचंड वेग व वस्तुमान पाहून डॉ. धोंडे क्षणभर पुढे काय करावं या विचारात गुंतले होते. त्यात कॉम्प्यूटरने आणखी एक धक्कादायक निष्कर्ष दिला, धूमकेतू पृथ्वीच्या दिशेनंच झेपावत होता. त्यामुळे डॉ. धोंडे विचार करत होते. प्रचंड वेगाने येणारा धूमकेतू जर पृथ्वीवर आदळला तर काय होईल? या विचाराने ते क्षणभर सुन्न झाले. या वेगाने जर धूमकेतू येत आहे, तर पृथ्वीजवळ यायला त्याला एक वर्ष लागेल, असंही कॉम्प्यूटरने दर्शविलं होतं. कॉम्प्यूटरने दिलेल्या निष्कर्षात एक जमेची बाजू डॉ. धोंडेंना समाधान देत होती, ती म्हणजे जरी धूमकेतू पृथ्वीकडे झेपावत असला तरी पृथ्वीवर आदळलेच ही शाश्वती मात्र कॉम्प्यूटरने दिली नव्हती. या पूर्वीच्या धूमकेतूंपेक्षा हा धूमकेतू वेगळा होता... आणि त्याच वेळेस त्यांच्या डोक्यात एक कल्पना तरळून गेली. त्याने ते हर्षभरित झाले. या कल्पनेच्या मागे कदाचित प्रा. डॉ. कोरगावकरांच्या व्याख्यानाचा प्रभाव असावा, असंही त्यांना वाटून गेलं. ती कल्पना म्हणजे या धूमकेतूचा 'पृथ्वीचा दूत' म्हणून उपयोग करून घ्यायचा होता. हा पृथ्वीचा दूत म्हणून या विशाल विश्वात विहार करू लागेल, या कल्पनेनं डॉ. धोंडे उल्लसित झाले. क्षणापूर्वी अरिष्ट वाटणारा हा धूमकेतू आता त्यांना एखाद्या देवदूतासारखा भासू लागला.

त्याच रात्री डॉ. धोंडेंनी कॉम्प्यूटरने दिलेला निष्कर्ष व संकटाच्या सूचना यांचा उल्लेख करून आपली कल्पनाही मांडली. 'पृथ्वीचा दूत' या नावाने अहवाल तयार केला. तो पूर्णत्वास येईपर्यंत सकाळचे सहा वाजून गेले होते. सकाळीच त्यांनी तो अहवाल नासाचे ज्येष्ठ संशोधक प्रा. बर्कर यांना फॅक्सद्वारे पाठवला व त्याचीच एक प्रत प्रा. कोरगावकरांनाही पाठविली होती.

रात्रंदिवस अवकाशात निरीक्षण करणाऱ्या आपल्या नवऱ्याचा चेहरा या दोन दिवसांत चिंतित झालेला पाहून, काहीतरी घडणार आहे याची खात्री डॉ. धोंडेच्या पत्नीला, सुनीताला झाली. पण विचारण्याचं धाडस मात्र तिला झालं नव्हतं. तीन वर्षांचा त्यांचा चेतन नावाचा मुलगा झोपला होता. त्याच्या शेजारीच डॉ. धोंडे आडवे झाले व डोळे घट्ट मिटून गहन विचारात गढून गेले. ते गहन विचारात आहेत, हे मात्र त्यांचा चेहरा पाहिल्यावर लक्षात येत होतं. सुनीता त्यांच्या बाजूला, शेजारी बसत, त्यांच्या केसांतून बोटे फिरवीत म्हणाली, "बरं नाही का?... की

काही घडलं?...''

डॉ. धोंडे पत्नीच्या आवाजाने दचकून उठले व म्हणाले, ''नाही, तसं नाही... पण या आठवड्यात कदाचित मी बाहेर जाईन...'' एवढेच त्रोटक उत्तर त्यांनी दिलं. चेतनला कुशीत घेऊन ते झोपेच्या अधीन झाले.

''अहो, उठता का?... डिपार्टमेंटमधून शिपाई शेडगे फॅक्स घेऊन आला आहे...'' सुनीतानं डॉ. धोंडेना उठवीत म्हटलं.

फॅक्सचं नाव काढताच ते तत्काळ उठले व घड्याळात पाहिलं. सकाळचे दहा वाजले होते. शेडगेकडून फॅक्स घेताच डॉ. धोंडे उद्‌गारले, ''मी पंधरा मिनिटांत डिपार्टमेंटला आलोच... तोपर्यंत माझ्या टेबलावर पडलेल्या रिपोर्ट्‌सच्या प्रतींना स्टेपल करून ठेव.''

शेडगे आज्ञा पाळून जाताच, डॉ. धोंडेंनी फॅक्स वाचण्यास सुरुवात केली व ते आश्चर्यानं पाहतच राहिले. फॅक्स प्रा. बर्करांचा होता. रिपोर्ट सकाळीच वाचल्याचं सांगून त्यांनी पुढे लिहिलं होतं, ''रिपोर्टचं गांभीर्य व त्यातील कल्पना पाहून मी हर्षभरित झालो. पण त्यातील अरिष्ट पाहून दु:खही झालं. या संकटाला आपल्याला धैर्यानं तोंड द्यावंच लागेल आणि या अरिष्टाबाबत शक्य तेवढी गुप्तता पाळली पाहिजे. जर हा धूमकेतू पृथ्वीवर आदळणार आहे हे वृत्त सामान्य लोकांपर्यंत गेलं तर घबराट निर्माण होऊन अराजकता माजेल, आपल्या अहवालावर चर्चा करण्यासाठी इथे वरिष्ठांची एक गुप्त बैठक बोलविली आहे. आपला व्हिसा, तिकीट सर्व तयार आहे... तरी आपण आजच अमेरिकेस प्रयाण करावे. ही विनंती.''

डॉ. धोंडे, प्रा. बर्करांची समयसूचकता पाहून थक्क झाले. सकाळीच रिपोर्टचा फॅक्स पाठवला होता. दुसऱ्या दिवशी दह वाजताच, त्यावर मीटिंग बोलावली आहे असा फॅक्स आला होता. याचा अर्थ नासा या संस्थेलाही या नवीन धूमकेतूची माहिती झाली होती. त्यातील गांभीर्यही त्यांना कळलं होतं. आपल्या पत्नीला याबद्दल पूर्ण कल्पना देऊन डॉ. धोंडे अमेरिकेस जाण्याच्या तयारीला लागले.

डॉ. धोंडेंनी आपल्या प्रयाणाचा उद्देश फक्त कुलगुरूंच्या कानी घालून व कुठेही जास्त वाच्यता न करता त्याच दिवशी मुंबईहून अमेरिकेला प्रयाण केलं.

'नासा'च्या एका कॉन्फरन्स हॉलमध्ये ही गुप्त सभा चालू होती. त्यात विविध देशांतील पंधरा शास्त्रज्ञ सहभागी झाले होते. भारतातून डॉ. धोंडेंशिवाय प्रा. डॉ. वसंत कोरगावकरही आले होते. डॉ. धोंडेंच्या अहवालाची प्रत त्यांनी वाचली होती. त्याच अहवालावर चर्चा करण्यासाठी हे जागतिक कीर्तीचे वरिष्ठ शास्त्रज्ञ जमले होते. सगळ्यांसमोर डॉ. धोंडेंचा अहवाल पडला होता. काही तो चाळून वाचण्यात

गुंग होते.

प्रा. डॉ. बर्कर सगळ्यांचं लक्ष वेधून घेत बोलू लागले, "मित्रहो, आज तातडीनं जी सभा बोलवण्यात आली आहे, त्याचं कारण एव्हाना आपल्यासमोर पडलेला 'पृथ्वीचा दूत' नावाचा अहवाल वाचल्यानंतर लक्षात आलंच असणार. आपण मुख्यत्वेकरून इथे दोन मुद्द्यांवर चर्चा करणार आहोत. ते दोन मुद्दे याप्रमाणे आहेत. पहिला म्हणजे भारतातील तरुण शास्त्रज्ञ डॉ. धोंडे यांनी निरीक्षणातून शोधून काढलेला हा प्रचंड वेगाचा व वस्तुमानाचा धूमकेतू पृथ्वीकडे झेपावत आहे. याचा वेग पाहता तो एक वर्षाच्या आत पृथ्वीवर येऊन धडकेल याची पुन्हा एकदा कॉम्प्यूटरद्वारे खात्री करून घेण्यात आली आहे. हे काही आपल्याला आता नवीन राहिलेलं नाही. कारण यापूर्वीही आपण यशस्वीपणे असे धूमकेतू परतवून लावलेले आहेत. पण ते या धूमकेतूच्या वस्तुमानाच्या एक तृतीयांश पट होते. तरीसुद्धा आत्मविश्वासाने आपण या धूमकेतूची दिशा बदलवून, त्याला दुसरा मार्ग दाखवू शकू अशी मी आशा करतो. तर ही जबाबदारी मी डॉ. फेड्रिक यांच्यावर टाकतो. कारण त्यांनी यापूर्वीही अशा दोन धूमकेतूंना दुसरा मार्ग दाखवला आहे. आजची आपली प्रगती पाहता, आपण आपल्या पृथ्वीएवढ्याच वस्तुमान असलेल्या धूमकेतूलाही परतवून लावू असा मला विश्वास आहे. पण दुसरा जो मुद्दा आहे तो आपल्या दृष्टीने फार महत्त्वाचा आहे. डॉ. धोंडे यांनी जी कल्पना मांडली आहे ती उत्कृष्ट असून तिचाच विचार आपण इथे करणार आहोत. ती कल्पना अशी की, धूमकेतू पृथ्वीजवळ आल्यानंतर आणि त्याची दिशा बदलवल्यानंतर ज्यामध्ये हजारोंच्या संख्येने मायक्रो-रोबोट्स असतील असं एक यान धूमकेतूवर उतरावायचं व त्यामधील मायक्रो-रोबोट्सना धूमकेतूवर वेगवेगळ्या ठिकाणी पहारेकरी म्हणून ठेवायचं. हेच मायक्रो-रोबोट्स आपल्या पृथ्वीवासीयांचे संदेशवाहक म्हणून काम पाहतील. धूमकेतू व पृथ्वीमधील अंतर जास्त नसल्याने, इंधनाचा प्रश्न महत्त्वाचा असणार नाही. एकदाचं आपलं यान धूमकेतूवर यशस्वीपणे उतरलं की, पुढे आपल्याला इंधनाचा प्रश्नच उद्‌भवणार नाही. कारण... धूमकेतूचा वेग प्रचंड असल्याने तो या विश्वात कित्येक प्रकाशवर्ष विहार करीत राहील आणि म्हणूनच या धूमकेतूला 'पृथ्वीचा दूत' हे समर्पक नाव डॉ. धोंडेंनी दिलं आहे. या पृथ्वीच्या दूतावर विराजमान झालेले आपले मायक्रो-रोबोट्स विश्वात कुठे जीवसृष्टी आहे का याचा वेध घेऊन, ते आपल्याला संदेश पाठवतील व छायाचित्रेही घेतील. हा धूमकेतू साधारणपणे ऐंशी वर्षांनंतर पुन्हा पृथ्वीजवळून जाईल, तेव्हा तो आपल्यासाठी निश्चितच नवीन माहिती घेऊन येईल अशी आशा डॉ. धोंडेंनी व्यक्त केली आहे. या वर्षभरात मायक्रो-रोबोट्स, यानाची प्रतिकृती तयार करून व चाचणी घेऊन आपला 'पृथ्वीचा दूत' येईपर्यंत तयार असायला हवं. या यानाच्या निर्माण कार्यासाठी

डॉ. धोंडे आणि नासाचे डॉ. जॅक्सन यांच्यावर ही जबाबदारी टाकली जाईल.''

प्रा. बर्करांनी अहवालावरचं निवेदन संपवलं होतं. त्यावर पुन्हा चर्चा व प्रतिचर्चा होऊ लागली. इंग्लंडचे डॉ. जॉन म्हणाले, ''मला वाटतं डॉ. धोंडेंनी जी कल्पना मांडली ती आपण मूर्तस्वरूपात आणायलाच हवी, पण त्याआधी पृथ्वीवर येणारं संकट टाळण्याचा प्रयत्न करावा व त्यालाच प्राधान्य द्यावं असं मला वाटतं. अतिआत्मविश्वास एखादवेळेस घातक ठरू शकतो. जरी यापूर्वी आपण असे धूमकेतू परत पाठवले असले तरी, येणारा जास्त वस्तुमानाचा धूमकेतू सहज परतेल अशी भ्रामक आशा ठेवू नये. जर पृथ्वी जागेवर राहिली तरच पुढचा प्रयोग होऊ शकेल.''

डॉ. फेड्रिक डॉ. जॉन यांच्याकडे पाहत म्हणाले, ''सर, आपण जे म्हणालात ते अगदी बरोबर आहे. आमचा पहिला प्रयोग हा पृथ्वीवर धूमकेतूच्या रूपाने येणारं संकट टाळण्यासाठीच होणार आहे. जरी मी इथे बसलो आहे तरी माझे सर्व तंत्रज्ञ मित्र आतापासूनच प्रत्यक्ष कामाला लागले आहेत. त्या 'पृथ्वीच्या दूताची' सेकंदाला इत्थंभूत माहिती घेऊन त्यावर उपाययोजना करत आहेत. त्यात आपल्या जमेची बाजू अशी की, 'पृथ्वीच्या दूता'भोवती असलेले गुरुत्वाकर्षण हे पृथ्वीच्या गुरुत्वाकर्षणापेक्षा कमी असल्याने, ही कामगिरी करायला सोपं जाईल. आमची पहिली खेळी 'पृथ्वीच्या दूताची' दिशा बदलवण्याचीच असेल.''

या चर्चेनंतर सर्व जण एकाच ध्येयाने प्रेरित होऊन बाहेर पडले. डॉ. धोंडेंना आलिंगन देत प्रा. डॉ. कोरगावकरांनी त्यांची पाठ थोपटली व पुढच्या कामगिरीसाठी शुभेच्छा दिल्या. डॉ. सुशील धोंडेंनी आपलं कुटुंबच अमेरिकेला बोलावून घेतलं होतं. आपल्या नवऱ्याला एक वर्ष अविश्रांत परिश्रम घ्यावे लागणार आहेत याची जाण त्यांची पत्नी सुनीताला होतीच. त्यानुसार कौटुंबिक जबाबदारी तिने समर्थपणे पेलली होती.

डॉ. धोंडे आपल्या सहकाऱ्यांशी चर्चा करून, कामात गुंतले होते. रात्रंदिवस सर्व तंत्रज्ञ आपापल्या कामात गुंतलेले आढळत होते. डॉ. जॅक्सन हे यानाची प्रतिकृती तयार करण्यात व्यस्त होते, तर डॉ. वॉसन हे मायक्रो-रोबोट्स तयार करून त्यांची चाचणी करण्यात गुंतले होते.

दिवसामागून दिवस जात होते, तसे पृथ्वी व धूमकेतू यांमधलं अंतर कमी होऊ लागलं होतं. त्यानुसार शास्त्रज्ञांची काळजीही वाढू लागली. धूमकेतूचं स्थलांतर यशस्वी होईल की नाही याची शास्त्रज्ञांच्या मनात कुठेतरी चलबिचल होऊ लागली... आणि शेवटी तो दिवस येऊन ठेपला. धूमकेतू पृथ्वीच्या अतिशय जवळ आला होता. एक हजार मायक्रो-रोबोट्सची पलटण आपल्या लवाजम्यासह उड्डाणासाठी

तयार होती. प्रतीक्षा होती ती फक्त धूमकेतूच्या स्थलांतराची.

दि. १७ जून, २५३५चा दिवस उजाडला. वेळ रात्री ११ची होती. कॉम्प्यूटर पडद्यावर दोन ठळक ठिपके दिसत होते. त्या दोन ठिपक्यांमधील अंतर कमी-कमी होऊ लागलं होतं. डॉ. फेड्रिक व त्यांचे सहकारी डोळ्यांत तेल घालून 'पृथ्वीच्या दूतावर' पहारा देत होते. जसजसा तो पृथ्वीजवळ येऊ लागला तसतशी प्रत्येकाच्या मनाची घालमेल होऊ लागली. डॉ. फेड्रिक यांचा गट सर्व तयारीनिशी हजर होता. डॉ. फेड्रिक कॉम्प्यूटरकडे एकटक पाहत होते. कॉम्प्यूटरचा पडदा मोठा केल्याने दोन ठिपक्यांचा आकार मोठा दिसत होता. डॉ. फेड्रिक मध्यभागी बसून इतरांना सूचना देणार होते. सर्व रिमोट कंट्रोल यंत्रणा तयार होती. जर धूमकेतू काबूत आला नाही तर अणीबाणीच्या काळात धूमकेतूच्या ठिकऱ्या उडवणारी यंत्रणाही सज्ज होती. पण हा शेवटचा पर्याय होता. जर हा पर्याय वापरला तर, दुसरा प्रयोग यशस्वी होणार नव्हता. म्हणून डॉ. फेड्रिक शक्यतो वेगवेगळ्या कोनात स्फोट घडवून त्याची दिशा बदलवणार होते.

...आणि तो क्षण येऊन ठेपला. डॉ. फेड्रिकनी सूचना दिल्या. तसे यंत्रांवर तंत्रज्ञांची बोटे फिरू लागली. एक पर्याय, दोन पर्याय, तीन पर्याय कार्यरत झाले, पण 'दूत' त्याची दिशा बदलवायलाच तयार नव्हता. डॉ. फेड्रिकनी वेळ न दवडता स्फोट घडवून आणण्याचा निर्णय घेतला. कारण पृथ्वी व धूमकेतूमधील अंतर असंच कमी होत गेलं आणि नंतर स्फोट घडवून आणले तर त्याचा परिणाम पृथ्वीवर होणार होता. म्हणून डॉ. फेड्रिकनी तत्काळ पहिला स्फोट घडवून आणला. कॉम्प्यूटरवर एक ठिपक्यातून स्पार्क झालेला दिसला. पण यानाच्या मार्गात बदल झालेला आढळला नाही व धूमकेतूची पृथ्वीकडेच आगेकूच होताना दिसू लागली. तसे डॉ. फेड्रिक घाबरले, त्यांनी एकाच वेळेस चार-पाच स्फोट घडवून आणले. तरीसुद्धा परिणाम न झालेला पाहून सगळ्यांचेच चेहरे गंभीर झाले. आता धूमकेतू पृथ्वीवर आदळतो की काय, हा विचार डॉ. फेड्रिक यांच्या मनात येताच ते नखशिखांत शहारले.

त्याच वेळेस त्यांनी धूमकेतूच्या नव्वद अंशाच्या कोनातून प्रचंड स्फोट घडवून आणला आणि काय आश्चर्य पृथ्वीकडे आगेकूच करणारा धूमकेतू पृथ्वीच्या बाजूने जाताना दिसू लागला. त्याचवेळेस सर्वांच्या चेहऱ्यावर स्मित झळकून गेलं होतं. डॉ. फेड्रिक आणि त्यांच्या गटाची मोहीम फत्ते झाली होती. पृथ्वीवरील अरिष्ट टळलं होतं. ही सूचना त्याच क्षणी 'नासा'च्या अवकाशयान प्रेक्षपण तळावर देण्यात आली होती. तिथलीही उड्डाणयंत्रणा सुसज्जच होती.

डॉ. धोंडे, डॉ. जॅक्सन, डॉ. वॅसन व त्यांचे सहकारी तंत्रज्ञ कॉम्प्यूटर पडद्यावर

पृथ्वीच्या दूताची अरेरावी पाहत होते. बरेच स्फोट घडवून आणल्यानंतरही त्याची आगेकूच पाहून सगळेच घाबरले होते. पण त्याच क्षणी विशिष्ट जागेवर एकाच वेळी केलेल्या स्फोटांनी, त्याची दिशा बदललेली पाहून सर्व जण उल्लसित झाले होते. 'पृथ्वीचा दूत' आता मात्र त्याच्या विश्व प्रवासात निघाला होता.

आता काही सेकंदातच उड्डाणासाठी तयार असणाऱ्या मायक्रो-रोबोट्सच्या यानाची, धूमकेतूवर यशस्वीपणे उतरवण्याची कामगिरी अवकाशयान प्रक्षेपण तळावरच्या तंत्रज्ञांवर येऊन पडली होती.

डॉ. धोंडे, डॉ. जॅक्सन व डॉ. वॅसन कॉम्प्यूटर पडद्यासमोर बसले होते. त्यांच्या बाजूला असलेले तंत्रज्ञ डाटा फीडिंग करण्यात गुंतले होते. अवकाशयानाच्या उड्डाणाची वेळ येऊन ठेपली होती.

...नऊ...आठ...सात...एक...शून्य; प्रचंड स्फोट होऊन यान अवकाशात झेपावलं. तसा कॉम्प्यूटर यानाचा निर्देशक असा बारीकसा ठिपका पृथ्वी व धूमकेतू दरम्यान दिसू लागला. ठिपका हळूहळू धूमकेतूकडे धावू लागला. जसं अंतर कमी होऊ लागलं तशी प्रत्येकाची उत्सुकता ताणली जाऊ लागली. यानाने धूमकेतूच्या कक्षेत प्रवेश केल्यावर त्याचं पुढील टोक हळूहळू धूमकेतूच्या पृष्ठभागावर रूतू लागलं... आणि ते रूतत असतानाच तेथे असलेल्या मायक्रो-रोबोट्सनी यानातील सर्व यंत्रं तपासून कॅमेरे चालू केले. यानाचं मुख्यद्वार उघडून त्यांनी धूमकेतूवर मुक्त विहार करण्यास सुरुवात केली.

डॉ. धोंडे समोर पडद्यावर मुक्तपणे विहार करणाऱ्या मायक्रो-रोबोट्सना पाहून हर्षभरित झाले होते. पृथ्वीच्या दूताचे कार्य यशस्वी झालं होतं. यान यशस्वीपणे उतरून मायक्रो-रोबोट्स संदेश पोहोचवू लागले होते.

कॉम्प्यूटर पटलावर पृथ्वी व धूमकेतूमधील अंतर वाढू लागलं होतं. पृथ्वीचा दूत म्हणून आता हा धूमकेतू या विश्वमंडळात प्रतिनिधित्व करणार होता व त्यावर असलेले मायक्रो-रोबोट्स आजूबाजूला सृष्टीचा अभ्यास करून संदेश पाठवणार होते. जसजसे अंतर वाढू लागले तसे संदेशवहनातील अंतर वाढू लागले. कॉम्प्यूटर पटलावर दिसणाऱ्या धूमकेतूचं चित्र मात्र वाढत्या अंतरागणिक अस्पष्ट होत गेलं.

पृथ्वीवर धूमकेतूच्या रूपाने आलेलं संकट टळणं व त्याच संकटकाळात धूमकेतूवर केलेलं यानाचं यशस्वी रोपण हे मानवाला खरोखरच अभिमानास्पद होतं. या यशस्वी प्रयोगांची व त्यामागे असलेले महत्त्वाचे मोहरे डॉ. धोंडे व डॉ. फेड्रिक यांची यथायोग्य माहिती जगाला व्हावी, या हेतूनं प्रा. बर्कर यांनी पत्रकार परिषद बोलावली.

प्रा. बर्कर पत्रकारांना सांगत होते, "पृथ्वीवर धूमकेतूच्या रूपाने येणारं संकट

डॉ. फेड्रिक यांनी परतवून लावलं व त्याच वेळेस भारतातील तरुण शास्त्रज्ञ डॉ. धोंडे यांनी धूमकेतूवर मायक्रो-रोबोट्स असलेलं यान यशस्वीपणे उतरवलं... आज मायक्रो-रोबोट्स आपल्या पृथ्वीचं प्रतिनिधित्व करीत असून, या विश्वाचा अभ्यास करून, कुठे जीवसृष्टी आहे का याचा शोध घेऊन ते आपल्याला संदेश पाठवतील. 'पृथ्वीचा दूत' म्हणून हा धूमकेतू आता विश्वात प्रवास करीत आहे... या सर्वांचं श्रेय डॉ. धोंडे, डॉ. फेड्रिक व त्यामागील तंत्रज्ञ यांनाच जाईल...''

जगातील कोट्यवधी लोक प्रा. बर्करांचं निवदेन दूरदर्शवरून ऐकत होते. डॉ. धोंडे व डॉ. फेड्रिक यांच्या मुलाखतीही यथावकाश प्रसिद्ध झाल्या होत्या. भारताच्या पंतप्रधानांनी दूरध्वनी करून डॉ. धोंडेंचं अभिनंदन केलं होतं. आपले यश हे भारताच्या दृष्टीने अभिमानास्पद आहे असंही त्यांनी नमूद केलं होतं. पुणे विद्यापीठाच्या कुलगुरूंनी खास बैठक बोलावून डॉ. धोंडेंच्या कामगिरीबद्दल गौरवाद्गार काढले होते.

सुनीता धोंडे आपल्या पतीच्या यशाबद्दल व होणाऱ्या गौरवाबद्दल हरखून गेल्या होत्या. डॉ. सुशील व सौ. सुनीता धोंडे यांचा चार वर्षांचा मुलगा चेतन, आई-बाबांचे हसरे चेहरे पाहून तोही हसत होता. डॉ. बर्करांनी डॉ. धोंडेंना 'नासा'तच पुढील संशोधन करण्यासाठी विनंती केल्याने, डॉ. धोंडेंनी तूर्त तरी अमेरिकेतच स्थायिक होण्याचा निर्णय घेतला होता.

या घटनेनंतर वीस वर्षांचा काळ उलटला होता. रात्रीची नीरव शांतता होती. 'नासा'तील स्पेस कंट्रोल विभागात कॉम्प्यूटर्स समोर बसून काही तरुण शास्त्रज्ञ अंतराळाचं अवलोकन करण्यात गुंतले होते. पैकी डॉ. चेतन धोंडेंही अंतराळातून आलेल्या विविध रेडिओ लहरींच्या पृथक्करणात व्यस्त होते. तेवढ्यात त्यांचं लक्ष क्षणापूर्वीच मिळालेल्या संदेशाने वेधून घेतलं. त्याचं पृथक्करण करताना डॉ. चेतन धोंडेंच्या चेहऱ्यावरचे हावभाव अत्यानंदानं बदलत होते. याचा अर्थ आताच मिळालेल्या संदेशामध्ये त्यांना मोलाची माहिती मिळाली होती. संदेशामुळे मिळालेला आनंद ते लपवू शकले नव्हते. त्याला कारणही तसंच होतं. ते म्हणजे, जो संदेश त्यांना मिळाला होता तो त्यांच्या वडिलांनी पाठविलेल्या पृथ्वीचे प्रतिनिधी मायक्रो-रोबोट्स यांचा होता. पृथ्वीचा दूत कित्येक प्रकाशवर्षं लांब गेला होता. तिथूनच हा संदेश आला होता. या संदेशाची माहिती 'नासा'तील वरिष्ठ शास्त्रज्ञांना व आपल्या वडिलांनाही तत्काळ दूरध्वनीवरून कळविली होती.

संदेशाचे पृथक्करण करताना डॉ. चेतन धोंडेंना एका रहस्याचा उलगडा होत गेला. प्रामुख्याने संदेशात, या विराट विश्वात पृथ्वीच्या व्यतिरिक्त अन्यत्रही जीवसृष्टी असल्याचा निर्वाळा दिला होता. त्याने डॉ. चेतन धोंडे जास्तच उल्लसित झाले.

आपल्या वडिलांचा 'पृथ्वीच्या दूताचा प्रकल्प' खऱ्या अर्थाने यशस्वी झाला होता, पण खरी कसोटी आता यापुढेच होती. कारण आपल्यासारखीच जीवसृष्टी या विश्वात आहे याची खात्री झाली होती. ती जीवसृष्टी किती प्रगत आहे याचा शोध शास्त्रज्ञांना घ्यायचा होता. मानवाच्या दृष्टिकोनातून पाहता हे यश म्हणायचं की अपयश, हे आता काळच ठरविणार होता.

दुसऱ्या दिवशी तत्काळ संबंधित शास्त्रज्ञांची सभा बोलविण्यात आली. प्रा. सुशील धोंडे हेच अध्यक्षस्थानी होते. वयाची ६५ वर्षे उलटल्यामुळे शरीरानं ते किंचित थकले होते तरी मनाने मात्र ते आजही पूर्वीइतकेच टवटवीत होते. आज 'नासा'तील ते एक ज्येष्ठ संशोधक असून सर्वांना आदरणीय होते. त्यांनी सुरू केलेल्या त्या प्रकल्पाचे यशस्वी उत्तरही आज त्यांना त्यांच्या डोळ्यांदेखतच मिळालं होतं. पण ज्यांनी या ऑपरेशनला प्रोत्साहन दिलं होतं ते ज्येष्ठ संशोधक प्रा. बर्कर मात्र आज हयात नव्हते याचं अतीव दुःख प्रा. धोंडेंना झालं होतं. सभेला ज्येष्ठ व काही तरुण शास्त्रज्ञही उपस्थित होते. त्यात डॉ. चेतन धोंडेही होते.

प्रा. धोंडे हळू आवाजात बोलू लागले, "प्रा. बर्कर व मी सुरू केलेल्या 'पृथ्वीचा दूताचा' प्रकल्प हा संपला नसून खऱ्या अर्थानं आता त्याची सुरुवात झाली आहे. डॉ. चेतन यांनी, त्यांना मिळालेल्या पृथ्वीदूताच्या संदेशाचं पृथक्करण करून या पृथ्वीबाहेर अन्यत्रही जीवसृष्टी असल्याचा निर्वाळा दिला आहे. ही खरंच आनंददायी गोष्ट आहे. प्रा. डॉ. कोरगावकरांच्या म्हणण्यानुसार या विश्वात आपण एकटे नसून, आता कुणीतरी आपल्या साथीला आहे याचं समाधानही आहे. ते समाधान कुठपर्यंत आहे, हे आता आपल्या पुढील कार्यावर ठरणार आहे. कारण या जीवसृष्टीबद्दल तंतोतंत माहिती मिळविण्याची जबाबदारी आपल्या मानवावरच येऊन पडली आहे. ती जीवसृष्टी आपल्यासारखीच आहे का? ती आपल्यापेक्षा प्रगत आहे का? या गोष्टींची शहानिशा करण्यासाठी आपल्याला प्रत्यक्ष एखादा मानवच त्या जीवसृष्टीचा अभ्यास करण्यासाठी पाठवावा लागणार आहे."

प्रा. सुशील धोंडे यांचं शेवटचं वाक्य ऐकताच शास्त्रज्ञांमध्ये कुजबुज झाली. त्यांना शांत करत प्रा. धोंडे पुढे म्हणाले, "मित्रहो, हे खरंय की आपण मानवाला पाठवणार आहोत आणि तेही चाळीस वर्षांनंतर. कारण चाळीस वर्षांनंतर आपला 'पृथ्वीचा दूत' पृथ्वीजवळून जाणार आहे. त्याच वेळी मानवासहित यान त्यावर उतरवलं जाईल."

'नासा'तील एक ज्येष्ठ संशोधक डॉ. फ्लेमिंग उद्गारले, "सर, ज्या मानवाला आपण 'पृथ्वीचा दूता'वर उतरवणार आहात तो शास्त्रज्ञ कोण असेल?"

क्षणभर डॉ. धोंडेंनी सूचकतेने बसलेल्या सर्व शास्त्रज्ञांवर नजर फिरविली आणि एक स्वर उमटला, "मी... मी असेन."

सर्वांनी आवाजाच्या दिशेने आपल्या नजरा वळविल्या. प्रा. धोंडे पाहतच राहिले. तिशीच्या उंबरठ्यावर असलेल्या आपल्या मुलाकडे ते कौतुकानं पाहत होते.

"होय सर, मी जाईन..." डॉ. चेतन धोंडे आत्मविश्वासानं म्हणत होते.

डॉ. चेतन धोंडेंच्या निर्णयावर त्यांच्या घरातील वातावरण निराशमय झालं. त्यांची आई सुनीता व पत्नी सुषमा यांनी त्याला कडाडून विरोध दर्शविला होता. पण डॉ. चेतन धोंडेंच्या ठाम निर्णयास त्याचे वडील प्रा. सुशील धोंडेंचं पाठबळ लाभलं होतं. अशी संधी मानवी आयुष्यात क्वचितच येते असे ते पत्नीला व सुनेला पटवून देण्याचा प्रयत्न करीत होते.

नासातील आतापर्यंतच्या प्रकल्पांपेक्षा 'पृथ्वीच्या दूतावर मानव व विश्वप्रवास' हा प्रकल्प सर्वांत मोठा असल्याने, त्यासाठी रात्रंदिवस हजारो शास्त्रज्ञांचे हातभार मानवासहित यान बनविण्यास लागत होते. डॉ. चेतन धोंडेंना खास प्रशिक्षण देऊन त्यात पारंगत करण्यात आलं होतं. यानाचा ऐंशी वर्षांचा प्रवास गृहीत धरून मानवासाठी लागणाऱ्या सर्व सुविधा उपलब्ध करून देण्यात आल्या होत्या. यानाचा संपूर्ण आराखडा तयार करून, त्याचं काम पूर्णत्वासही आलं होतं.

दरम्यानच्या काळात डॉ. चेतन धोंडेंचा मुलगा डॉ. विकी धोंडे हा याच प्रकल्पावर प्रमुख म्हणून रूजू झाला होता. यान बनविण्यात त्याचा महत्त्वाचा सहभाग होता.

वर्षांमागून वर्षं जात होती. अवकाश यानाची प्राथमिक चाचणी होऊन अवकाश यान प्रक्षेपणतळावर नेण्यात आले होते. सर्व काही सुसज्ज होतं. प्रतीक्षा होती ती फक्त पृथ्वीच्या दूताच्या पुनरागमनाची.

पुन्हा एकदा शास्त्रज्ञांच्या दृष्टीनं व साऱ्या मानवजातीसाठीच महत्त्वाच्या ठरणाऱ्या प्रयोगाला सुरुवात होणार होती. 'पृथ्वीचा दूत' या अफाट विश्वात भ्रमण करून पृथ्वीकडे चाल करून येताना 'नासा'तील शास्त्रज्ञांना दिसला होता. कॉम्प्यूटरवर ठळकपणे त्याची आकृती पृथ्वीकडे येताना दिसत होती. बरोबर ऐंशी वर्षांनी पृथ्वीकडे तो येत होता. दि. १६ जून, २६१५च्या रात्री एक वाजता तो पृथ्वीच्या बाजूनं जाणार होता. या वेळेस मात्र त्याचा पृथ्वीवर काहीही परिणाम अपेक्षित नव्हता.

१६ जून, २६१५चा दिवस मावळून रात्र झाली होती. पृथ्वी व पृथ्वीच्या दूताचं अंतर कमी होऊ लागलं होतं. नासाच्या अवकाश यान प्रक्षेपणतळाच्या स्पेस कंट्रोल विभागात डॉ. विकी धोंडे याची धावपळ होत होती. तोच या उड्डाणाचा

पृथ्वीचा दूत । १२१

सूत्रधारही होता. त्याचे सहकारी डॉ. मूर, डॉ. शेख, डॉ. मायकेल हेसुद्धा उड्डाणाची विविध यंत्रणा पडताळून पाहत होते. त्याचे वडील आज उड्डाण करणार असल्यानं डॉ. विकी धोंडे यांचं मनही विचलित होत होतं. पण त्याने स्वत:ला सावरलं होतं. आपल्यावर महत्त्वाची जबाबदारी आहे याचे भान ठेवून त्याने आपल्या भावनांना आवर घातला होता व त्याप्रमाणे तो आपल्या इतर सहकाऱ्यांना सूचना देऊ लागला.

प्रा. डॉ. चेतन धोंडेंचं वय आज ऐंशी-नव्वदीच्या दरम्यान होतं. पण त्यांच्या प्रकृतीवरून ते पन्नाशीतलेच वाटत होते. या वयातही त्यांनी अंतराळविहारासाठी लागणारं प्रशिक्षण घेऊन आताच्या तरुण शास्त्रज्ञांना आश्चर्यचकित केलं होतं. सगळ्यांच्या गाठीभेटी घेऊन त्यांनी जड अंत:करणाने अंतराळवीराचा पेहराव चढवला आणि यानामध्ये स्थानापन्न झाले. वेळ खूप कमी असल्यानं, त्यांनी लगेच यानातील इतर यंत्रांचा ताबा घेतला. यानात आता फक्त तेच होते व सोबतीला प्रचंड यंत्रसामग्री होती, जिच्यामुळे त्यांना मानवाशी संपर्क ठेवता येत होता. आज त्यांना त्यांचे वडील, आई व पत्नी यांचं स्मरण होत होतं. वडिलांचं स्वप्न पूर्णत्वास जात होतं. त्यामुळे ते सद्‌गदित होऊन त्यांच्या डोळ्यांत अश्रू जमा झाले. स्पेस कंट्रोलमध्ये असलेला त्यांचा मुलगा डॉ. विकी धोंडे हे सर्व पाहत होता. आपल्या वडिलांच्या डोळ्यांतून ओघळलेले अश्रू पाहताच, तोही भावविवश झाला. म्हणून सूत्रसंचालनासाठी त्याचे सहकारी डॉ. मूर यांना त्याने विनंती केली.

बिनतारी संदेशवाहक कानाला लावताच प्रा. चेतन धोंडेंना स्पेस कंट्रोल विभागातून डॉ. मूर यांचा आवाज ऐकू आला.

"आर यू ओके सर!..."

"यस, आय ॲम फाइन...." डॉ. चेतन उत्साहाने म्हणाले. डॉ. चेतन यांचा चेहरा आता स्पेस कंट्रोलमधील कॉम्प्यूटर पडद्यावर स्पष्ट दिसत होता. त्यांचा चेहरा प्रफुल्लित व आनंदी होता. त्याच वेळेस शास्त्रज्ञांचा एक गट 'पृथ्वीच्या दूताचं' अवलोकन करून यानाच्या उड्डाणाची वेळ ठरवण्याचा प्रयत्न करीत होता. रात्रीची १.३० ही वेळ त्यांनी निश्चित केली होती.

रात्रीचे १.३० वाजताच काउंट डाउनला सुरुवात झाली. ...नऊ, आठ, सात... एक, शून्य... प्रचंड स्फोट झाला. अवकाशयान हळूहळू पृथ्वीच्या विविध थरांतून जात अवकाशात प्रचंड वेगानं धूमकेतूकडे झेपावलं. स्पेस कंट्रोल विभागात असलेल्या सर्व कॉम्प्यूटरवर वेगवेगळी दृश्ये दिसत होती. मोठ्या पडद्याच्या कॉम्प्यूटरवर डॉ. चेतन यांचा चेहरा दिसत होता. त्यावरून त्यांच्या मानसिकतेचा अभ्यास काही शास्त्रज्ञ करीत होते.

डॉ. चेतन बिनतारी संदेशाने स्पेस कंट्रोलशी संपर्क ठेवून माहिती पुरवीत होते.

यानातील यंत्रणा व्यवस्थित काम करीत असल्याचा निर्वाळा त्यांनी दिला होता. आता थोड्या वेळात 'पृथ्वीच्या दूतावर' मानवासहित यान उतरणार होतं.

यानाचं पुढचं टोक हळूहळू धूमकेतूच्या बर्फमय भागात रुतून, त्याचं व्यवस्थितपणे रोपण झाल्याचं डॉ. चेतन यांनी स्पेस कंट्रोल विभागास कळवताच सगळ्यांना आनंद झाला. पण ऐंशी वर्षांपूर्वी रोपण केलेल्या यानाचा व मायक्रो-रोबोट्सचा काहीही ठावठिकाणा आढळून येत नसल्याचं डॉ. चेतन यांनी सांगताच स्पेस कंट्रोलमध्ये उपस्थित असलेले ज्येष्ठ शास्त्रज्ञ चांगलेच हादरले. डॉ. चेतन यांनाही धक्का बसला होता. कारण मायक्रो-रोबोट्स इथे असतील अशी त्यांची अपेक्षा होती. पण ती अपेक्षा फोल ठरली. आता येणारा काळच त्यामागील रहस्याचा उलगडा करणार होता. त्या रहस्याचाच वेध घेण्यासाठी आपण चाललो आहोत याची जाणीव त्यांना झाली.

पृथ्वीचा दूत पुन्हा एकदा प्रवासाला निघाला. पण या वेळेस डॉ. चेतन धोंडे नावाचा जिवंत मानव या दूताचं संचालन करीत होता आणि कधी न पाहिलेल्या विश्वाशी संबंध जोडण्यासाठी तो या विश्व सफरीवर निघाला होता.

१४ डिसेंबर, २७५० थंडीची रात्र. स्पेस कंट्रोल विभागात कॉम्प्यूटर एक नवीन विचित्र यान प्रचंड वेगाने पृथ्वीकडे येताना तिथे उपस्थित असलेल्या डॉ. विकी धोंडेंना दिसलं. इतक्या वेगानं येणारं यान ते प्रथमच पाहत होते. पृथ्वीवरच्या यानांना एवढी गतीच प्राप्त झालेली नसल्याने, येणारं यान कुणाचं असावं? यात डॉ. विकी धोंडे पुरते गोंधळून गेले. पृथ्वीवरच्या वेगवेगळ्या देशांच्या स्पेस कंट्रोल विभागांनीही या यानाची नोंद घेतली होती. भारतातील 'इंडियन स्पेस रिसर्च ऑर्गनायझेशन' या संस्थेतील डॉ. चिदम्बरम यांनीही नोंद केली होती. पण त्याची गंभीरपणे दखल कुणासही घ्यावीशी वाटली नव्हती. पण 'नासा'तील डॉ. विकी धोंडे यांना मात्र हे यान पृथ्वीवरचं नाही याची खात्री पटली.

स्पेस कंट्रोल विभागाच्या कक्षेत यान असल्याने त्यामधील दृश्य डॉ. विकी धोंडे पाहू लागले व आश्चर्यानं ते पाहतच राहिले. त्यांचीच हुबेहूब प्रतिकृती असलेली व्यक्ती तिथे झोपली होती आणि त्यांच्या बाजूलाच पहाऱ्यासारखे बसल्यागत आजपर्यंत कुठेही न पाहिलेले काही प्राणी दिसत होते. डॉ. विकी पुरते गोंधळून गेले. त्यांनी सरळ यानातील रहिवाशांशी संपर्क साधला. झोपलेला रहिवाशी बोलता झाला...

"हॅलो, मी पृथ्वीवासीच असून माझं नाव डॉ. चेतन धोंडे आहे."

"ओह! पप्पाऽऽ..." एवढेच शब्द डॉ. विकीच्या तोंडून बाहेर पडले. त्यांना अत्यानंद झाला होता. क्षणभर ते स्वत:ला विसरून गेले. पण स्वत:ला सावरत

त्यांनी प्रश्न केला, "पप्पा... पण तुम्ही... ऐंशी वर्षांनंतर येणार होतात?"

"होय बेटा! खरं आहे. मी आज जेथून प्रवास करून येत आहे, ते अंतर पाहता मला इथपर्यंत यायला एवढा कालावधी लागलाच असता. पण मानवाचं जे रहस्य मला शोधण्यासाठी पाठवलं होतं, ते एक फार मोठं रहस्यच मी पाहून आलोय... फार मोठी जीवसृष्टीच म्हणायला हवी ती... त्याच जीवसृष्टीचे प्रतिनिधी माझ्या बाजूला बसलेले आहेत. अतिप्रगत जीवसृष्टी आहे ती. आपल्यापेक्षा हजारो वर्षं पुढं आहेत ते... आपण त्यांच्यापुढे खुजे आहोत... एवढी प्रगत जीवसृष्टी पाहून माझं मनच थाऱ्यावर नाही. पृथ्वीच्या दूतावर – धूमकेतूवर माझे अवतरण झाल्यानंतर साधारण एका वर्षानेच या अज्ञात जीवसृष्टीच्या प्रतिनिधींनी मला उचलून त्यांच्या यानावर घेतलं. त्यांच्या समवेत जाऊन मी त्यांचे मूलस्थान पाहून आलो. नंतर पुन्हा यानात बसवून ते मला पृथ्वीकडे घेऊन आले आहेत. त्यांची याने वेगाची कल्पना करता येणार नाही इतकी वेगवान आहेत. मी एक दिवस प्रवास केल्यासारखा पृथ्वीजवळ येऊन ठेपलो. यावरून त्यांच्या प्रगतीची कल्पना येते... याच त्यांच्या प्रगतीची व विलासी वृत्तीची मला भीती वाटते. जर हे पृथ्वीवर आले आणि त्यांनी आपल्या मानवजातीची प्रगती पाहिली, तर आपण मानव त्यांना अतिशय मागासलेले वाटू. त्याचाच फायदा घेऊन ते पृथ्वीवासीयांना गुलाम बनवतील. वेठीस धरतील. कारण मी हे त्यांच्या वृत्तीवरून अभ्यासलेलं आहे. त्यांना अशाच गुलामांची नितांत आवश्यकता असल्याने तेही जीवसृष्टीच्या शोधार्थ होते आणि त्यासाठीच ते माझ्याबरोबर आले आहेत... पण पोरा मी माझ्या पृथ्वीवासीय मानव बांधवांना या उपऱ्यांच्या हवाली मुळीच करणार नाही. त्यासाठी मला तुझी मदत लागेल..."

"माझी मदत?... तुम्ही फक्त सांगा पप्पा, आपल्या मानव बांधवांसाठी मी काहीही करायला तयार आहे." डॉ. विकी अजिजीनं म्हणाले होते.

"शाब्बास बेटा! आता तुझ्या आणि माझ्या वयात फारसं अंतर नसलं तरी तू माझा मुलगाच आहेस... तर तू लगेच एक काम कर. पृथ्वीकडे झेपावत येणारं हे परकीयांचं यान रिमोट कंट्रोलच्या साहाय्याने उडवून नष्ट करून टाक."

डॉ. विकी धोंडे क्षणभर सुन्न होऊन कळकळीनं म्हणाले, "काय सांगताय पप्पा?... मी स्वत: तुमचा मुलगा... छे! छे! मी हे करू शकत नाही."

"विकीऽऽ... ही वेळ भावनाविवश होण्याची नाहीये. हवं तर मलाही परकीयच समज. आता काही सेकंदच तुझ्याजवळ आहेत... आपल्या पृथ्वीवासीयांसाठी तुला हे करावंच लागले... हरि-अप, प्लीज विकी... बी ब्रेव्ह..." डॉ. चेतन आकांताने विकीला सांगत होते.

डॉ. विकी शून्यावस्थेमधून खडबडून जागे झाले. आपल्या मानवबांधवांसाठी त्यांनी कठोर निर्णय घेतला होता.

पृथ्वीकडे वेगानं झेपावणाऱ्या यानाचे पुढल्याच क्षणी असंख्य तुकडे झालेले डॉ. विकी धोंडेंना कॉम्प्यूटरवर दिसले. त्यांनी आपले डोळे घट्ट मिटून घेतले होते. मिटलेल्या डोळ्यांतून अश्रू वाहू लागले... अश्रू आनंदमिश्रित दुःखाचे होते. पृथ्वीवासीयांवर आलेलं परकीयाचं संकट मानवाने यशस्वीरीत्या परतवून लावलं होतं. पण त्यासाठी पृथ्वीवासीयांना त्यांचा एक मोठा मोहरा गमवावा लागला होता.

◆

आविष्कार

त्या खेडेवजा गावाची अवस्था एखाद्या वादळात सापडलेल्या छोट्या होडीसारखी झाली होती... आणि परिस्थितीही त्याच अनुषंगाने जात होती. कारण त्या छोट्या गावाला वादळी पाऊस चांगलाच झोपडून काढत होता. विद्युत्पुरवठा खंडित झाल्याने गावाचं अस्तित्वच नाहीसं झालं होतं. विद्युल्लतेच्या लखख प्रकाशात मात्र गावाचं अस्तित्व प्रकर्षानं जाणवत होतं. वादळाचा जोर वाढू लागला होता. विजेचा कडकडाट, ढगांचा गडगडाट व झाडांच्या पानांचा सुळसुळाट वातावरणात जास्तच भयावहता निर्माण करीत होता. या गावावर निसर्गाचा वरदहस्त होता. विलोभनीयता ही या गावाची जमेची बाजू होती. शिवकालीन पुराण वास्तू येथे भरपूर होत्या. त्यात प्रामुख्याने गढी, वाडे, मंदिरे यांचा समावेश होता. साधारण तीनशे-चारशे वर्षांपूर्वीच्या त्या वास्तू आजही दिमाखानं गतकाळाची आठवण करून देत होत्या. नदीकाठी असलेलं महादेवाचं, शिवलिंगाचं मंदिर त्यातलंच एक होतं. तेच या गावाचं दैवत होतं. रम्य ठिकाणी वसलेल्या महादेव मंदिराच्या बाजूनंच अथांग पात्र असलेली गोमती नदी नागमोडी वळणं घेत पुढे गेली... आताच्या वादळी पावसामुळे नदीची पातळी बरीच वाढली होती. धोक्याची रेषा कधीच ओलांडली गेली होती. शिवलिंगाच्या गाभ्यापर्यंत नदीचं पाणी पोहोचलं होतं... यातही गावाचं वातावरण मात्र शांत होतं. कुणाचंही अस्तित्व नसल्यासारखं; निर्मनुष्य!

एव्हाना वादळाचा जोर कमी होऊन पाऊस कमी झाला होता. पावसाची रिपरिप मात्र चालूच होती. त्याचवेळेस गावाच्या वेशीवरून एका काळ्या छायेनं प्रवेश केला. चेहरा स्पष्ट दिसत नसला तरी, त्याच्या एका हातात त्रिशूळ व दुसऱ्या हातात कमंडलू होता. छातीपर्यंत दाढी लोंबकळत होती. अंधार असला तरी अदृश्य प्रारणांच्या परावर्तनानं आसमंतात अंधूक प्रकाश जाणवत होता. त्यामुळे क्षितिजापलीकडे दृश्यप्रारणांचं परावर्तन स्पष्ट दिसत होतं. म्हणूनच त्या व्यक्तीने भगवे कपडे घातले असतील याची कल्पना करता येत होती. या गावाशी त्या व्यक्तीचा परिचय असावा, हे त्याच्या निर्भयानं टाकलेल्या पावलांवरून जाणवत होते. काळ सांगता

येत नसला तरी, तीस वर्षांचा काळ निश्चितच लोटला होता... पण या तीस वर्षांच्या कालावधीनंतरही त्या व्यक्तीची पावलं योग्य, इच्छित स्थळीच पडत होती. यावरून त्याच्या बुद्धीची तीक्ष्णता जाणवत होती.

...असंच पुढे जात असताना तो एका घराजवळ थबकला... नुसताच मृतवत थबकला. त्याने घराकडे शून्य नजरेनं पाहिलं. कारण त्या नजरेत कुठलेच हावभाव नव्हते. या घराशी त्याचे ऋणानुंबध होते का?... कारण, शून्य नजरेतही तो या घराचा मोह लपवू शकला नव्हता. याविषयी भविष्यकाळच काय ते सांगणार होता. एका नजरेत गावाचा कायापालट त्याने डोळ्यांत साठवला... व तसाच पुढे जात राहिला. नदीच्या पात्राकडे. शेवटी त्या पुरातन महादेवाच्या मंदिरात स्थिरावला.

सकाळ होताच एकच धावपळ सुरू झाली. ती धावपळ गावावर कुठलं अरिष्ट आलं म्हणून नाही तर, नदीकाठच्या मंदिरात कुठलातरी योगीपुरुष वास्तव्याला आला म्हणून होती. गावातील लहान-थोर मंडळींमध्ये हीच चर्चा होती. बायकांतही कुजबुज सुरू झाली होती. गाव तसं छोटंच असल्याने योगीपुरुषाची बातमी वाऱ्यासारखी पसरली होती. पूर्वीही याच महादेव मंदिरात साधू-संत वास्तव्य करून गेले होते. त्यातल्या काहींनी गावाला सन्मार्ग दाखवला होता, काहींनी चमत्कार दाखवले होते... तर त्यातलेच काही भोंदू निघाले होते. त्यामुळे या गावाचा मार्गच बदलून गेला होता. म्हणूनच ग्रामस्थांना अशा साधू-संतांची सवयच झाली होती. त्यात काहींचं महात्म्यही त्यांना पटलं होतं. गावातील गावकरी, स्त्रिया हे सर्वच श्रद्धाळू, अंधश्रद्धाळू असल्याने अशा संतपुरुषांवर त्यांचा विश्वास पटकन बसत असे, असं प्रत्येक गावकऱ्याचं मत झालं होतं. खूप मोठी सिद्धीच त्यांना प्राप्त होती. या योगीपुरुषाने हिमालयात दोन तपांहून अधिक काळ तपश्चर्या केली होती. साक्षात परमेश्वराचा वरदहस्तच त्यांच्यावर होता. योगीपुरुषाविषयी ही आस्था थोड्या फार फरकाने सर्व गावकऱ्यांमध्ये आली होती. बरेच गावकरी प्रत्यक्ष भेटून त्यांचं दर्शन घेऊन आले होते.

योगीपुरुषाला पाहण्यासाठी बायका-मुलांची एकच गर्दी झाली होती. म्हणूनच त्या दिवशी, त्या गावाला एका यात्रेचं स्वरूप आलं होतं. एरवी शुकशुकाट असलेलं महादेवाचं मंदिर गावकऱ्यांनी भरून, फुलून गेलं. त्यामुळे निसर्गरम्य गावाला अजूनच विलोभनीयता प्राप्त झाली. पोलीसपाटील, सरपंच यांनीही आपल्या खास शैलीत योगीपुरुषाची भेट घेतली. सारेच ग्रामस्थ त्यांच्या दर्शनाने भारावून गेले होते. योगीपुरुषाच्या चेहऱ्यावर कमालीचं तेज पाहून सर्वच स्तिमित झाले होते. तीक्ष्ण डोळे, धारदार नाक, नितळ कांती पाहताच त्यांचंच होऊन गेल्यासारखं... ध्यानस्थ असताना साक्षात देवाचा अवतारच वाटतात, आपल्या ओघवत्या वाणीनं

सर्वांनाच जखडून ठेवतात... असा प्रत्येक गावकऱ्याचा कमी-जास्त अनुभव होता... त्यामुळे श्रद्धाळू गावकरी आपल्या गावाला चांगला योगीपुरुष पावला म्हणून आनंदात होते. गावातील काही तरुणमंडळी योगीपुरुषांचे शिष्य बनले होते.

गावातील एका कुटुंबात मात्र वेगळीच धावपळ सुरू होती. कुटुंब म्हणायचं की अजून काही... कारण त्या कुटुंबात साठी उलटलेली ती एकटीच वृद्ध स्त्री होती. पस्तीस वर्षांपूर्वी या गावात नोकरीनिमित्त आपल्या नवऱ्यासोबत वास्तव्याला आलेली. कदाचित त्या वेळी त्यांचं नुकतच लग्न झालं होतं. पण का कोण जाणे, एका वर्षानंतर लगेच त्या स्त्रीच्या जीवनाला वेगळंच, पण खडतर वळण लागलं होतं. संसाराची विरक्ती आल्यासारखाच तिचा नवरा भरलेलं घर व तिच्या उदरात छोटंसं पोर टाकून परागंदा झाला होता. बाहेर गेलेल्या नवऱ्याची ती रात्रभर वाट पाहत बसली होती... असेच दिवस उलटत गेले. काखेत मुलाला घेत गावोगावी नवऱ्याचा शोध ती घेतच राहिली. दूरवर, तिच्या मर्यादेपलीकडेही तिने त्याचा शोध घेतला... पण तो सापडला नाही की परतही आला नाही.

...या कामी मात्र गावातील सज्जनांनी त्या स्त्रीला भरपूर मदत केली. सहानुभूतीने काहींनी तिची व मुलाची जबाबदारी घेण्याचा प्रयत्न केला. पण फक्त प्रेमाची अपेक्षा करून त्या मानी स्त्रीने मदत साभार परत केली. पुढे निर्धारानं, निश्चयानं ती स्वत:च्या पायावर उभी राहिली. लहान वयात पदरात मूल टाकून, नवरा सोडून गेलेल्या स्त्रीची अजून काय अवस्था होणार होती? पण ती जिद्दीनं उभी राहिली. मुलाचं संगोपन करीत, ती स्वत:ही शिकत राहिली... आणि शिक्षिका म्हणून त्याच गावात रुजूही झाली. भविष्यात ती आयुष्यभर आपला पेशा व तत्त्वांशी एकनिष्ठ राहिली. तिने तडजोड कधीही स्वीकारली नाही. म्हणूनच गावात तिचं स्थान आदरयुक्त राहिलं.

मुलाचं संगोपन ही तेवढीच जबाबदारी ओळखून, तिने त्याच्यावर चांगले संस्कार केले. बिनबापाचा मुलगा म्हणून त्या गावात त्याला कुणीही हिणवलं नाही. काळाच्या ओघात गावातील लोक अंधश्रद्धेला बळी पडत गेले, तो भाग वेगळा... पण त्यांच्यातील माणुसकी मात्र कधीही शमली नाही. माणुसकीचा संथ झरा त्यांच्यातून पाझरतच राहिला.

...त्या शिक्षिकेला गावातील लहान-मोठे सर्वच ग्रामस्थ 'बाई' म्हणून संबोधित होते... आजही नवीन पिढी त्यांना याच नावाने हाक मारते... बाईंनी आपल्या मुलाला हिमतीनं शिकवलं. मुलगाही सहज यश मिळवीत मोठा होत गेला व त्याच बरोबर गावाचं नावही मोठं करत गेला. तरुण संशोधक म्हणून आंतरराष्ट्रीय पातळीवर त्यानं नाव कमावलं. विविध देशांत जाऊन संशोधन केलं. बाईंच्या आयुष्याचंच हे चीज होतं. यश होतं. पण एवढ्या यशावर त्यांचं समाधान खरंच

होतं का?... की मनाच्या, हृदयाच्या कुठल्यातरी कप्प्यात त्या अजूनही आपल्या नवऱ्याची वाट पाहत होत्या? तो कप्पा अजूनही त्यांनी पूर्ण बंद केला नव्हता. 'त्यांनी असं का केलं?' ही मनात असलेली बोच त्या शेवटपर्यंत बाळगणार होत्या. मरणपंथाला लागलेल्या आपल्या नवऱ्याला त्या शेवटी असं विचारायलाही कमी करणार नव्हत्या. मनाचा बहुतांशी भाग मुलाच्या अस्तित्वानं व्यापला असला तरी नवऱ्याचं अदृश्यरूपी अस्तित्वही त्यांनी जपून ठेवलं होतं.

हे सर्व आठवण्याचं मूळ कारण गावात कुणीतरी योगीपुरुष आल्याचं त्यांना कळलं होतं. म्हणून त्यांनी भूतकाळात डोकावून पाहिलं. पण त्याच वेळेस त्यांच्या मुलाच्या आगमनाची वार्ताही आली होती. दिल्लीतील राष्ट्रीय भौतिक प्रयोगशाळेत तो शास्त्रज्ञ म्हणून काम करीत होता. बऱ्याच महिन्यांच्या कालावधीनंतर तो या गावात येत होता. म्हणूनच त्या वृद्ध बाईंची धावपळ चालली होती. गावात कुणीतरी योगीपुरुष आला आहे; यापेक्षा आपला मुलगा बऱ्याच कालावधीनंतर येतोय याचाच आनंद त्यांना अधिक होता. यासाठीच त्या पूर्वतयारीला लागल्या होत्या. निवृत्तीनंतर बाई भक्तिरसात रमत गेल्या. संत असो, कीर्तनकार असो अथवा साधू असो त्या आवर्जून उपस्थित राहत असत... व आपल्या मनाचा कप्पा हळुवार उलगडून पाहत असत. या वेळेस मात्र मुलाच्या आगमनाच्या वार्तेने, गावात नुकत्याच आलेल्या योगीपुरुषाला भेटायला जायची त्यांना मुळीच गरज भासली नव्हती.

किमान दोन वर्षांच्या कालखंडानंतर तो आपल्या गावी निघाला होता... डॉक्टरेट पदवी मिळाल्यानंतर तो अनंत जगतापचा डॉ. अनंत जगताप झाला होता. त्यानंतर मात्र डॉ. जगतापला भरपूर संधी चालून आल्या होत्या. दिल्लीच्या राष्ट्रीय भौतिक प्रयोगशाळेत शास्त्रज्ञ या पदासाठी निवड होऊन तो रुजू झाला होता. नशिबाने त्याला 'किरण भौतिकशास्त्र' या त्याच्या आवडत्या विषयात संशोधन करण्याची संधी प्राप्त झाली होती. या विषयात त्याने खोलवर अभ्यास केला होता. या अनुभवावरच पुढे काही दिवसांत त्याला अमेरिकेच्या बर्कले येथील प्रयोगशाळेत 'पोस्ट डॉक्टरल फेलोशिप' मिळाली होती. सर्व गोष्टी इतक्या लवकर घडल्या होत्या की, अमेरिकेला जाण्यापूर्वी त्याला आपल्या गावी जाताच आले नव्हते. गावात त्याची फक्त आईच असली तरी... गावातील प्रत्येक सजीव, निर्जीव वस्तूंवर त्याचं प्रेम होतं. म्हणूनच शेवटपर्यंत त्याच्या मनात खंत होती. अमेरिकेस प्रयाण करतेवेळी मात्र त्याची आई त्याच्या सोबत होती. काही दिवस अगोदरच त्याने बोलावून घेतलं होतं. आयुष्यभर नवऱ्याची वाट पाहणारी ती माउली आता मुलाचीही प्रतीक्षा करणार होती.

अमेरिकेला जाताच डॉ. अनंत जगताप काही दिवसांत रुळले. आजूबाजूचं वातावरण व तेथील सहकाऱ्यांमुळे कमी वेळेतच त्यांना संशोधनात चांगलीच गती आली होती. किरण भौतिकशास्त्रात बहुमोल संशोधन करून स्वत:चा ठसा उमटवला होता. शिवाय मोठ्या किरणस्रोतांचा अभ्यास करून, त्यांनी काही सूक्ष्म किरणस्रोत शोधून काढले होते. या व्यतिरिक्त मानवास उपयुक्त असे किरणस्रोतही शोधले होते. इथेही डॉ. जगतापांनी केलेल्या मेहनतीचं चीज झालं होतं. मानवी शरीर व किरणांचे वेगवेगळे स्रोत यावर डॉ. जगतापांनी बरेच लिखाण करून, व्याख्यानं दिली होती... पण सप्रयोग त्याची सिद्धता अजून पटायची होती. त्याच प्रयत्नात डॉ. जगताप होते. विविध प्रयोगांचा व सिद्धान्तांचा अभ्यास डॉ. जगतापांनी आपल्या अमेरिकेच्या वास्तव्यात केला होता. संशोधनाचा उपयोग आपल्या देशाला करून द्यायचा त्यांचा निश्चय होता. म्हणूनच संशोधन करण्याची व तेथेच स्थायिक होण्याची संधी उपलब्ध असतानादेखील डॉ. जगताप दोन वर्षांच्या आपल्या यशस्वी कारकिर्दीनंतर परतले होते. संशोधनाचा फायदा आपल्या देशाच्या उन्नतीसाठीच व्हायला हवा ही त्यांची ठाम भूमिका होती.

अमेरिकेहून परतताच, प्रथम डॉ. जगतापांनी आपल्या गावी जाण्याचा निर्णय घेतला होता. तसे त्यांनी कळविलेही होते. म्हणूनच आज दिल्लीहून गावी निघताना त्यांना सर्व आठवलं होतं... रेल्वे तुफान वेगानं धावत होती. बाहेर स्वच्छ चांदणं पसरलं होतं. खिडकीपाशी बसून डॉ. अनंत जगताप या नैसर्गिक देणगीची मजा लुटत होते. यातच त्यांना आपल्या गावाची नैसर्गिक संपत्ती आठवली होती. डॉ. अनंत जगताप रेल्वेच्या घरघराटातच आपल्या गावात पुन्हा हरवून बसले...

दरम्यानच्या काळात त्या गावातील महादेवाच्या मंदिरात आश्रयाला आलेला योगीपुरुष वैष्णवानंद म्हणून प्रसिद्धीस आला होता. दिवसेंदिवस त्याच्या भक्तीचा प्रसार होत गेला आणि त्याच प्रमाणात शिष्यगणांची संख्याही वाढत गेली. मोठी सिद्धी प्राप्ती व प्रत्यक्ष देवाचा वरदहस्त लाभलेल्या या वैष्णवानंदांची महती गावाच्या वेशीपर्यंतच न राहता क्षितिजापलीकडे पसरली. गावापासून सुरुवात होताच तालुका, जिल्हा, राज्य व आताशी देशभरात त्यांचे शिष्यगण विखुरले होते. त्यात प्रामुख्याने धनिक मंडळींसोबतच राजकीय पुढारी ते मंत्र्यांपर्यंत व लहान-थोरापासून ते कलावंतांपर्यंत समावेश होता. म्हणूनच ते छोटं गाव साऱ्या देशात क्षणात प्रसिद्धीस आलं होतं. पूर्वकालीन महादेवाचं मंदिर आता नुसतंच जुनाट भग्न मंदिर न राहता, त्याला मठाचं स्वरूप आलं होतं. भगवे वस्त्र परिधान करणाऱ्यांची संख्या अगणित वाढली होती. देशातील मंत्रीच शिष्यगण असल्यानं वैष्णवानंदांना त्यांचा मठविस्तारास अगणित अनुदान प्राप्त झालं होतं. तेवढ्याच

प्रमाणात धनिकांकडून पैशांचा ओघही सुरू होता. त्यामुळे या छोट्या गावाचा कायापालट व्हायला उशीर लागला नव्हता.

निसर्गानं बहरलेलं हे निरागस गाव, एखाद्या अनैसर्गिक कृत्याच्या तावडीत सापडल्यासारखी स्थिती निर्माण झाली. वैष्णवानंदांपर्यंत पोहोचणं आता कुणालाही शक्य नव्हतं. आताशी सामान्य भक्तजनांना त्यांच्या अस्तित्वाचंही दर्शन होत नसे. एका अदृश्यरूपी देवाचंच स्वरूप त्यांना आलं होतं. फक्त बडी मंडळीच त्यांच्यापर्यंत पोहोचू शकत होती. मठातील त्यांची ध्यानाची खोली कुठे आहे याची पुसटशी कल्पनाही त्यांच्या शिष्यगणांना नव्हती. फक्त त्यांच्या अतिजवळ असणाऱ्यांनाच त्याची कल्पना होती. कमी वेळेत एवढा मोठा शिष्यगण लाभणारे वैष्णवानंद हे पहिले योगी होते. त्यांनी बरेच चमत्कार सिद्धीस नेले होते. सामान्यजन या चमत्कारांनी थरारून गेले होते. त्यामुळे हा देवाचाच अवतार आहे म्हणून सगळेच विनम्र होत असत.

यातूनच वैष्णवानंदांना काही विरोधक निर्माण झाले होते. पण आपल्या योगसिद्धीच्या साहाय्याने त्यांनी त्यांची पद्धतशीरपणे विल्हेवाट लावली होती. याचाच फायदा मंत्र्यांनी व स्थानिक पुढाऱ्यांनी आपल्या स्वार्थासाठी उचलला होता. चमत्कारिकरीत्या काहींचं नाहीस होणं, विरोध करणाराच वेडा होणं... या सर्व गोष्टी दुर्लक्षित असल्या तरी त्याची नोंद कुठेतरी होत होती. पण थोडेफार असे अपघात सोडल्यास वैष्णवानंदांची प्रसिद्धी उत्तरोत्तर वाढतच गेली होती. त्यांच्यासाठी प्राणार्पण करण्यास सर्वच शिष्यगण तयार होता. गावातील स्त्री-पुरुष त्यांच्या नावाची जपमाळ करू लागले होते. एक प्रकारे अद्भुत वलयच वैष्णवानंदांच्या भोवती निर्माण झालं होतं.

वैष्णवानंदांच्या शिष्यगणात निम्म्याहून अधिक स्त्रियांचा भरणा होता. वैष्णवानंदांना भेटण्यास स्त्रियांसाठी खास वेगळाच कक्ष तयार करण्यात आला होता. एका वेळेस एकाच स्त्रीनं भेटावं असा सक्त नियम केला गेला. स्त्रियांचे सुख-दुःख वैष्णवानंदांनी स्वतःहून वाटून घेतले होते. बऱ्याच जणांचे दुःख त्यांच्या नुसत्याच आशीर्वादाने व दर्शनाने नाहीसं झाल्याचे अनुभव आले होते. पुत्रप्राप्तीही त्यांच्या नैवेद्यानं बऱ्याच स्त्रियांना झाली होती. त्यामुळेच देवासमान वैष्णवानंदांचं रूप हृदयात जाऊन बसलं होतं. घरोघरी त्यांच्या प्रतिमांची पूजा होऊ लागली. जनमत श्रद्धाळू झालं होतं.

गावात येताच डॉ. अनंत जगतापांना दोन वर्षांचा काळ चांगलाच जाणवला. त्यांच्या स्वागतासाठी आलेला सारा गाव पाहून ते मात्र थक्क झाले. या विलक्षण प्रेमाने त्यांचे डोळे नकळत भरून आले होते. गावाचा कायापालट क्षणात त्यांच्या नजरेनं टिपला होता. अत्याधुनिक गोष्टींची इथे चांगलीच रेलचेल झाली होती.

श्रद्धाळू लोक अंधश्रद्धेकडे झुकल्याचं त्यांचं मत पाहताक्षणीच झालं होतं, त्यामुळे गावात येताच अपेक्षेप्रमाणे त्यांचं स्वागत झालं असलं तरी, आताच्या स्वागताला मात्र वेगळीच किनार लाभली होती. प्रत्येक जण डॉ. अनंत जगतापांना वैष्णवानंदांची माहिती देत होता... आणि हा उत्साह प्रत्येकातच त्यांना दिसून आल्यानं आश्चर्य वाटलं होतं. काहींनी तर आपलं गाव वैष्णवानंदांमुळे स्वर्ग झाल्याची कबुलीही दिली होती. यात डॉ. अनंत जगताप अमेरिकेहून विशेष कामगिरी करून आलेले आहेत याची दखल घ्यायला गावकरी ठार विसरले होते. प्रत्येक गावकऱ्याच्या मेंदूवर वैष्णवानंदांचा अंमल चढल्याचं सिद्ध झालं होतं. त्यामुळेच या वैष्णवानंदाला भेटायलाच हवं ही खूणगाठ मनाशी बांधीत व गावकऱ्यांच्या अगत्याचे आभार मानीत डॉ. जगताप आपल्या आईसमवेत घरी निघाले होते.

घरी येताच डॉ. अनंत जगतापांनी आपल्या आईला विचारलं, ''आई, तू कधी या वैष्णवानंदांना भेटलीस का?''

''नाही रे! वेळच कुठे मिळाला. पण तो खूप मोठा योगीपुरुष आहे म्हणे...'' आई भक्तिभावानं उत्तरल्या.

''असेल!... पण या विज्ञानयुगात असले योगीपुरुष कधीही टिकत नसतात...'' डॉ. जगताप ठामपणे म्हणाले.

''ते सर्व ठीक आहे अनंता... पण हा योगीपुरुष काही दिवसांपूर्वी या गावात येतो काय... आणि गावाचा व गावातील लोकांचा कायापालट करतो काय?... इतक्या कमी वेळेत इतकी मोठी प्रसिद्धी सामान्य पुरुषाला कशी मिळणार?... त्याच्या जवळ निश्चितच काहीतरी सिद्धी असणार!'' आई अनुभवानं म्हणाल्या.

''आई, तू हे म्हणतेस?... असलेच लोक आपल्या भोंदूगिरीच्या जोरावर पुढे जात असतात. बाह्यांगावरून जरी हे सर्व चांगलं दिसत असलं तरी, आतून मात्र काळोखच असतो... फसवेगिरी असते... भोळ्या-भाबड्यांची त्यावर चटकन श्रद्धा बसते,'' डॉ. अनंत आपल्या आईकडे बघून निश्चयानं म्हणत होते.

''हे बघ बाबा अनंता... तू आत्ताच अमेरिकेहून आलास. त्यात असल्या भानगडी नको. हवं तर एकदा तू स्वत: भेटून खात्री करून घे. तू वैज्ञानिक आहेस. एवढ्या सहजा-सहजी तू कसा मानशील?'' आई समजावणीच्या स्वरात म्हणाली.

''भेटण्याची मला गरज वाटत नाही. पण प्रसंग आला तर मी निश्चितच भेटेन... कारण माझ्या गावाचा कायापालट करणाऱ्या मानवास मला भेटायलाच हवं.'' डॉ. अनंत निश्चयाने म्हटले.

''ठीक आहे... तुला हवं तसं कर... पण त्या योगीपुरुषाच्या नादी जास्त लागू नकोस... हे असले पुरुष चांगले तेवढे वाईटही असतात म्हणे... नाहीतर मीच तुझ्याबरोबर येईन... चल, आज तुझ्या आवडीचं जेवण केलं आहे... तू हात धू...

मी तोपर्यंत ताट करते.'' आई विषय टाळीत कामाला लागल्या होत्या.

रात्री झोपताना डॉ. अनंत वैष्णवानंदाचाच विचार करीत होते. माणूस स्वत:जवळ काहीच नसताना एवढ्या प्रसिद्धीस येतोच कसा?... भोंदूगिरीच्या जोरावर माणूस पुढे जातोच कसा? याला आपल्या समाजातील अज्ञानच कारणीभूत असावं का? की शिक्षणाचा पुरेसा प्रसार न झाल्यानं हा प्रश्न उद्भवला असेल?... असे अनेक प्रश्न डोक्यात घेऊन डॉ. अनंत जगताप झोपी गेले.

प्रथमच वैष्णवानंदांच्या कारकिर्दीत कुणीतरी त्यांना आव्हान केलं होतं. त्याचं नाव होते मानकर, 'अंधश्रद्धा निर्मूलन समिती'चे जिल्हाध्यक्ष. वैष्णवानंद हे भोंदूगिरी करीत असून समाजातील भोळ्या-भाबड्या लोकांची फसवणूक करीत आहेत. ते पक्के बदमाश आहेत. राजकीय पुढाऱ्यांच्या वरदहस्ताने आपले काळे धंदे करीत आहेत.... स्त्रियांची अब्रू लुटीत आहेत... असे असंख्य आरोप करून शाम मानकरांनी वैष्णवानंदांना आव्हान केलं होतं. मी स्वत: व माझे कार्यकर्ते वैष्णवानंदांच्या चमत्कारांना सामोरे जाण्यास तयार आहोत. तो प्रत्येक चमत्कार आम्ही वैज्ञानिक दृष्टिकोनातून पडताळून पाहू व वैष्णवानंदांना उघडे पाडू... आणि समाजातील असल्या भोंदू प्रवृत्तींचा नाश करू. तर वैष्णवानंदांनी जाहीरपणे या आव्हानाचा स्वीकार करावा. त्यांच्यात खरोखर दैवीशक्ती संचार करीत असेल, तर त्या दैवीशक्तीचा कृपाप्रसाद आमच्यावर वैष्णवानंदांनी जरूर करावा.

या आव्हानाला कडवट प्रतिक्रिया न देता, वैष्णवानंदांनी शांतपणे शाम मानकरांच्या आव्हानांचा स्वीकार केला होता. आव्हान स्वीकारताच वैष्णवानंदांविषयी त्यांच्या शिष्यगणांत व लोकांमध्ये जास्त आदर निर्माण झाला. वैष्णवानंद हे भोंदू नाहीत हेच त्यावरून सिद्ध होत होते. त्याच वेळी मात्र वैष्णवानंदांनी, चमत्कारांचे काहीही परिणाम झाले तर त्याला मी किंवा माझे शिष्य जबाबदार राहणार नाही असे स्पष्ट केले. त्यास अंधश्रद्धा निर्मूलनचे शाम मानकरांनी कुठलीही हरकत न घेता सहमती दर्शवली होती.

वैष्णवानंदांना आव्हान दिल्याबद्दल डॉ. अनंत जगतापांना बरं वाटलं. ते स्वत: त्याच विचारात असताना अंधश्रद्धा निर्मूलन समिती पुढे आली होती. त्यामुळे डॉ. अनंतांनाही एक सुवर्ण संधीच होती. वैष्णवानंदांशी त्यांची आजपर्यंत भेट होऊ शकली नव्हती. कमीत-कमी या निमित्तानं वैष्णवानंदांचं दर्शन तरी त्यांना घडणार होते.

आव्हानाचा ठरलेला दिवस उजाडला. गावातल्या चौकातच वैष्णवानंदांच्या शिष्यांनी एक भव्य व्यासपीठ उभारलं होतं. अंधश्रद्धा निर्मूलनचे शाम मानकर व

त्यांचे कार्यकर्ते ठरल्या वेळी हजर झाले. गावकरी व इतर ठिकाणांहून आलेले लोक जमा होऊ लागले. प्रचंड जनसमुदाय तेथे जमा होऊ लागला. या आव्हानाकडे साऱ्या देशाचंच लक्ष लागून होतं. डॉ. अनंत व त्यांची आईही या चमत्कारिक आव्हान स्पर्धेला उपस्थित होते. विशाल जनसमुदायात त्यांचं अस्तित्व क्षुद्र होतं.

सर्व तयारी झाली होती. व्यासपीठावर होम तयार करण्यात आला. त्या समोरच वैष्णवानंदांची आसनव्यवस्था केलेली होती. त्यांच्या समोरील आसनांवर शाम मानकर व त्यांचा एक कार्यकर्ता बसणार होते. व्यासपीठावर अंधश्रद्धा निर्मूलनाचे कार्यकर्ते हजर झाले. सगळेच वाट पाहत होते ते वैष्णवानंदांच्या आगमनाची.

एकदाचं योगी वैष्णवानंदांचं व्यासपीठावर आपल्या काही पट्टशिष्यांसमवेत आगमन झालं. त्यांना पाहून सारा जनसमुदाय भक्तिभावानं हात जोडून मान झुकवीत होता. डॉ. अनंत व त्यांच्या आईंनाही योगी वैष्णवानंदांचं दर्शन घडलं होतं. समोर भारदस्त योगी पाहून क्षणभर डॉ. अनंत स्तंभित झाले. कुणीही आकर्षित व्हावं अशी वैष्णवानंदांची प्रतिमा होती. वैष्णवानंदांचे डोळे पाहून मात्र डॉ. अनंतांच्या आईच्या हृदयात कुठेतरी कळा उठल्या. हृदयाचा कप्पा हळूच उघडला जाऊन, ते धडधडायला लागलं. त्या सुन्न होऊन पुढील प्रसंग पाहत होत्या... तर डॉ. अनंत वैष्णवानंदांची कृती पाहून छद्मीपणानं हसत होते...

...वैष्णवानंदांची प्रस्तावना त्यांचा परमशिष्य परमानंद यांनी करताच, अंधश्रद्धा निर्मूलनाचे आव्हानवीर शाम मानकर व त्यांचा कार्यकर्ता वैष्णवानंदांच्या समोरील आसनांवर स्थापन्न झाले. परमानंदांनी पुन्हा एकदा या आव्हानातील परिणामांची कुठलीही जबाबदारी वैष्णवानंदांवर नसून, ती पूर्णत: शाम मानकरांनी स्वत:वर घेतली आहे... परिणामांचा उल्लेख करून परमानंदांनी वैष्णवानंदांना त्यांच्या आसनावर स्थानापन्न होण्यास विनंती केली....

...योगी वैष्णवानंद स्थानापन्न होताच ध्यानस्त झाले. एकाग्र, शांत चेहरा पाहून हा युगपुरुष असल्याचीच साक्ष तेथील उपस्थित जनसमुदायास पटत होती. शाम मानकरांनी आपले खट्याळ डोळे वैष्णवानंदांवर रोखले. वातावरणात कमालीची शांतता निर्माण झाली होती. सर्व जनसमुदाय श्वास रोखून बसला होता. एक-एक सेकंद युगासारखा लोटत होता... कारण परिणाम काय होणार याची कुणालाच कल्पना नव्हती...

तेवढ्यात शाम मानकर आपले डोळे चोळत ओरडले. दुसरा कार्यकर्ताही भाजल्यासारखा पाणी-पाणी करीत उठला... आणि आश्चर्य म्हणजे होमकुंडात असलेल्या लाकडांनी पेट घेतला होता. व्यासपीठावरील हा गोंधळ पाहून शिष्यगणांसहित सारा जनसमुदाय थक्क झाला. या गोंधळातही वैष्णवानंद ध्यानस्थ व तेवढेच शांत

होते. काही क्षणात ते ध्यानस्थ अवस्थेतून बाहेर आले. समोर शाम मानकर व त्यांच्या कार्यकर्त्यांची अवस्था पाहून वैष्णवानंदांच्या चेहेऱ्यावर छपणाच्या रेषा उमटल्या... सारेच चक्रावून गेले होते. शाम मानकर व कार्यकर्त्याला गावातील उपस्थित डॉक्टरांनी ताब्यात घेताच, त्यांची तपासणी केली... परिणामी शाम मानकरांचे डोळे गेले असे डॉक्टरांनी जाहीर करताच, सारा जनसमुदाय हळहळला होता... पण त्याच वेळेस योगी वैष्णवानंद दैवीशक्ती लाभलेला महापुरुष आहे म्हणून हात जोडत होते. त्यांच्या मनात, हृदयात वैष्णवानंदांची छबी जास्तच रुतून बसली. भक्तिभावाने वैष्णवानंदांच्या अदृश्यरूपी अस्तित्वाला प्रणाम करीत होते.

डॉक्टरांच्या शाम मानकरांचे डोळे गेले या घोषणेपूर्वीच, होमकुंडातील लाकडे पेटलेली पाहून डॉ. अनंत जगताप नखशिखांत हादरले होते. यात कुठलीही भोंदूगिरी नव्हती हे त्यांच्या प्रथम दर्शनीच निदर्शनास आले. हा एक नैसर्गिक उत्पात होता... की अजून काही? डॉ. जगतापांनी सुन्न होऊन आपल्या आईकडे पाहिलं. त्यांची आई शून्यात हरवली होती. आव्हानांचे परिणाम काय झाले हे तिच्या ध्यानीही नव्हते. ती एका वेगळ्याच विश्वात गेली होती. त्या डोळ्यांच्या जादूनंच तिचं भावविश्व व्यापलं गेलं होतं... नकळत डोळ्यांत अश्रू जमा झाले होते. डॉ. जगतापांनी आपल्या आईचे बदलते हावभाव नकळतपणे टिपले... त्याच वेळेस डॉ. अनंतांनी एक निर्णय घेतला होता.

आजची सकाळ शांतपणे उजाडली होती. गावकरी आपापल्या कामावर जायला निघाले होते. पक्ष्यांचा चिवचिवाट सुरू झाला होता. पूर्वीसारखंच आजचं वातावरण होतं. पण या भल्या शांत सकाळी पुन्हा धावपळ सुरू झाली... आणि ती बातमी गावापुरती न राहता साऱ्या देशात वेगाने पसरली. ती म्हणजे योगी वैष्णवानंदांची हत्या झाली होती. अंधाराचा फायदा घेऊन काल रात्रीच त्यांच्यावर कुणीतरी प्राणघातक हल्ला केला होता. या अचानक कोसळलेल्या आपत्तीने वैष्णवानंदांचे शिष्यगण वेडेपिसे झाले होते. आपल्या घरातीलच माणूस गेल्यासारखी गावाची अवस्था झाली होती. ग्रामस्थांच्या चेहऱ्यावरचं हास्यच लोपलं होतं... सूर्य जसा तळपू लागला तशी गावात गर्दी जमा होऊ लागली... आमदार, खासदार, मंत्र्यांचे ताफे येऊ लागले... व वैष्णवानंदांच्या पार्थिवावर पुष्पार्जन करून अश्रू ढाळीत होते. जिल्हा पोलीस अधिक्षक, इन्स्पेक्टर काही पोलिसांच्या ताफ्यासह तातडीने हजर झाले. मोठ्या व्यक्तीची हत्या झाल्याने जिल्हा पोलीस अधिक्षक चव्हाण यांच्यावर बरीच जबाबदारी येऊन पडली होती. हत्या झाली त्या ठिकाणची सर्व तपासणीची जबाबदारी चव्हाणांनी इन्स्पेक्टर उल्हास पवारांवर टाकली होती. इन्स्पेक्टर पवार लगेच कामाला लागले. हत्या झाली त्या ठिकाणी त्यांचं पथक

गेलं होतं.

योगी वैष्णवानंदांच्या अंत्ययात्रेला प्रचंड जनसमुदाय लोटला होता. मंत्रिमंडळातील बहुसंख्य मंत्री वैष्णवानंदांच्या अंत्ययात्रेला हजर होते. डॉ. अनंत जगतापही अंत्ययात्रेत सामील झाले. वैष्णवानंदांचे पार्थिव पंचत्वात विलीन होण्याअगोदर, सर्व राजकीय पुढाऱ्यांनी भाषणे केली. राज्याच्या गृहमंत्र्यांनी दैवीशक्ती लाभलेल्या वैष्णवानंदांच्या खुन्याला लवकरात लवकर अटक करून, त्याला कडक शिक्षा ठोठावण्याचे आश्वासन दिले. शेवटी वैष्णवानंदांचा पट्ट शिष्य परमानंदाने अग्नी दिला... वैष्णवानंदांचा पार्थिव देह पंचत्वात विलीन झाला होता. दुःख उरी बाळगून सर्व जण आपापल्या घरी परतू लागले.... एक अध्याय संपल्याचीच भावना प्रत्येकाच्या चेहऱ्यावर दिसत होती... डॉ. अनंत जगतापही संथ चालीने आपल्या घराकडे परतले.

डॉ. अनंत घरी येताच, इन्स्पेक्टर पवारांना घरी पाहून त्यांना मुळीच आश्चर्य वाटलं नाही... कदाचित ते त्यांना अपेक्षितच असणार... इन्स्पेक्टर उत्तरले, "डॉ. अनंत जगताप आपणच का?"

"होय."

"आपणास अटक करण्यात येत आहे."

डॉ. जगताप सहजपणे उत्तरले, "ओऽ.. श्योरऽऽ... आय ॲम रेडी."

सहजच व तेवढेच शांतपणे उत्तर आलेलं पाहून इन्स्पेक्टर पवार गांगरून म्हणाले, "डॉ. अनंत जगताप... आपण एक नामवंत शास्त्रज्ञ आहात. आपणास योगी वैष्णवानंदांचा खून केल्याबद्दल अटक करीत आहोत, याची कल्पना आहे का?"

"निश्चितच... कारण आपल्याला माझं आयडेंन्टिटी कार्ड सापडलंय... तुम्ही विना अडथळा माझ्यापर्यंत पोहोचावं या हेतूनं मी मुद्दामच ते टाकलं होतं... तर इन्स्पेक्टर तुम्ही याल हे मला अपेक्षितच होतं.... आपण मला अटक करू शकता...."

इन्स्पेक्टर पवार, पोलीस व आजूबाजूला जमा झालेले गावकरी आश्चर्यानं पाहतच राहिले. डॉ. जगतापांवर गावकऱ्यांचं तेवढंच प्रेम होतं. म्हणून आताचा प्रसंग पाहून ते सर्व गोंधळून गेले... कुणासाठी काय करावं, कुणालाच कळत नव्हतं. पण गावकऱ्यांचा विश्वास डॉ. अनंत जगतापांवर जास्त होता. त्यामुळेच अशा परिस्थितीतही सर्व गावकरी त्यांच्या पाठीशी उभे राहिले होते. अनंताने चांगल्यासाठीच असं केलं असेल, अशी सर्वांची धारणा होती. डॉ. जगतापांची आई हे ऐकून पाषाणासारखी सुन्न झाली होती. या वयातही त्या माउलीनं हा आघात पचवला होता. डॉ. अनंत नम्रपणे आपल्या आईस म्हणाले, "आई!... मला क्षमा कर."

भावबंधनांचे पाश क्षणात तोडून डॉ. अनंत तडकपणे मागे वळले... व इन्स्पेक्टर पवारांसोबत जाऊ लागले. सारा गाव त्यांच्या पाठमोऱ्या आकृतीकडे आशाळभूत नजरेने पाहत होता.

प्रसिद्ध तरुण शास्त्रज्ञ डॉ. अनंत जगतापांनी एका योगी पुरुषाचा खून केल्याची बातमी देशभर वाऱ्यासारखी पसरली होती. राजकीय वर्तुळात त्यांना फाशीची शिक्षा व्हावी म्हणून काही पुढारी प्रयत्न करीत होते... तर सायन्टिफिक कम्युनिटी मात्र धीरानं डॉ. जगतापांच्या पाठीमागे उभी होती. डॉ. जगतापांनी असं पाऊल उचललं, याचाच अर्थ त्यामागे निश्चितच काहीतरी शास्त्रीय कारण असेल किंवा नैसर्गिक कारण तरी असेल याची खात्री सर्वांनाच होती. डॉ. जगताप हे तरुण व आघाडीचे शास्त्रज्ञ आहेत म्हणून भारतातील सर्व शास्त्रज्ञांनी त्यांना कडक शिक्षा ठोठावू नये, अशी विनंती सरकारला केली होती... हे सर्व आता काळच ठरवणार होता. ही एक कोंडी होती. ती कोंडी फक्त डॉ. अनंतच फोडू शकत होते. त्यातूनच सत्य काय ते बाहेर पडणार होते. साऱ्या देशाचंच या प्रकरणाकडे लक्ष लागून होतं.

तो दिवस येऊन ठेपला. न्यायमूर्ती हेबळेकर यांच्या न्यायालयात डॉ. अनंत जगताप निवेदन करणार होते. सकाळपासून न्यायालयात गर्दी व्हायला सुरुवात झाली होती. गावातील गावकरी व डॉ. जगतापांची आई मुलाच्या व्याकूळतेनं हजर होते. जिल्हा अधिक्षक, इन्स्पे. पवार न्यायालयात साक्षीदार म्हणून आले होते. न्यायालयातच नव्हे तर बाहेरही प्रचंड गर्दी जमा झाली होती. साऱ्या देशाचंच डॉ. जगतापांच्या निवेदनाकडे लक्ष होतं... कारण या निवेदनानेच साऱ्या जगभर त्याचे पडसाद उमटणार होते... न्यायालयात गंभीर शांतता होती... आरोपी-कठड्यात डॉ. अनंत जगताप शांत मुद्रेने उभे होते.

न्यायाधीश हेबळेकरांनी विंनती करताच डॉ. जगतापांनी आपल्या निवेदनास सुरुवात केली होती, ''न्यायाधीश महाशय... योगी वैष्णवानंदांची हत्या मी केली ती योग्य की अयोग्य, हे आपण सर्वांनी ठरवायचे आहे. मी यातला एक दुवा म्हणून राहिलो आहे. कारण हे कृत्य माझ्या हातून सहज घडत गेलं. त्याला कारणीभूत म्हणजे अंधश्रद्धा निर्मूलन समितीचे शाम मानकरांचे डोळे गेले आणि समोरील होमकुंड पेटलं तेव्हा.... त्याच वेळेस मी नखशिखांत हादरलो होतो. हे इतक्या कमी वेळेत झाले की, सर्व उपस्थित जनसमुदाय त्याला दैवीशक्ती समजून बसला. यात मात्र वैष्णवानंदांनी कुठलीही भोंदूगिरी केली नाही की फसवले नाही. कारण ते एक वैज्ञानिक सत्य होतं. असं का होतं हे खुद्द वैष्णवानंदांनाही माहीत नव्हतं. मी याच क्षेत्रात म्हणजे 'किरण स्रोतात' संशोधन करीत असल्याने माझ्या ते चटकन लक्षात आलं. अमेरिकेत असताना यासारख्या स्रोतांवर मी बरीच

सैद्धान्तिक व्याख्याने दिली होती... पण प्रायोगिक स्रोत मला अजूनपर्यंत शोधता आला नव्हता... वैष्णवानंदांच्या चमत्कारानं मात्र माझ्या मेंदूला चालना मिळाली... म्हणून मी काही प्रयोग करण्याचं ठरविलं. दिल्लीहून गावी आलो असलो तरी, छोट्या प्रयोगांच्या वस्तू मी नेहमीच सोबत ठेवत असतो... त्यासाठीची फील्डवर्क बॅग तयारच असते... या वेळीही ती बॅग माझ्या सोबतच होती. त्यात अतिशय संवेदनाक्षम रेडिएशन डिटेक्टर होता... व त्याच बरोबर इतर मायक्रो इलेक्ट्रॉनिक साहित्यही होतं...

"...रात्र बरीच झाली होती. सारा गाव झोपेच्या अधीन झाला होता... सर्व तयारीनिशीच मी आजचा दिवस ठरवला होता... अंधाराच्या आडोशानं मी एकदाचा योगी वैष्णवानंदांच्या मठात प्रवेश केला... आणि कुणालाही चाहूल न लागता वैष्णवानंदांच्या आरामकक्षाकडे जाऊ लागलो... समोरचा परिसर पाहून मी थक्क झालो... वैष्णवानंदांची आरामकक्षा सर्व आधुनिक सुख-सोईंनी सज्ज होती... स्वर्गच तो... समोरच्या प्रशस्त दिवाणावर शांत मुद्रेनं वैष्णवानंद गाढ झोपले होते... आजूबाजूला कानोसा घेत मी हळूच वैष्णवानंदांच्या बाजूला संवेदनाक्षम रेडिएशन डिटेक्टर ठेवला. कुठलाही आवाज होणार नाही याची मी दक्षता घेत होतो... स्रोतापासूनची किरणे मोजण्याच्या प्रयत्नात मी होतो. तेवढ्यात डिटेक्टरने दाखवलेली रेडिएशन पातळी पाहताच मी थक्क झालो. कारण माझ्या तर्कानुसार तेच खरं ठरलं होतं. वैष्णवानंद हे स्वत:च एक किरणांचे स्रोत होते. मी माझ्या संशोधनात याचा अभ्यास केला होता...'मानवी किरण स्रोत'...याच शोधात मी आजपर्यंत होतो... मानवी किरण स्रोत.... प्रत्येक मानवी शरीरातून विद्युत चुंबकीय ऊर्जेची प्रारणे बाहेर पडतात, या माझ्या सिद्धान्ताचं वैष्णवानंद हे फलित होते... या प्रारणांची तरंग लांबी मायक्रोमीटर ते मिलिमीटर एवढी असून, त्यांनाच उपारूण (Infrared) किरणे असेही म्हणतात. हीच विद्युत चुंबकीय प्रारणे आपल्या रेडिओ तरंगाप्रमाणेच अवकाशातून पसरत जातात. वैष्णवानंदांनी सिद्धी प्राप्त केली, याचाच अर्थ ते शरीराच्या कमीत कमी पृष्ठभागावरून जास्तीत जास्त प्रारणे सोडत असत. त्यांची वारंवारता रडार यंत्राच्या प्रारणांपेक्षा जास्त असते. वैष्णवानंद एकाग्र होऊन, आपल्या शरीराच्या कमी भागातून जास्त प्रारणे सोडून, समोर असलेल्या वस्तू अथवा लक्ष्यावर केंद्रित करायचे. यालाच त्या पृष्ठभागावर आपत्ती होणाऱ्या प्रारण ऊर्जेला क्षेत्र तीव्रता (Field Intensity) म्हणतात... वैष्णवानंदाची खुबी म्हणजे ते लवकर एकाग्र होत असत. जेवढी एकग्रता जास्त, तेवढी प्रारणांची संख्या व ऊर्जा जास्त... आणि शिवाय लक्ष्याच्या पृष्ठभागावरील क्षेत्रात पडणारी तीव्रता जास्त. याच तीव्रतेमुळे, त्या पदार्थाचे ज्वलन तापमान (Ignition Temperature) वाढून ज्वाला निर्माण झाल्या... त्यामुळे समोर होमकुंडातील लाकडे

पेटताना दिसली... दुसरे म्हणजे शाम मानकरांचे डोळे जाण्यामागचं कारण म्हणजे वैष्णवानंदांच्या शरीरातून निघणारी तीव्र व तेवढीच भेदक उपारूण किरणे डोळ्यांच्या रेटीनावर केंद्रित झाल्यानं त्यांच्या दृष्टीला अपाय होऊन डोळे गेले... हे सर्व माझ्या तत्काळ लक्षात येऊन, त्याचे भविष्यकाळातील परिणामही जाणवले... त्या विचारांनी मी जास्तच सुन्न झालो...''

थोडे थांबत व शांत वातावरणात आपली नजर फिरवीत, डॉ. अनंत जगताप पुढे सांगू लागले, ''अतींद्रिय विज्ञान, सिद्धी याबद्दलच्या संशोधनाने व वैष्णवानंदांच्या रूपाने प्रचंड शक्ती असलेले विद्युत चुंबकीय प्रारणे सहज प्राप्त होऊ शकले असते. आज योगी वैष्णवानंद हे एक रेडिएशन स्रोत व अस्त्र म्हणूनच वावरत होते. उद्या दुसरा वैष्णवानंद निर्माण झाला असता... परवा तिसरा... अशी अनेक मानवी अस्त्रेच निर्माण झाली असती. अणुबॉंब, हायड्रोजन बॉंब, न्यूट्रॉन बॉंब यासारख्या अतिसंहारक अस्त्रांमध्ये अजून अतिभयंकर मानवी अस्त्रांची भर पडली असती. त्याने अख्खी मानव जात लुबाडली जाणार होती. प्रत्येक मानव स्वत:च संहारक अस्त्र म्हणून वावरू लागला असता... आणि हा सारा विश्वाशीच खेळ ठरला असता. हे दुष्टचक्र थांबायलाच हवं होतं.... म्हणून मी तो निर्णय घेतला होता. वैष्णवानंदांच्या हत्येचा...

''दरम्यान कशी कुणास ठाऊक वैष्णवानंदाला जाग आली होती. मला पाहताच ते लालबुंद झाले होते. त्याच क्षणी ते ध्यानस्थ बसून, एकाग्र झाले... पण माझ्यावर त्यांच्या सिद्धीचा काहीच उपयोग होणार नव्हता... कारण मी किरण रोधक ओव्हर कोट घातला होता. वैष्णवानंदांच्या शरीरातून निघणारी उपारूण किरणे, त्या शिशाच्या पातळ धातूने बनलेल्या ओव्हर कोटमध्ये शोषली जाऊ लागली. त्याने माझ्या शरीरातील कुठल्याही अवयवाला अपाय होणार नव्हता... मग मी याच संधीचा फायदा घेऊन वैष्णवानंदांवर झडप घातली... व क्षणातच त्यांची हत्या केली.

''...हत्या केल्यानंतर मी त्यांच्या चेहऱ्याकडे पाहतच राहिलो... त्यांचा दाढीमागे लपलेला चेहरा हा माझ्याच चेहऱ्याशी मिळता-जुळता होता.... त्याच वेळी वैष्णवानंदांना पाहताच माझ्या आईची घालमेल मला आठवली... डोळ्यांतून ओघळणारे अश्रू आठवले... वैष्णवानंद हा पस्तीस वर्षांपूर्वी सोडून गेलेला तिचा नवरा व माझा बाप होता. दुर्दैवाने त्याची हत्या त्याच्याच मुलानं केली होती... पण मी मात्र निसर्गातील एका अपप्रवृत्तीचा नाश केला होता.''

न्यायाधीश, न्यायालयातील व बाहेरील सर्व लोक सुन्न झाले होते... डॉ. अनंत जगतापांच्या आईच्या डोळ्यांत अखंडपणे अश्रू वाहत होते. ते अश्रू निश्चितच

आनंद-मिश्रित होते. मुलाचा त्यांना अभिमान वाटत होता. अख्ख्या मानवजातीचाच तर त्याने विचार केला होता. न्यायाधीश हेबळेकरही स्तब्ध होते. त्यांच्या तोंडून हळुवार शब्द बाहेर पडले...

"....या केसचा अंतिम निकाल पुढील पाच दिवसांत लागेल." सर्व जण ताणमुक्त झाले होते. जनमत डॉ. अनंत जगतापांच्या बाजूनेच होतं. निकाल काहीही लागो, डॉ. जगतापांनी योग्यच केलं असाच सूर सर्वांचा होता. डॉ. अनंत जगतापांच्या गावातील गावकरीही तेवढ्याच समाधानानं परतले होते.... हाच खरा डॉ. अनंतांवरचा त्यांचा विश्वास होता.

◆

अंधारातील तीर

तसा गिरीश सोनवणे हा तरुण सामान्यच, पण असामान्य बुद्धिमत्ता घेऊन आलेला. ही बुद्धिमत्ता त्याच्या स्वत:च्या मर्यादेपर्यंत असणारी. दुसऱ्यापर्यंत ती कधी न पोहोचणारी. ही त्याची प्रखर बुद्धिमत्ता तशी कुणाला जाणवलीच नाही. म्हणूनच तो सर्वांना सामान्यच वाटत राहिला, अगदी शेवटपर्यंत. या मागील कारण कदाचित त्याच्या जीवनाची पार्श्वभूमी असावी. अतिशय हलाखीच्या परिस्थितीतून रखडत, ठेचकाळत, अडखळत पुढे आलेला हा तरुण तेवढ्याच चिकाटी व जिद्दीनं शिकला. पण या बेगडी व भपकेपणाच्या जगतात तो मनात कुठेतरी आयुष्यभर न्यूनगंड घेत फिरला. त्यातील हा न्यूनगंड भविष्यात उत्तरोत्तर वाढतच राहिला. त्यामुळे त्याच्या वैयक्तिक प्रगतीला मर्यादा तर आलीच, पण जनमानसातही त्याची प्रतिमा असामान्य असूनही सामान्यच राहिली. त्यामुळे त्याच्या मनाची जडणघडण एखाद्या गिर्यारोहकाची, आगेकूच अत्युच्च शिखराकडे होत असताना ते शिखर न गाठता येण्याजोगी परिस्थिती निर्माण होते, तशी झाली. स्वत: प्रचंड मेहनत घेऊन, अभ्यास करून व त्या त्या विषयातील खोलवर माहिती असूनही ऐन वेळेस त्याची फजितीच झाली होती. यामागे कदाचित भिडस्तपणा, भाषेचं अज्ञान अथवा तत्सम काही कारणंही असतील, पण अशानं मात्र तो घायाळच होत गेला. त्यातच आजूबाजूला असणाऱ्या त्याच्या तथाकथित हितचिंतकांनी त्याला जास्तच घायाळ करून सोडलं. 'याला काहीच येत नाही,' अशा भेदक नजरेनं तो पार खचून गेला. त्यातूनच सकारात्मक विचारांची घडण होण्याऐवजी, नकारात्मक विचारांकडे तो झुकत गेला.

कदाचित लहानपणापासून, शाळेपासून ही घडण झाली असावी व पुढे कॉलेज, विद्यापीठात शिकत असताना ती जास्तच प्रबळ झाली असावी. पीएच.डी.च्या शेवटच्या सेमिनारलाही समाजातील स्वत:ला उच्चभ्रू समजणाऱ्या प्रवृत्तींनी त्याला पार नेस्तनाबूत करून सोडलं. तुलनेने त्यांच्यापेक्षा हजार पटीनं हा बुद्धिवान असताना अतिशय सामान्य बुद्धिवाद्यांनी त्याला खालीच खेचलं. तुमची यासाठी

किंवा असं करण्याची लायकीच नाही हे त्याच्या मनावर बिंबविण्यात व सिद्ध करण्यात मात्र ते यशस्वी झाले. यातून शेवटी गिरीश सोनवणेला पीएच.डी. मिळाली. पण स्वाभिमानी माणसाला असल्या यशाचा कधी कैफ चढत नसतो. यातून त्याला दु:ख वेदनाच होत असतात. परवाच्याच व्याख्याता पदासाठीच्या मुलाखतीची तीच तऱ्हा पाहून मात्र त्याचं मन विषण्ण झालं.

व्याख्याता पदासाठी निवड होऊनही तो खूपच नाराज झाला. कारण ही मंडळी, 'हे यश तुझं स्वत:चं नसून, ते ज्या तू समाजात वाढलेला आहेस, जातीत जन्मलेला आहेस, त्याचं यश आहे,' हे बिंबविण्यात पुन्हा एकदा यशस्वी झाले. शिवाय तुमची क्षमता नाहीच, असा शेराही शेवटी नोंदवून गेली. ही परंपरा आजही अशीच असून, पुढेही तशीच राहील. त्यातच काही चांगल्या व्यक्तीही मृगजळासारख्या भेटल्या. त्यामुळेच आपण संशोधक आहोत, ही जाणीव गिरीश सोनवणेला होत राहिली. म्हणूनच संशोधनातील त्याचा हुरूप स्वत:पुरता का होईना, पुढे जात राहिला. त्याचा पहिली ते संशोधक येथपर्यंतचा प्रवास कदाचित अशा सत्प्रवृत्तींमुळेच झाला असावा. या सत्प्रवृत्तींमुळे त्याची स्वत:ची प्रगती होत गेली, तरी दुष्टप्रवृत्तींमुळे मात्र त्याची विचारप्रणालीच नकारात्मक होऊन गेली. म्हणूनच वरकरणी गिरीश सोनवणे शांत, मृदू व सामान्य वाटत असला तरी त्याच्या मेंदूत प्रचंड उलथापालथ होत असे... व त्यानेच त्याच्या मनाची नकारात्मकता तेवढ्याच पटीनं वाढत असे.

या त्याच्या बदलणाऱ्या मन:स्थितीचा, विचारांचा व मेंदूतील होत असणाऱ्या हालचालींच्या सूक्ष्म तरंगांवर मात्र गिरीश सोनवणेच्या एका जिवलग मित्राचं लक्ष असायचं. त्याचं नाव डॉ. हेमंत गवळी, प्रख्यात न्यूरो सर्जन. दोघंही लहानपणापासून एकाच परिस्थितीशी व प्रवृत्तींशी झगडत आलेले, पण डॉ. हेमंत गवळींनी अन्याय होऊनही विचारांची सकारात्मक भूमिका कधीही सोडली नाही. म्हणूनच ते आज सामान्य असूनही असामान्य व्यक्ती म्हणून समाजाला परिचित आहेत. गिरीश सोनवणे हा अतिशय प्रखर बुद्धिमत्तेचा तरुण आहे याची डॉ. हेमंत गवळी यांना चांगलीच जाणीव होती. तो संशोधक झाला तेव्हा त्यांना अत्यंत आनंद झाला होता. कारण याच गिरीशमध्ये निसर्गाचे विविध पैलू उकलण्याची क्षमता आहे, याची जाणीव त्यांना झाली होती. म्हणूनच ते त्याला नेहमीच प्रोत्साहन देत व 'तुझ्यात क्षमता नाही असं म्हणणाऱ्यांकडे जाणीवपूर्वक दुर्लक्ष कर' म्हणून सल्लाही देत. गिरीशमध्ये क्षमता नाही असं म्हणणाऱ्यांची डॉ. गवळींना कीव येत असे. या लोकांनीच एका असामान्य बुद्धिमत्तेला समाजापासून पारखं करण्याचं श्रेय घेतलं होतं, याचंच डॉ. गवळींना वाईट वाटत होतं.

गिरीश सामान्य म्हणूनच समाजाला परिचित होता. पण एक दिवस निश्चितच त्याच्यासाठी यश घेऊन उगवणार होता. त्याच वेळेस त्याच्या बुद्धिमत्तेचं तेज या

समाजापुढे येऊन, समाजाला आपली चूक कळणार होती, अशी आशा डॉ. गवळींना होती.

गिरीश सोनवणे ही व्यक्ती काहीच करत नाही, असं वरकरणी जरी ही अतृप्त मंडळी ओरडत असली तरी आपल्या छोटेखानी प्रयोगशाळेत गिरीश मात्र एकटाच ध्यानस्थ व कार्यरत राहत असे. स्वत:पुरतं का होईना तो संशोधन करीत होता. त्याच्याकडे कुणी विद्यार्थी नव्हता की सहकारी नव्हता. तो आपला एकटाच वाळीत टाकल्यासारखा स्वत:ला प्रयोगशाळेत डांबून घेत असे. त्याच्या बुद्धिमत्तेविषयी इतर जरी साशंक असले, तरी त्याच्यावर मात्र डॉ. गवळींचा आणि त्याचा स्वत:चा ठाम विश्वास होता.

गिरीश सोनवणेचं अर्धवाहक (सेमीकंडक्टर) या विषयावर बऱ्यापैकी प्रभुत्व होतं. त्या विषयाचा त्याचा गाढा अभ्यास होता. शिवाय आंतरराष्ट्रीय पातळीवर या क्षेत्रात संशोधन करणाऱ्या काही दादा माणसांपैकी तो एक होता. पण दुर्दैवानं तो सर्वांना अनभिज्ञच होता. या विषयीचं तोकडंच ज्ञान गिरीश सोनवणेला असावं, असंच साऱ्यांना वाटत होतं. आपलं ज्ञान सामान्यांपर्यंत जात नाही, हीच तर खरं त्याची खंत होती. या अर्धवाहक पदार्थांवर प्रक्रिया करण्यासाठीची आवश्यक यंत्रणा त्याच्या जवळ होती. अद्ययावत कॉम्प्यूटरही होता. या बाबी सर्वांजवळच असल्यानं गिरीशजवळच ही यंत्रणा आहे, म्हणून त्याचं कौतुक कुणी केलं नाही. म्हणून तो काय करतो याची साधी विचारपूस करण्याचीही कोणाला गरज भासली नाही. माझंच संशोधन कसं चांगलं किंवा तकलादू संशोधन रंगवून सांगणाऱ्या या जगात, गिरीश काय करतो याकडे लक्ष द्यायला वेळ कुणाला होता?

अर्धवाहक म्हणजे सिलिकॉन, जर्मेनिअम या पदार्थांनी १९५०नंतर इलेक्ट्रॉनिक्समध्ये क्रांती घडवून आणली होती. त्यामुळे त्या दशकापासून आजतागायत या क्षेत्रात बऱ्याच जणांनी संशोधन करून मायक्रोन्स ते नॅनोन्स या आकारात विविध इलेक्ट्रॉनिक घटकांची (डिव्हाइस) निर्मिती केली होती. त्यातच कॉम्प्यूटरमध्ये वापरली जाणारी स्मृतिपटले (मेमरीज) याच पदार्थांच्या साहाय्यानं निर्माण करून कॉम्प्यूटरचा आकार सूक्ष्म होऊन ते जलद गतीनं पळू लागले आणि या स्मृतिपटलांची क्षमताही दिवसागणिक वाढतच गेली. याच क्षेत्रात गिरीश सोनवणेनं प्रभुत्व मिळवून, वेगळ्याच दृष्टीनं विचार करण्यास सुरुवात केली होती. त्याचा प्रवास पिकॉन्सकडे सुरू झाला होता. डोळ्याला न दिसणाऱ्या स्मृतिपटलांचं बनावट (सिम्युलेशन) प्रतिकृतीचं काम त्याने कॉम्प्यूटरवर यशस्वीपणे केलं होतं.

या संदर्भातील प्रयोग आपल्या छोटेखानी प्रयोगशाळेत उपलब्ध असलेल्या यंत्रणांच्या साहाय्यानं करण्याचे त्याचे प्रयत्न चालले होते. विज्ञानात आजपर्यंत शोध हे योगायोगानं लागले होते किंवा ठरलेल्या प्रयोगातून दुसऱ्याच प्रयोगाचा

उगम वा शोध लागला होता. पण या प्रयोगात तसं नव्हतं. गिरीश सोनवणेनं यामागे बराच अभ्यास केला होता. शिवाय हा प्रयोग त्याचा स्वत:चाच होता; त्याची स्वत:चीच ती कल्पना होती आणि ती निश्चितच सिद्धीस जाणार, याची त्याला खात्री होती.

त्याची कल्पना ही खरोखरच अमूल्य स्वरूपातील होती. कधीही लोप न पावणाऱ्या व भरमसाट क्षमता असणाऱ्या स्मृतिपटलांची निर्मिती त्याला करायची होती. आज सुपर कॉम्प्युटरमधील स्मृतिपटले ही धातू, सिलिकॉन डाय ऑक्साइड व सिलिकॉन हे पदार्थ वापरूनच निर्माण करण्यात आली होती. त्यामुळे सुपर कॉम्प्यूटर सुपर मॅनसारखा कार्यरत होता. गिरीशला मुळातलं हेच तंत्रज्ञान वापरून स्वत:ची कल्पना मूर्त स्वरूपात आणायची होती. त्यासाठी सिलिकॉन डाय ऑक्साइड हा निरोधक दोन अर्धवाहक सिलिकॉनच्या चकत्यांमध्ये सँडविच करून, त्यावर जास्त ऊर्जा असलेल्या धनभारित कणांचा (प्रोटॉन) मारा करायचा. जेणेकरून सिलिकॉन डाय ऑक्साइड या निरोधकात आयनीकरण घडवून आणता येईल. यामुळे तेथील प्रोटॉन कधीही नाश पावणार नाहीत. पर्यायानं स्मृतिपटलंही कधी लोप पावणार नाहीत. या आधारानेच अतिशय सूक्ष्म म्हणजेच नॅनोन्स आकारातील स्मृतिपटले बनवता येतील याची खात्री गिरीशला होती. हेच त्याच्या स्वकल्पनेचं ढोबळ स्वरूप होतं. त्याचा प्रयोग प्रथम कुठे करायचा, हे त्याने अगोदरच मनाशी ठरवून ठेवलं होतं. तीही एक सुंदर कल्पना होती.

दरम्यान, काही दिवसांच्या कालावधीनंतर, अथक परिश्रमांनी गिरीश सोनवणे प्रयोगात यशस्वी झाला. अतिसूक्ष्म आकारातील स्मृतिपटले तयार करण्यात त्याला यश आलं होतं. त्याची चाचणीही प्रयोगशाळेत झाली होती. आज या स्मृतिपटलांची क्षमता जरा कमी असली, तरी भविष्यात जास्त क्षमतेची स्मृतिपटले तयार करणं शक्य आहे असा गिरीशला आत्मविश्वास वाटत होता. या यशस्वी प्रयोगानं त्याच्या चेहऱ्यावरील आनंद स्पष्टपणे दिसत होता. ही निसर्गावरील मात होती की नाही, हे येणारा काळच ठरविणार होता. पण या संशोधनाचा वापर कसा होईल हे त्यालाच अजून समजलं नव्हतं.

सूक्ष्म स्मृतिपटल आताशी तयार झाला होता. त्याचा प्रॅक्टिकल वापर कुठे व कसा करावा याची भन्नाट कल्पनाही गिरीश सोनवणेनं करून ठेवली होती. त्या कल्पनेनंच तो थरारून गेला होता. स्मृतिपटलाची चाचणी प्रथम मानवावरच करायची होती आणि तीही स्वत:वरच. कारण या संशोधनाचा लाभ प्रथम त्यालाच उठवायचा होता. स्मृतिपटल युक्तीच्या यशस्वी निर्मितीची प्रथम बातमी व त्याच्या रोपणाची कल्पना तो डॉ. हेमंत गवळींना देणार होता. कारण यात चेतना शल्यविशारदाची

भूमिका डॉ. हेमंत गवळी यांनाच निभवायची होती. ते एकमेव, त्याचे जवळचे व तेवढे जिवलग मित्र होते. या वर्तमान आयुष्यात तेच त्याला प्रोत्साहन देत आले होते.

आवेगानं गिरीश सोनवणेनं टेबलावरील रिसीव्हर उचलला व एक्स्चेंजला डॉ. हेमंत गवळींना फोन जोडून देण्याची विनंती केली.

''हॅलो, डॉक्टर हेमंत गवळी स्पिकिंग. हा हा... नमस्कार शास्त्रज्ञ गिरीश. काय म्हणतोस? हो, हो. आठवलं. मागे त्या प्रयोगाविषयी तू म्हणाला होतास... काय? तो यशस्वी झाला?... वंडरफुल! कॉंग्रेच्युलेशन्स! अरे, मला अभिमान आहे तुझा. साऱ्या जगाला एक दिवस तुझं अस्तित्व निश्चित दिसेल. काय? मदत हवी... हवी ती मदत मी तुला व तुझ्या प्रयोगासाठी करीन. अगदी पहिल्या प्राधान्यानं. तुझ्या यशस्वी प्रयोगात तेवढाच माझा हातभार. तू इकडंच ये, म्हणजे निवांत बोलू. तुझी कल्पना, योजना व आराखडे – सर्व चर्चा करून ठरवता येईल. ये, आय अम वेटिंग फॉर यू''

डॉ. हेमंतांनी फोन ठेवला व गिरीश सोनवणे, त्याचं संशोधन, त्याची कल्पना काय असेल, या विचारात ते गढून गेले.

गिरीश सोनवणे येताच डॉ. हेमंत गवळींनी त्याचं अभिनंदन केलं. 'तुझा मला सार्थ अभिमान आहे,' असं सांगून त्यांनी गिरीशला त्याचं संशोधन व पुढील कल्पना सांगण्याची विनंती केली.

''हेमंत, तुला माहीतच आहे की, मी ज्या स्मृतिपटलयुक्तीची बनावट प्रतिकृती तुला कॉम्प्यूटरवर दाखविली होती; तिची निर्मिती यशस्वी झालेली आहे. शिवाय वेगवेगळे विद्युत्प्रवाह सोडून व विविध विभवांतरांची मी चाचणीही घेतली. त्यात डोळ्याला न दिसणाऱ्या स्मृतिपटल घटकापासून मला आश्चर्यकारक व तेवढेच महत्त्वाचे परिणाम मिळाले.''

''व्हेरी गुड, गिरीश! तू हे सर्व कुठल्याही पातळीला जाऊन करू शकतोस, याची मला जाणीव आहे. तुझ्यात तशी बुद्धिमत्ता आहेच. पण तुझी पुढील कल्पना... तिचं काय?''

''माझ्या दृष्टीनं तेच महत्त्वाचं आहे. स्मृतिपटलयुक्तीची निर्मिती ही माझ्या दृष्टीनं शुल्लक बाब होती. पण त्याचे योग्य परिणाम मिळवणं महत्त्वाचं आहे. त्यासाठी मला तुझी मदत लागणार आहे.'' गिरीश विनंतीपूर्ण स्वरात म्हणाला.

''गिरीश! मी तुला या अगोदरच सांगितलं आहे की, तुझा प्रयोग यशस्वी करण्यास मी कुठलीही मदत देण्यास तयार आहे. तू फक्त सांग!'' डॉ. हेमंत म्हणाले.

''हेमंत, ती कल्पना म्हणजे मी निर्माण केलेल्या स्मृतिपटलयुक्तीचं मानवी

मेंदूत रोपण करायचं.''

''काय म्हणतोस गिरीश! मानवी मेंदूत? आणि कुणाच्या?'' डॉ. हेमंत अविश्वासानं म्हणाले होते.

''माझ्या!'' गिरीश एका झटक्यात उत्तरला होता.

''ते शक्य नाही गिरीश. मी एक न्यूरो सर्जन आहे. ही एक मोठी रिस्क आहे याची मला कल्पना आहे. नैसर्गिक मेंदूत एक कृत्रिम घटक बसवायचा म्हणजे... आणि तेही तुझ्यावर?'' डॉ. हेमंत नकारार्थी मान हलवत म्हणाले होते.

''हे तुला करावंच लागले हेमंत! आणि तेही येत्या पाच दिवसांत.'' गिरीश निश्चयानं म्हणला होता.

''शक्य नाही! कारण तुझ्या बाबतीत मला कुठलीही रिस्क घ्यायची नाहीये.'' डॉ. हेमंतही ठामपणे उत्तरले.

''तुला हे करायचचं आहे हेमंत, माझा प्रयोग यशस्वी करण्यासाठी. तू एकच असा आहेस की, ज्यानं मला यशाची शिखरं पादाक्रांत करण्यास बळ दिलं. म्हणूनच या यशाच्या प्रथम पायरीवर तूच पहिलं पाऊल टाकावं, अशी माझी इच्छा आहे.''

''तू मला शब्दात पकडत आहेस गिरीश. पण तू ही अनैसर्गिक जोखीम का घेत आहेस? यातून तुला काय मिळणार?'' डॉ. हेमंत अजिजीनं म्हणाले होते.

गिरीश शांतपणेच उत्तरला, ''याचे परिणाम मी आत्ताच तुला सांगणार नाही. कारण ते अपेक्षित परिणाम अजून दिसायचेत. प्रयोग होण्याअगोदर परिणामांची चर्चा करणं उचित नाही. तर तू ही जोखीम माझ्यासाठी घेच.''

''ओके. गिरीश, मी हरलो, शेवटी मी काय करायचं ते सांग!'' डॉ. हेमंत हताशपणे म्हणाले होते.

गिरीशचा चेहरा आनंदानं उजळून निघाला. उत्स्फूर्तपणे तो म्हणाला, ''हेमंत, मेंदूची माहिती माझ्यापेक्षा तुला जास्त आहे. मला फक्त मी निर्माण केलेल्या स्मृतिपटलयुक्तीचं मेंदूतील ज्ञानकोशात रोपण करून, त्यापासून निघणाऱ्या दोन लवचीक बहुवारिक (Polymer) विद्युत्वाहक तारा उजव्या हातातील तळव्याच्या फुगीर भागात बसवायच्या. बस एवढंच!''

गिरीशने संक्षिप्त व सोप्या भाषेत डॉ. हेमंतना सांगितलं, ''ठीक आहे गिरीश. मी तुझ्यासाठी, तुझ्या प्रयोगासाठी प्रयत्नांची शिकस्त करीन. पण गिरीश, मला एक सांग, ही शस्त्रक्रिया पाच दिवसांच्या आतच का करायची?'' डॉ. हेमंतांनी प्रश्नार्थक मुद्रेनं विचारलं.

''मी तेवढं निश्चित सांगेन. कारण बरोबर पंचवीस दिवसांनी प्रपाठक पदासाठी माझी मुलाखत आहे. त्यातच मला या प्रयोगाचे परिणाम मिळणार आहेत आणि

हे फक्त तुझ्या व माझ्यातच असल्यानं या प्रयोगाची वाच्यता कुठेही होणार नाही. बरंय तर हेमंत, आजपासून बरोबर पाचव्या दिवशी सर्व तयारीनिशी येतोय.''

गिरीश तडकपणे उठला होता. डॉ. हेमंतांशी हातमिळवणी करून तो निघाला. गिरीशच्या पाठमोऱ्या आकृतीकडे डॉ. हेमंत पाहतच राहिले होते. त्यांना तो काहीसा आत्मकेंद्री व रहस्यमय भासू लागला होता. कारण निसर्गाविरुद्ध जाण्याची त्याची प्रवृत्ती वाढत चालली होती.

गिरीश सोनवणे प्रदीर्घ रजेवर गेला होता. तो रजेवर का गेला, कशासाठी गेला याची दखल घेण्याची गरज त्याच्या विभागात कोणालाही वाटली नाही. तो रजेवर गेला एवढीच काय ती माहिती सर्वांना होती. त्याच्या विभागातील काही मोजक्या लोकांनाच तो आजारी असल्याचं माहीत होतं.

कृत्रिम स्मृतिपटलयुक्तीचं यशस्वी रोपण डॉ. हेमंत गवळी यांनी शिताफीनं गिरीशच्या मेंदूत केलं होतं. शस्त्रक्रिया गुंतागुंतीची असल्यानं, ती सतत सहा-सात तास चालू होती. अतिशय एकाग्रतेनं डोळ्याला न दिसणाऱ्या स्मृतिपटलयुक्तीला डॉ. हेमंतनी गिरीशच्या मेंदूतील ज्ञानकोशात बसवलं होतं व त्यापासून सूक्ष्म आकाराच्या दोन लवचीक बहुवारिक विद्युत्वाहक तारा उजव्या हातातून तळव्याच्या फुगीर भागापर्यंत सरकवल्या होत्या. तेथूनच त्या स्मृतिपटलयुक्तीचं नियंत्रण होणार होतं. या यशस्वी प्रायोगिक शल्यचिकित्सेनंतर डॉ. हेमंत गवळींना प्रचंड थकवा आला होता. ही जोखमीची व तेवढीच महत्त्वाची शस्त्रक्रिया असल्यानं आणि जवळच्याच मित्रावर करायची असल्यानं डॉ. हेमंत शस्त्रक्रियेदरम्यान अतिशय दबावाखाली वावरत होते. त्यांच्या दृष्टीनंही हा प्रयोग यशस्वी होणं गरजेचं होतं. गिरीश सोनवणेला आयसीयूत हलवून ते स्वत: आरामकक्षात रवाना झाले.

गिरीश सोनवणे हिंडू-फिरू लागला. पंधरा दिवसांपूर्वीच त्याच्यावर मोठी शस्त्रक्रिया झाली, हे त्याच्या चेहऱ्यावरून जाणवत नव्हतं. तो पुन्हा आपल्या विभागात रुजू झाला. रजेवर जसा तो गेला होता तसाच रुजू झाल्यानंतरही त्याची दखल कोणी घेतली नव्हती. त्याच्या मेंदूत एक बाह्यांग घटक बसवला गेल्याची त्याच्याकडे पाहून पुसटशीही कल्पना कोणाला येत नव्हती. मेंदूतील स्मृतिपटलयुक्तीचे परिणाम त्याला अंशत: मिळाले होते, पण खऱ्या अर्थानं तो हर्षभरित झाला, जेव्हा त्याची निवड प्रपाठक पदासाठी झाली होती. एकूण एक प्रश्नांची उत्तर त्याने चोखपणे दिली होती. कुठल्याही विषयात त्याचा हातखंडा असल्याचं त्यावरून जाणवत होतं. समोर बसलेली निवड समिती आश्चर्यानं पाहतच राहिली होती. गिरीश सोनवणेत एवढा बदल झालेला पाहून समितीतील काही मंडळी खजील झाली होती. खजील झालेले चेहरे पाहताना गिरीश छद्मीपणे हसत होता. या

सर्वांनाच त्यानं झुकवलं होतं. निसर्गालाही. मेंदूत बसविलेल्या स्मृतिपटलयुक्तीनं आपलं काम चोख बजावलं होतं. या भरपूर क्षमता असलेल्या छोट्या युक्तीत गिरीशनं सगळ्या विषयांची माहिती साठवून ठेवली होती. साधारण मेगाबाइट एवढी त्या स्मृतिपटलयुक्तींची क्षमता होती आणि पाहिजे तेव्हा, हवी ती माहिती तो नॅनोसेकंदात (सेकंदाचा एक अब्जांश भाग) मिळवू शकत होता. हा त्याच्या संशोधनाचा विजय होता. पर्यायानं डॉ. हेमंत गवळींचाही यात वाटा होता. त्यांच्यामुळेच हा प्रयोग यशस्वी झाला होता.

डॉ. हेमंत गवळींनी गिरीशला आलिंगन देऊन त्याचं अभिनंदन केलं होतं व भविष्याच्या दृष्टीनंही शुभेच्छा दिल्या होत्या. याच अनुषंगानं गिरीशने भविष्यातील नव्हे, तर तातडीने काही कल्पनांचा उल्लेख करून त्या राबवायचा मनोदय व्यक्त करताच डॉ. हेमंत तत्काळ उत्तरले, ''नाही गिरीश, मी तुला असं करू देणार नाही.''

''का? का... नाही हेमंत? माझा प्रयोग यशस्वी झाला आहे आणि तो मला बाजारात आणण्याचा पूर्ण अधिकार आहे.''

''ते खरंय! पण थोडा विचार कर, हे निसर्गाविरुद्ध आहे. अशानं प्रत्येक जण आपली सारासार विचारशक्तीच हरवून बसतील.'' डॉ. हेमंत समजावणीच्या स्वरात म्हणाले.

''मला नाही वाटत. उलट माझ्यासारख्या तरुणांना ते वरदानच ठरणार आहे. निसर्गाचा विचार करण्याची ही माझी वेळ नाही.'' पुढे थोडं थांबून गिरीश शांतपणे डॉ. हेमंतना म्हणाला, ''शिवाय माझ्यावर पुन्हा एकदा तुला शल्यचिकित्सा करायची आहे. कारण या दरम्यानच्या काळात मी निर्माण केलेल्या जास्त क्षमतेच्या स्मृतिपटलयुक्तींचं रोपण तुला करायचंय, जेणेकरून साऱ्या जगातली माहिती मी मेंदूत साठवून ठेवू शकेन व मी सर्वांत बुद्धिमान आहे, हा मान मिळवीन. तर तू ही शस्त्रक्रिया करशील ना?'' गिरीश प्रश्नार्थक मुद्रेनं म्हणाला.

गिरीशचे असले भरकटलेले विचार ऐकून डॉ. हेमंत गवळी आश्चर्यानं त्याच्याकडे पाहतच राहिले. ते निश्चयानं उत्तरले, ''नाही गिरीश. मी पुन्हा शस्त्रक्रिया करणार नाही आणि तुलाही असं करू देणार नाही.''

''हे बघा डॉक्टर हेमंत, मला काय करायचं ते मी करीनच. जर तुम्हाला ही शस्त्रक्रिया करायची नसेलच, तर मी दुसऱ्या न्यूरो सर्जनकडूनही करून घेऊ शकतो. पण ती तुम्ही केलेली मला आवडली असती. उद्यापर्यंत मला आपण होकार अथवा नकार कळवा!''

उपरोधिकपणे व तेवढ्याच बेदरकारपणे गिरीश म्हणाला होता व आल्या पावली परतलाही होता. डॉ. हेमंत मात्र गांगरून गेले होते. गिरीश कधी गेला हे

त्यांना कळलंच नव्हतं. शेवटी निर्वाणीची भाषाच त्यांना तेवढी कळली होती.

विचाराअंती डॉ. हेमंत गवळी नखशिखान्त हादरले होते. गिरीश नकारात्मक विचारांकडे खूपच झुकला होता. त्यातून त्याला बाहेर काढणं आज तरी शक्य नव्हतं. पण त्याला अटकाव करणं तेवढंच गरजेचं होतं. कारण त्याने निर्माण केलेले जास्त क्षमतेचं स्मृतिपटल जर बाजारात आले आणि प्रत्येक जण आपल्या मेंदूत ते बसवायला लागला, तर काहीही न करता भरपूर मिळवण्याच्या मानवी प्रवृत्तीला पाठबळ मिळणार होतं. यातून मानवालाच धोका निर्माण होणार होता. मानव स्वत:ची सारासार विचारशक्तीच घालवून बसणार होता. निसर्गानं प्रत्येक मानवाला दिलेली वेगवेगळी विचारक्षमता एकाच पातळीवर येऊन प्रगती ठप्प होणार होती. त्यामुळे उभी मानवजातच विलासी, आळशी, यंत्रवत होणार होती. याने मानवजात मृतवतच नव्हे तर संपुष्टात येणार होती. कारण अशाने मानव प्रजननाची प्रक्रियाही विसरून जाणार होता. नैसर्गिक मेंदूपेक्षा कृत्रिम मेंदूवरच मानव अवलंबून राहणार होता. म्हणून कालांतराने सर्वांचेच नैसर्गिक मेंदू निकामी होणार होते. यापुढे निसर्गातील सुप्त गोष्टी शोधणंच बंद होणार होतं. हे एक अनैसर्गिक कृत्यच होतं. कारण बाह्यांग घटकांनी मानवी शरीरात यापूर्वीच घुसण्यास सुरुवात केली होती. हृदयझडपा, फुफ्फुसं, किडनी यांसारख्या अवयवांना मानवी शरीरानंही प्रतिसाद दिला होता आणि आता कृत्रिम स्मृतिपटलं... त्यांनीही गिरीशला साथच दिली होती. अकृत्रिम मेंदूने बाह्यांग घटक स्वीकारला होता. मनात असे विचार येताच डॉ. हेमंत गवळी घाबरले. त्यांना दरदरून घाम सुटला होता. यावर तातडीनं योजना आखणं गरजेचं होतं. निसर्ग समतोल राखतो यावर मात्र डॉ. हेमंत गवळीचा ठाम विश्वास होता.

डॉ. हेमंतांनी लगबगीनं एका निश्चयानं गिरीशचा फोन डायल केला.

"येस, गिरीश स्पिकिंग." पलीकडून शांत स्वर.

"मी, हेमंत, तुझी शस्त्रक्रिया करण्यास मी तयार आहे आणि तीही उद्याच." निश्चयी स्वर.

"गुड! हेमंत, मला वाटलंच होतं तू नकार देणार नाहीस म्हणून. कारण यात तुझाही फायदाच आहे. ओके. आय अम रेडी बाय टुमॉरो." गिरीश अपेक्षितपणे उत्तरला होता.

गिरीशनं फोन ठेवला तरी डॉ. हेमंत गवळी कानाला रिसीव्हर लावून समोर सुन्नपणे व हताशपणे शून्यात बघत बसले होते.

शस्त्रक्रियेची संपूर्ण तयार झाली होती. गिरीशला ऑपरेशन थिएटरमध्ये नेण्यात आलं. थिएटरचं दार बंद झालं होतं. आत अखंडपणे सहा-सात तास द्वंद्व सुरू होतं आणि एकदाचं ऑपरेशन थिएटरचं दार उघडलं गेलं.

डॉ. हेमंत गवळी खिन्न मुद्रेनं बाहेर आले. चेहऱ्यावर दु:खद छटा असल्या तरी डोळ्यांत मात्र समाधान होतं. आताची शस्त्रक्रिया अयशस्वी झाली होती. पण खऱ्या अर्थानं ती यशस्वीच झाली होती. किंबहुना डॉ. हेमंत गवळी यांच्या उभ्या आयुष्यातील ही सर्वांत यशस्वी शस्त्रक्रिया असावी. म्हणूनच त्यांचे डोळे समाधानानं गिरीशकडे पाहत होते. खिन्नपणे त्यांच्या तोंडून उद्गार बाहेर पडले, ''मित्रा गिरीश, मला माफ कर! तू असामान्य होतास, पण मानवहितासाठी मला असं करणं भाग पडलं.''

निसर्गानं आपलं काम डॉ. हेमंत गवळींकरवी चोख बजावलं होतं व त्याचप्रमाणे समतोलही राखला होता.

◆

www.ingramcontent.com/pod-product-compliance
Lightning Source LLC
LaVergne TN
LVHW040147080526
838202LV00042B/3053
9788184989144